நிஜங்கள்

முதற்பதிப்பு: 2023

First Edition: 2023

Nijangal

நிஜங்கள்

Vaasanthi

வாஸந்தி

ISBN: 978-93-5695-089-4

Pustaka

EBooks | Audiobooks | Paperback

Pustaka Digital Media Pvt. Ltd.
#7-002, Mantri Residency,
Bannerghatta Main Road, Bengaluru - 560 076
Karnataka, India

+91 7418555884

நிஜங்கள்

வாஸந்தி

Pustaka
EBooks | Audiobooks | Paperback

அத்தியாயம்

1

உஷா கைக் கடிகாரத்தைப் பார்த்தாள். ஒரு மணி அடிக்க இன்னும் இரண்டு நிமிடங்கள் பாக்கியிருந்தன. காலையில் அவசரமாக அள்ளிப் போட்டுக்கொண்டு வந்த வயிறு அதற்குள் ஓலமிட்டது.

தான் பார்த்து முடித்த ஃபைலையெல்லாம் உஷா ஒரு ஓரமாக ஒதுக்கி வைத்தாள். இன்னும் இரண்டு பாக்கி. அதில் ஒன்றுதான் அவசரக்கேஸ். மத்தியானம் அந்த விவாகரத்து கேஸ் ஹியரிங் இருந்தது. அதற்கான குறிப்புகளை ஒரு நோட்டம் விட்டு சுதர்ஸனத்திற்கு அனுப்பி வைக்க வேண்டும்.

உஷா கேஸ் விவரத்தில் அமிழ்ந்து போனாள். ஹிந்து திருமணச் சட்டத்தின்படி ஸெக்ஷன் 10ன் மூலம் விவாகரத்து கோரப்பட்டிருந்தது; கணவன் மனைவி ஒரு வருஷமாகச் சேர்ந்து இல்லை. விவாகரத்துக்கான காரணம் இன்கம்பாட்டிபிலிட்டி. அதற்கான விளக்கங்கள் இருந்தாலும் ஒரு வார்த்தையில் அடங்கும் காரணம், ஒரே ஒரு வார்த்தை. அந்த ஒரு வார்த்தை ஒன்றாக ஏழு வருடங்கள் வாழ்ந்த இரண்டு ஜீவன்களை பிரிக்க வேண்டும். இரண்டு குழந்தைகள். இரண்டு குழந்தைகளை தன்னிடம் விட்டு வைக்க வேண்டும் என்று மனைவி கோரியிருந்தாள். ஏழு வருடங்கள் ஒருவனோடு வாழ்ந்துவிட்டு இத்தனை தைரியமாக இரண்டு குழந்தைகளை

அழைத்துக் கொண்டு தனித்து வாழப்போகிறேன் என்று அந்த பெண் சொன்னால் அதற்கு என்ன பலமான காரணம் இருக்ககூடும்?

இன்கம்பாட்டிபிலிட்டி...

இதை கண்டுபிடிக்க ஏழு வருடங்கள் வேண்டியிருந்ததா? இரண்டு குழந்தைகளை அவன் மூலம் பெற்றுக்கொள்ள இருந்த பொறுமை இப்பொழுது அவனுடன் தொடர்ந்து வாழ முடியாமல் போனது உஷாவுக்கு ஆச்சரியமாக இருந்தது. இத்தகைய ஒரு பெரிய முடிவு எடுக்க வேண்டுமானால் அந்த பெண்ணின் மனதில் எத்தனை நிராசை இருக்கவேண்டும்! தனியே பிரிந்து போனால் எத்தனை பெரிய சோதனைகளை சமாளிக்க வேண்டியிருக்கும் என்று அந்தப்பெண் நினைத்து பாராமல் இருந்திருப்பாளா?

இல்லை, மனதில் இருக்கும் ஆத்திரத்தில், கோபத்தில் இது பற்றியெல்லாம் சிந்திக்காமல் செயல்படுகிறாளா? அவளை சுற்றி பெரியவர்கள் ஏதும் உணர்த்தாமல் இருப்பார்களா? உஷாவுக்கு அந்த பெண்ணுடன் பேசிப் பார்க்க வேண்டும் போல் இருந்தது. தனக்கு ஏன் இந்த வம்பு என்று தோன்றினாலும் அந்தப் பெண் அநியாயமாக தன் வாழ்வை கெடுத்துக் கொள்கிறாளோ என தோன்றிற்று.

ஒரு மணி அடித்தது.

படித்து முடித்த அந்த பைலில் ஒரு குறிப்பு எழுதிவிட்டு உஷா அதை மூடி வைத்தாள். கைகளை உயரத் தூக்கி சோம்பல் முறித்தாள். மேசையில் கைகளை ஊன்றி எழுந்திருக்கையில் சிவந்த கைவிரல்களின் நுனிகள் மேலும் சிவந்து போயின. அவள் கவுனைக் கழற்றி நாற்காலியின் மேல் வைத்துவிட்டு அந்தப் புராதன அரசாங்க வழக்குமன்றத்தின் பெரிய ஜன்னல் வழியே வெளியே பார்த்தாள். வெயில் உக்கிரமாக இருந்தது. கோர்ட்டின் வாசலில் இருந்த அந்த இரண்டு பெரிய

குல்மொஹர் மரங்களும் பந்தல் விரித்த மாதிரி நிழலை விரித்திருந்தன. சாப்பாட்டு தூக்குகளுடன் சில சைக்கிள்கள் நின்றிருந்தன.

அந்த மரத்தின் அடியில் இருந்த பெஞ்சில் ஒரு ஆணும் பெண்ணும் இருப்பது தெரிந்தது. உஷாவுக்கு ஞாபகத்திற்கு வந்தது. ஏதோ சொத்தைப் பற்றின வழக்கு, அவனுடைய தந்தைமேல் அவன் தொடுத்திருக்கிறான். அவனுடைய கேஸ் ஜெயிக்காது என்று அவள் நினைக்கையில் அவளுக்குத் தோன்றிற்று, இவர்களுக்கு ஏன் இந்தப் பேராசை? அவன் இளைஞன். நன்றாகச் சம்பாதிக்கிறான். மனைவி நன்றாக இருக்கிறாள். அவன் சொன்னபடி கேட்டுக் கொண்டு பதுசாக இருப்பாள் போலிருக்கிறது. தனக்கு உரிமை இல்லாததற்கு கேஸ் போடுகிறான். ஏன் இந்தப் பேராசை? மனைவி கர்ப்பமாய் இருக்கிறாள் என்று தெரிகிறது. அவனுடைய மடியில் படுத்திருக்கிறாள். பருத்த வயிறும், மார்பகங்களும்...

உஷா கலவரத்துடன் முகத்தைத் திருப்பிக் கொண்டாள். நெற்றியிலும் வியர்வை துளிர்த்தது. அவள் அதை கர்சீப்பால் துடைத்துக் கொண்டு மேஜைமேல் இருந்த கண்ணாடி ஜாடியிலிருந்த நீரை கிளாஸில் ஊற்றிக் குடித்தாள்.

"என்ன இன்றைக்கு நீராகாரம்தானா? சாப்பாடு வேண்டாமா?"

அவள் குரல் கேட்டு நிமிர்ந்தாள். ரமேஷ் வாயிலை அடைந்தபடி வக்கீல் கௌனில் நின்றிருந்தான்.

அவள் சிரிக்க முயன்றாள்.

"கான்டினுக்குப் போகலாமா?" என்று அவன் கேட்கையில், கையில்லாத ரவிக்கை அணிந்திருந்த அவளது சிவந்த புஜங்களில் அவனது கண்கள் மேய்வதை அவள் உணர்ந்தாள். இனிமேல் கைவைத்த ரவிக்கைதான் அணியவேண்டும் என்று நினைத்துக் கொண்டே அவள் "போகலாமே!" என்று புன்னகைத்துக் கொண்டே கிளம்பினாள்.

வெளியில் நடக்கையில் ரமேஷ் வேண்டுமென்றே தன்னுடன் இடித்தபடி நடப்பதை அவள் கவனித்தாள். மனத்திற்குள் சிரித்தபடியே அவள் எந்தவித உணர்ச்சியையும் காட்டாமல் நடந்தாள்.

"உம்..." என்ற ரஸனையுடன் ஒரு இழுப்பு இழுத்தான் ரமேஷ். "என்ன ஸெண்ட் போட்டிருக்கிறீர்கள் இன்று, இன்டிமேட்டா?"

உஷாவுக்கு முகம் சிவந்தது.

"என்னவோ எனக்குத் தெரியாது. என்னுடைய ஃபிரண்ட் ஒருத்தி இங்கிலாண்டிலிருந்து கொண்டுவந்து இன்று காலை கையில் திணித்துவிட்டு மேலே தெளித்துவிட்டுப் போனாள். கோர்ட்டுக்கெல்லாம் பர்ஃப்யூம் போட்டுக்கொண்டு நான் வரமாட்டேன்."

ரமேஷ் அவளைப் பார்த்துச் சிரித்தான்.

"ஏன், போட்டுக்கொண்டு வந்தால் என்ன தப்பு? உங்களை மாதிரி நாலு பெண்கள் இங்கே வேலை செய்தால் இந்தக் கட்டிடமே உயிர் பெற்ற மாதிரி இருக்கும். எங்களுக்கு வேலை செய்ய உற்சாகமாக இருக்கும். பெண்கள் பெண்களாய்த் தங்களைக் காட்டிக்கொள்வதில் என்ன தவறு?"

உஷா அவன் பார்வையைத் தவிர்த்தபடி நேரே பார்த்துக் கொண்டு நடந்தாள்.

"இப்பொழுது நீங்கள் செய்யும் அரைகுறை வேலையையும் பிறகு செய்ய மாட்டீர்கள். அதனால்தான்" என்றாள் சிரித்துக்கொண்டு.

'ஓஹோ' என்று சிரித்தான் அவன். "முழுமையான வேலையைப் பெண்கள்தான் செய்கிறார்கள் என்று எண்ணமாக்கும்? பரவாயில்லை; கோர்ட் வாசலைத் தாண்டிவிட்டோம். நீங்கள் இப்பொழுது என்ன பேசினாலும் அதற்கு அப்பீல் இல்லை."

உஷா கலகலவென்று சிரித்தாள். அவளது வெண் முத்துப் பற்களை, குழிவிழும் கன்னங்களை அவன் ஒரு விநாடி பார்த்தபடி நின்றான்.

சட்டென்று அவனது மனநிலையை உணர்ந்தவள் மாதிரி அவள் நகர்ந்தாள்.

"வாருங்கள், இவ்வளவு நிதானமாக நடந்தால் கான்டினில் ஒன்றும் கிடைக்காது."

தான் விடும் பெருமூச்சை மறைத்தவனாய் ரமேஷ் அவளைப் பின் தொடர்ந்தான்.

கான்டினில் ஒரு ஓரமாக இருந்த ஒரு மேஜைக்கருகில் அவர்கள் உட்கார்ந்தார்கள்.

உஷாவின் கண்கள் அலைபாய்ந்தன. சக வக்கீல்கள், கிளார்க்குகள், கேஸ் விஷயமாக வந்து காத்திருந்து சோர்ந்து போய்வந்து உட்கார்ந்திருக்கும் வெளிப் பேர்கள். சமோசாவும், பக்கோடாவும், மசாலாத் தோசையும் மென்றபடி பேசப்படும் கேஸ் விஷயங்கள். இந்தக் கேஸ் ஜெயிக்கும், அந்த கேஸ் தோற்கும் என்னும் வாதங்கள். ஆவி பொங்கும் டீ கப்புகள். அவள் சட்டென்று ஏதோ உணர்வடைந்தவள்போல் பார்வையைத் திருப்பினாள். ரமேஷ் அவளையே பார்ப்பது தெரிந்தது. அவள் தன்னையுமறியாமல் தலைப்பை எடுத்துப் போர்த்திக் கொண்டாள்.

தன் கலவரத்தை மறைத்துக் கொள்ள அவனைப் பார்த்துச் சிரித்தாள்.

"இந்த முராதாபாத் மாறவே மாறாது என்று நினைக்கிறேன் ரமேஷ். எட்டு வருஷங்களுக்கு முன் நான் இங்கு நுழைந்த போது இந்தக் கோர்ட்டும், மனிதர்களும், பேச்சுக்களும் எப்படி தெரிந்ததோ அப்படியேதான் இப்பொழுதும் தெரிகிறது. அதோ மேலே அந்த மூலையில் தொங்குகிறதே ஒட்டடை, அதைக்கூட நான் எட்டு வருஷத்துக்கு முன்னால் பார்த்திருக்கிறேன்."

சிரித்தபடியே அவள் பேசும்போது அவள் கன்னங்களில் கண்ணாமூச்சி விளையாடிய அந்தக் குழிகளைப் பார்த்துக்கொண்டிருந்த ரமேஷ் நிமிர்ந்து உட்கார்ந்து கொண்டான்.

"ஒன்றுதான் மாறியிருக்கிறது. உங்கள் வயது, என் வயது. எட்டு வருடம் கூடிவிட்டது."

அவள் கண்களைத் தாழ்த்திக் கொண்டாள்.

அவன் தொடர்ந்தான்.

"அதுவும் ஒரு தேக்கம் என்பீர்களோ?"

அவள் சட்டென்று தலை நிமிர்ந்தாள்.

"என் வரையில் தேக்கமில்லை. மனசு எவ்வளவோ பக்குவமடைந்திருக்கிறதே இந்த எட்டு வருஷத்தில்!"

மறுபடியும் அந்தச் சிரிப்பு. கன்னக் குழிவுகள்.

அவன் தன்னையறியாமல் மேஜைமேல் வெள்ளைச் சிறகாய் விரித்திருந்த அவளது கையைப் பற்றினான்.

"நௌ லுக்! பக்குவம் என்பது என்ன? மனத்தில் எழும் ஆசாபாசங்களையெல்லாம் அடக்கிக் கொண்டு உட்கார்ந்திருப்பதுதான். பக்குவமென்றால் வெல், எனக்கு அத்தனை வயதாகி விடவில்லை!"

அவள் மெள்ளத் தன் கைகளை விடுவித்துக்கொண்டு சிரித்தாள்.

"எனக்கு ஆசாபாசங்கள் இல்லையே. ஸோ நோ ப்ராப்ளம்."

"அப்பொழுது நீங்கள் ஒரு அதிசயப் பெண்மணிதான்." அவன் குரலில் ஒரு சீற்றம் இழையோடுவதை அவள் உணர்ந்தாள்.

அவள் மனத்தில் எழுந்த வேதனையை மறைக்க முடியாமல் "வெரி ட்ரூ" என்றாள்.

கனவில் மிதக்கிற மாதிரி, சோகத்தில் மிதந்த அந்தப் பெரிய விழிகளைத் துடிக்கும் இதழ்களை அவன் மிகமிகப் பரிதாபத்தோடு பார்ப்பது உஷாவுக்குப் புரிந்தது.

அவள் திடீரென்று சிரிக்கும் விழிகளுடன் அவனைப் பார்த்தாள்.

"எனக்கு ரொம்பப் பசிக்கிறது."

அதற்குள் பேரர் வருவது தெரிந்தது. இரண்டு ப்ளேட்டுக்களில் சோமாசாவும் கட்லட்டும்.

தோற்றுப் போனவன் மாதிரி ரமேஷ் வாயை மூடிக்கொண்டு சாப்பிடுவதைப் பார்க்கையில் அவளுக்குப் பரிதாபமாக இருந்தது. இவனுடைய பைத்தியக்கார எண்ணத்தை எப்படிப் போக்குவது? அவன் நினைப்பது இந்த ஜன்மத்தில் நடக்காது என்று எப்படிச் சொல்வது? அவன் காரணம் கேட்பானே!

காப்பியை உறிஞ்சியபடியே அவள் யோசனையில் ஆழ்ந்தாள்.

கைக்கடிகாரத்தில் முள் இரண்டை நெருங்கிக் கொண்டிருந்தது. மத்தியானம் இருந்த விவாகரத்து கேஸ் ஹியரிங் ஞாபகத்திற்கு வந்தது. அந்தப் பெண் வந்திருப்பாளோ என்னவோ? அவளுடன் பேச்சுக் கொடுத்துப் பார்த்தால் என்ன என்று தோன்றிற்று. அவளுக்கு என்ன அக்கறை? அவளுக்கே வேடிக்கையாக இருந்தது தன் எண்ண ஓட்டத்தை நினைத்து.

"போகலாமா?" என்று ரமேஷ் கேட்டபோது அவள் சட்டென்று எழுந்தாள்.

வெளியே வந்ததும்தான் தெரிந்தது, கான்டினுக்குள் எத்தனை புழுக்கமாக இருந்தது என்று. அவளது பார்வை அந்த குல்மொஹர் மரத்துக்குச் சென்றது. கர்ப்பிணிப் பெண் இப்பொழுது எழுந்து உட்கார்ந்திருந்தாள். அவளும் அவளது கணவனும் சோமாசா திண்பது தெரிந்தது. நிறைமாதமாகியிருக்கும்போல் தோன்றிற்று. வயிற்றைப்

பார்த்தால், முகத்தில் ஆயாஸம் தெரிந்தது. இந்த நிலையில் கோர்ட்டுக்கு நடக்க வேண்டுமா? இதென்ன பேராசை! இந்த மூடர்களுக்கு யார் விளக்குவது?

''இன்று மத்தியானம் ஏதாவது கேஸ் இருக்கிறதா?'' என்று கேட்டான் ரமேஷ்.

''ஆமாம், ஒரு டைவோர்ஸ் கேஸ்'' என்றாள் உஷா மெல்ல. மறுபடியும் அவளுடைய கண்களில் ஒரு சோகம் படர்ந்தது.

''முராதாபாத் மாறவில்லை என்று சொன்னேன் அல்லவா ரமேஷ்? பல விஷயங்களில் மாறித்தான் போயிருக்கிறது. முன்பெல்லாம் டைவோர்ஸ் கேஸ் என்று கோர்ட் வரை வந்ததாகவே எனக்கு ஞாபகமில்லை. இப்பொழுது எத்தனை நடந்துவிட்டது, இந்த இரண்டு வருஷத்தில்?''

ரமேஷ் அவளை வினோதத்துடன் பார்த்தான். ''பெண்களின் முன்னேற்றத்தை அல்லவா அது காண்பிக்கிறது? இதில் உங்களுக்கு என்ன வருத்தம்?''

உஷா தலையைத் தீவிரமாக அசைத்தாள். ''அதில் பெண்களின் முன்னேற்றத்தை நான் பார்க்கவில்லை. அவர்களது தோல்வியைத்தான் பார்க்கிறேன். அநியாயமாக குடும்பங்களில் பிளவு ஏற்படுவதைத்தான் பார்க்கிறேன்.''

''பொறுக்க முடியாமல் போய்த்தானே கோர்ட்வரை கேஸ் வருகிறது?''

''சில உண்மையான வேலிட் ரீஸன்ஸ் இருக்கலாம். ஆனால் எவ்வளவோ கேஸ்கள் வெறும் அகங்காரத்தினால் விட்டுக்கொடுக்க, அட்ஜஸ்ட் செய்துகொள்ள விருப்பமில்லாததால் நேர்கிறது என்றுத் தோன்றுகிறது. இன்றைய கேஸ் அப்படித்தான் என்று தோன்றுகிறது.''

ரமேஷ் சிரித்துக்கொண்டே சுவாதீனத்துடன் அவளது கைக்குள் தனது கையைக் கோத்துக் கொண்டான்.

"இந்த எட்டு வருடத்தில் உஷா நீங்கள் பக்குவமடைந்திருக்கலாம். ஆனால் பல விஷயங்கள் உங்கள் கண்ணுக்குப் புலப்படவில்லை என்று தெரிகிறது. டெஸ்பரேட்டாக இருந்தால் ஒழிய சராசரி இந்தியப் பெண் கோர்ட் படியை ஏறமாட்டாள் என்று ஞாபகம் வைத்துக் கொள்ளுங்கள்" என்றான்.

"எனக்குத் தெரியவில்லை. ஐ ஆம் நாட் வெரி ஷ்யூர்" என்று உஷா அப்பொழுதுதான் அவன் தன் கையைக் கோத்துக்கொண்டு நடப்பதைக் கவனித்தாள். அவனது ஸ்பரிஸத்தின் உணர்வே இல்லாமல் தான் நடந்தது அவனுக்குத் தெரிந்திராது. அவள் மெல்லத் தன் கையை விடுவித்துக் கொண்டாள்.

அவனது அறை வந்துவிட்டது.

"மாலையில் பார்ப்போம்" என்றபடி அவன் சென்றான்.

உஷா தன் அறையை நோக்கிச் சென்றாள்.

வராந்தாவில் ஒரு பெண்ணும் ஒரு வயதானவரும் உட்கார்ந்திருப்பது தெரிந்தது.

இவள்தான் அந்தப் பெண்ணோ? உஷா அவளருகில் சென்று "நீங்கள்தான் ரீடா குப்தாவா?" என்றாள்.

"ஆமாம்."

"உங்கள் கேஸ் ஆரம்பிக்க இன்னும் ஒருமணி நேரம் இருக்கிறது. உள்ளே வந்து என்னறையில் உட்காருங்களேன், பேசிக் கொண்டிருக்கலாம்" என்றாள்.

தயங்கிக்கொண்டே வந்து எதிரில் நாற்காலியில் உட்கார்ந்த அந்தப் பெண்ணை உஷா பார்த்தாள்.

அந்த முகத்தில் கலவரத்துடன் ஒரு திடமும் இருக்கிற மாதிரி இருந்தது. வயது முப்பதுக்குள்தான் இருக்கும். கண்களுக்கு அடியில் கருவட்டங்கள். "டெஸ்பரேட்டாக

இருந்தால் ஒழிய..." என்றாரே ரமேஷ், அந்தமாதிரி தவிர்க்க முடியாத ஒரு நிர்ப்பந்த நிலையினால் இந்தப் பெண் பாதிக்கப்பட்டிருப்பாளோ?

"உங்களுக்கு இரண்டு குழந்தைகள்; இல்லை?"

"ஆமாம்."

உஷா நிதானமாக அந்தப் பெண்ணைப் பார்த்துக் கேட்டாள்.

"நீங்கள் நன்றாக யோசித்து இந்த முடிவுக்கு வந்திருப்பீர்கள் என்று நம்புகிறேன்."

அதில் என்ன சந்தேகம் என்று கேட்கிற மாதிரி அந்தப் பெண் நிமிர்ந்து பார்த்தாள்.

உஷா தயங்கிக்கொண்டே கேட்டாள்.

"இனிமேல் உங்கள் முடிவை மாற்றிக்கொள்ள முடியாதா?"

அந்தப் பெண் கலவரத்துடன் நிமிர்ந்து பார்த்தாள்.

"ஏன், என் கேஸ் ஜெயிக்காதா?"

"அதற்குச் சொல்லவில்லை. வழக்கு மன்றத்துக்கு ஒரு மனிதாபிமான கண்ணோட்டம் உண்டு. நமது சட்டம் கூடியவரை விவாகரத்து ஏற்படுவதைத் தவிர்க்கவே விரும்புகிறது. ஒரு குடும்பம் பிரிந்தால் அது சமூகத்தையும் பாதிக்கும் அல்லவா?" என்றவள் மெல்லக் கேட்டாள். "இரண்டு குழந்தைகளை அவர் மூலம் பெற்ற பிறகும் உங்களுக்குள் பிணைப்பேற்படவில்லையா என்று நான் யோசித்தேன்."

அந்தப் பெண் ஆயாஸத்துடன் பேசினாள், இதைப் பலமுறை சொல்லிவிட்ட மாதிரி.

"குழந்தைகள் பிறப்பது அன்பின் சேர்க்கையினால்தான் என்று அர்த்தமில்லை. என்னைப் பொறுத்தவரை அது எதேச்சையாக நடந்த ஒன்று."

“உங்கள் விவாகரத்து குழந்தைகளைப் பாதிக்காதா?”

“சதா ஸர்வ காலமும் தாயும் தந்தையும் சண்டை போட்டுக் கொண்டிருக்கும் வீட்டில் வளர்ந்தால் அது மட்டும் அவர்களைப் பாதிக்காதா?”

“அந்தச் சண்டைக்கான காரணத்தை விவேகத்துடன் யோசித்து அகற்ற முயன்று பாருங்களேன்.”

அந்தப் பெண் சோகத்துடன் சிரித்தாள்.

“பேசுவது ரொம்ப சுலபம். எல்லா விஷயங்களிலும் உங்கள் எண்ணங்களுக்கு, செய்கைகளுக்கு, நேர் விரோதமான ஒரு கணவனுடன், அன்பே செலுத்தத் தெரியாத ஒரு சுயநலவாதியுடன் நீங்கள் வாழ நேரிட்டால் என் உள்ளத்தைப் புரிந்துகொள்வீர்கள். திருமணமாகாத உங்களுக்கு எப்படி இதெல்லாம் புரியும்?”

திடுக்கிட்டுப் போன மாதிரி உஷா அவளைப் பார்த்தாள். பல விஷயங்கள் அவளுக்குப் புரியத்தான் இல்லை. சட்டம் படித்துப் பல மெடல்கள் வாங்கி இப்பொழுது வக்கீல் கவுனை மாட்டிக்கொண்டு உட்கார்ந்திருப்பவளுக்குப் பெண்ணின் அந்தரங்கங்களும், ஏக்கங்களும், அபிலாஷைகளும் புரியத்தான் இல்லை. ஏட்டறிவு ஒன்றுதான் தெரியும் அவளுக்கு. திடீரென்று ஏதோ ஒரு தோல்வி உணர்வு நெஞ்சைக் கவ்வுகிற மாதிரி இருந்தது.

“ஐஆம் ஸாரி மிஸஸ் குப்தா. உங்கள் கவலை உங்களுக்குத்தான் புரியும். இத்தனை தீவிரமான முடிவுக்கு வர வேண்டுமானால் அதற்குப் பலத்த காரணங்கள் இல்லாமல் இருக்காது. அந்தக் காரணங்களை உங்கள் வக்கீலிடம் தெளிவாகச் சொல்லியிருப்பீர்கள் என்று நினைக்கிறேன். உங்கள் அந்தரங்கத்தில் குறுக்கிட்டதற்கு மன்னியுங்கள். ஒரு வக்கீல் என்கிற முறையில் உங்களுக்கு உதவ முடியுமா என்று பார்த்தேன்.”

அந்தப் பெண் எழுந்தாள்.

"இனிமேல் ஒரே வழிதான் இருக்கிறது எனக்கு. தனிவழி. அதில் செல்ல எனக்குத் தைரியமிருக்கிறது. நீங்கள் கவலைப்படாதீர்கள்."

உஷாவுக்கு அதிசயமாக இருந்தது. பார்க்க பரம சாதுவாய்த் தெரிந்தாள் அந்தப் பெண். இத்தனை திடம் இருக்கிறதா அவளுக்குள்? இத்தனை தீவிரமாக அவள் இருக்க வேண்டுமானால் அவளுக்கும் அவள் கணவனுக்குமிடையே இருக்கும் பிளவு ஆழமாகத்தான் இருக்கவேண்டும். குழந்தைகளின் பாசம்கூட அதை இணைக்க முடியாத அளவிற்கு... ஆணும் பெண்ணும் இணைந்து வாழ வெறும் பாலுணர்ச்சி மட்டும் போதாது... அதற்கும் மேலே ஒரு பிணைப்பு வேண்டும்... அன்பை ஏற்கும் நெஞ்சங்களில் பிறக்கும் பிணைப்பு...

அந்தப் பெண் செல்வதையே யோசனையுடன் பார்த்துக்கொண்டு உட்கார்ந்திருந்த உஷாவை ரமேஷின் குரல் குலுக்கியது.

"உங்கள் வீட்டிலிருந்து ஒரு அர்ஜன்ட் மெஸேஜ் வந்திருக்கிறது உஷா!"

அவனுடைய குரலில் இருந்த அவசரத்தையும் கலவரத்தையும் கண்டு உஷா திடுக்கிட்டாள்.

✲ ✲ ✲

அத்தியாயம் 2

ரமேஷின் கண்களில் கவலை தெரிந்தது. உஷா அவனை யோசனையுடன் பார்த்தாள்.

"என்ன சமாச்சாரம் ரமேஷ்?"

"உங்கள் தம்பி ராஜீ போன் செய்தான். உங்கள் அப்பாவுக்கு உடம்பு சரியாகயில்லையாம், உங்களை உடனே வரச்சொன்னான்."

ரத்தமெல்லாம் வடிந்து போனமாதிரி உஷாவின் முகம் வெளிறிப்போயிற்று. அவள் விருக்கென்று எழுந்தாள்.

"காலையில்கூட நன்றாகத்தானே இருந்தார்?" என்று பர்ஸை எடுத்துக் கொண்டு கிளம்பினாள்.

ரமேஷின் அறையில்தான் போன் இருந்தது.

"என்னை ஏன் நீங்கள் கூப்பிடவில்லை? நான் ராஜீவுடன் பேசியிருப்பேனே!"

"அதற்கு அவசியமில்லை என்று நான் நினைத்தேன். நீங்கள் உடனே செல்ல வேண்டுமானால் காலத்தைக் கடத்தி என்ன லாபம்?"

அவளுக்கு அடிவயிற்றில் ஜில்லிட்ட மாதிரி இருந்தது. அத்தனை அவசரமாகப் போகும்படி என்ன ஆகியிருக்கும்?

எப்போதும்போல் காலையில் அவளை வாசல்வரை வந்து வழியனுப்பி வைத்தாரே!

"ராஜீ என்ன சொன்னான்?"

"அப்பாவுக்குத் திடீரென்று உடம்பு சரியாக இல்லை. நான் டாக்டரை அழைத்து வரணும். அக்காவை உடனே வரச்சொல்லுங்கள் என்றான்."

அவளுக்கு மனத்தில் ஒரு விதக் கலக்கமும் பயமும் தோன்றிற்று. இதுநாள் வரை இத்தகைய சந்தர்ப்பம் வரக்கூடும் என்று ஏன் தோன்றாமல் போய்விட்டது? இந்தக் கோர்ட் மனிதர்களும், பேச்சுக்களும், ஜன்னல்களும், ஒட்டடையும் மாறாத மாதிரி வாழ்வும் மாற்றமேதுமில்லாமல் ஒரே சீராகப்போகும் என்ற நினைப்பு எப்படி மனத்தில் வேரூன்றி விட்டது? அதில் ஏதேனும் மாற்றம் ஏற்பட்டால் அதைத் தாங்க அவளுக்குத் தெம்பிருக்குமா? அந்த வக்கீல் கவுனுக்குள், அந்த அழகிய மேனிக்குள் இருக்கும் அவளது சின்னஞ்சிறிய மனம் சதா சிறகடித்துக் கொண்டு நிம்மதியிழந்து தவிக்கிறது என்று எவ்வளவு பேருக்குத் தெரியும்? அந்த மனத்துக்குக் காவலாய் இருப்பது அப்பாவும், அம்மாவும்தான் என்று சொன்னால் எத்தனைபேர் நம்புவார்கள்? அந்தக் காவலுக்கு ஏதேனும் பங்கம் வந்தால் அதைத் தாங்க வலு இருக்குமா?

உஷா ரமேஷை நிற்க வைத்துவிட்டு, சுதர்ஸனத்திடம் போய் விவரத்தைச் சொல்லிவிட்டுக் கிளம்பினாள்.

"ரிக்ஷாவில் போக வேண்டாம். நான் ஸ்கூட்டரில் கொண்டு விடுகிறேன்" என்றான் ரமேஷ்.

வழி நெடுக ரமேஷ் ஏதோ பேசிக்கொண்டே ஸ்கூட்டரைச் செலுத்தினான், அவளைச் சமாதானப்படுத்துகிற மாதிரி! அவளுக்கு அவனது பேச்சில் மனசு லயிக்கவேயில்லை.

"என்ன கஷ்டமானாலும் நான் ஒரு நண்பன் இருக்கிறேன் என்பதை மறக்காதீர்கள்."

அவளுக்குப் பரிதாபமாக இருந்தது. அவனை நண்பனாக மட்டுமே அவள் ஏற்றுக் கொள்வாள் என்று சொன்னால் அவன் ஏற்றுக் கொள்வானா?

அவளுக்குக் கண்களில் நீர் நிறைந்தது. துக்கம் நெஞ்சை அடைத்தது.

வீட்டை அடைந்தபோது டாக்டரின் வண்டி வாசலில் நிற்பது தெரிந்தது. அவள் அவசரமாக வீட்டுக்குள் நுழைந்தாள். அப்பா கண்களை மூடிய நிலையில் கட்டிலில் படுத்திருந்தார். கலங்கிய கண்களுடன் நின்றிருந்த அம்மா அவளைக் கண்டதும் கையைப் பிடித்துக்கொண்டு மௌனமாக விசித்தாள்.

பரிசோதனையை முடித்த டாக்டர், உஷாவைக் கண்டதும். ''ஹாஸ்பிடலில் அட்மிட் செய்துவிடுவது நல்லது'' என்றார். பிறகு மெல்லிய குரலில் ''ஹார்ட் அட்டாக் என்று தோன்றுகிறது'' என்றார் அவளிடம்.

உஷா திடுக்கிட்டுப் போனாள். எந்த வியாதியும் அண்ட முடியாத மாதிரி உடல்வாகு கொண்ட அப்பாவுக்கு இதுதான் வரமுடியும் என்று தோன்றிற்று. ஊன்றுகோல்களுடனேயே வாழ்ந்து பழகிவிட்டவளுக்குத் திடீரென்று ஒரு பலவீனமும் தளர்ச்சியும் ஏற்பட்ட மாதிரி இருந்தது.

டாக்டருடைய காரிலேயே அப்பாவை அழைத்துக் கொண்டுப்போய் ஆஸ்பத்திரியில் அட்மிட் செய்தார்கள். ரமேஷ் கூடவே இருந்தது மிகவும் தெம்பாக இருந்தது. அவன் அம்மாவிடம் அதிக அக்கறையுடனும் பரிவுடனும் இருக்கிற மாதிரி தோன்றிற்று. அந்த நிலையிலும் உஷாவுக்கு ஒரு எண்ணம் தோன்றிற்று. அம்மாவின் நல்லெண்ணத்தைச் சம்பாதித்துக் கொள்ளப் பார்க்கிறானோ அவன்?

அவள் திடீரென்று நினைவுக்கு வந்தவள்போல் ''ரமேஷ், எனக்கு இன்னும் ஒரே ஒரு உதவி செய்துவிடுங்கள், ப்ளீஸ்'' என்றாள்.

அவன் வேதனையுடன் சிரிக்கிற மாதிரி சிரித்தான்.

"உதவி செய்வதில் கணக்கு வேறு பார்ப்பார்களா? என்னையும் உங்களில் ஒருவனாக ஏன் நினைக்க மாட்டேன் என்கிறீர்கள்?"

அவன் அப்படிக் கேட்டதும் அவளுக்குக் கஷ்டமாக இருந்தது.

"நான் வேறு மாதிரியாக நினைக்கவில்லை ரமேஷ். நீங்கள் செய்வதையெல்லாம் நான் வெகு இயற்கையாகத்தான் ஏற்றுக் கொண்டிருக்கிறேன். மோஹனுக்கும் சற்று விவரத்தைத் தெரிவித்து விடுகிறீர்களா?" என்றாள்.

"ஓ யெஸ், அதற்கென்ன? அவன் ஆபீசுக்கு போன் செய்துவிடுகிறேன்."

"ரொம்ப தாங்க்ஸ்."

அவன் நிமிர்ந்து ஒரு விநாடி அவளைப் பார்த்தான். அந்தப் பார்வையில் ஆயாஸம் தெரிந்தது. நம்மிடையே இந்த ஃபார்மேலிடி அவசியம்தானா என்ற கேள்வி தெரிந்தது. எப்பொழுது நீ என்னைப் புரிந்துக்கொள்ளப் போகிறாய் என்கிற ஆதங்கம் தெரிந்தது.

அவள் எல்லாவற்றையும் புரிந்துக்கொண்டு அவனைப் பார்த்துச் சிரித்தாள். அவர்கள் குடும்ப டாக்டர் அவளை நோக்கி வருவதைப் பார்த்து அவள் நின்றாள்.

அவர் அருகில் வந்ததும் அவள் மார்பு படபடக்கக் கேள்விக்குறியுடன் அவரைப் பார்த்தாள்.

"ஹார்ட் அட்டாக்தான் என்று தெரிகிறது. இம்மீடியட் டேஞ்சர் இல்லை. ஆனால் இருபத்துநாலு மணிநேரம் போக வேண்டும் என்று டாக்டர்கள் அபிப்பிராயப்படுகிறார்கள்."

டாக்டரின் வார்த்தைகளைக் கேட்டு அவளது அங்கத்திலிருந்து ஏதோ கழன்றுப் போன மாதிரி அவளுள் ஒரு பிரமை ஏற்பட்டது.

"டோன்ட் வர்ரி; ஆண்டவன் இருக்கிறார்."

கண்களில் கிளம்பிய நீரை உள்ளுக்கு விழுங்கிக்கொண்டு அவள் ஆகாசத்தைப் பார்த்தாள்.

"ஆண்டவன் இருக்கிறார்."

காலங்காலமாய் மனத்துக்குத் தைரியமூட்டச் சொல்லப்படும் வார்த்தைகள். நம் பாரத்தை ஏற்கும் சுமைதாங்கி. விளைவு சாதகமோ, பாதகமோ, இருட்டில் துழாவும் மனத்துக்குத் தைரியமூட்டும் வாக்கியம்... விளைவு சாதகமானால் ஆண்டவனின் கருணை... வேறு விதமானால் விதியின் செயல்... எத்தனை சுலபமான வியாக்கியானம்!

ரமேஷின் கை அவளது தோளின்மேல் அமர்வது தெரிந்தது. அவன் கண்களில் கருணையும் பச்சாதாபமும் தெரிந்தன.

"கவலைப்படாதீர்கள் உஷா. இந்த மாதிரி சமயங்களில் இவ்வளவு படித்திருக்கும் நீங்கள் தைரியத்தை இழக்கலாமா? நான் போய் மோகனுக்கு போன் பண்ணுகிறேன்."

அவன் இஷ்டமில்லாமல் கையை எடுத்துவிட்டுப் போகிற மாதிரி இருந்தது. அவனுடைய அன்புக்குப் பிரதியாக அவளால் என்ன கொடுக்க முடியும்? அவன் போவதையே சற்றுநேரம் பார்த்துக் கொண்டிருந்துவிட்டு அவள் அம்மா உட்கார்ந்திருந்த பெஞ்சில் போய் உட்கார்ந்துக் கொண்டாள். அம்மாவின் கண்ணீர் நின்றுவிட்டது. உஷாவைப் பார்த்ததும் ஏதோ தைரியம் அடைந்ததுபோல் அவள் தென்பட்டாள்.

அவளைக் கண்டதும்,

"என்ன சொல்கிறார் டாக்டர்?" என்றாள்.

"இப்பொழுது உடனே பயம் ஒன்றுமில்லையாம். ஆனால் இருபத்துநாலு மணிநேரம் போக வேண்டும் என்கிறார் டாக்டர்."

அம்மா உஷாவின் தோளில் சாய்ந்துக்கொண்டு விசித்து விசித்து அழுதாள். உஷாவுக்குத் தொண்டையை அடைத்தது. எப்படிச் சமாதானப்படுத்துவது? எதைச் சொல்லி சமாதானப்படுத்துவது?

''உஷ், அம்மா'' என்றாள் இதமாக. மோகனுக்குப் போன் பண்ணச் சொல்லியிருக்கிறேன் ரமேஷை.''

''நல்லவேளை, சொன்னாயா? நான் மறந்தே போயிட்டேன் பார். அவ்வளவு தூரம் அவன் விலகிப் போயிட்டான்...''

''உஷ் அம்மா!''

உஷா மெல்ல எழுந்து வராந்தாவின் கைப்பிடிச் சுவரின்மேல் சாய்ந்தவண்ணம் நின்றாள். தூரத்தில் ராஜூ குறிப்பிட்ட சிந்தனை ஏதும் இல்லாததுபோல் நிற்பது தெரிந்தது.

உஷா. நினைத்துக் கொண்டாள். வாஸ்தவத்தில் அப்பா போய்விட்டாலும் இரண்டு பிள்ளைகளும் பெரிய இழப்பாக நினைக்கப் போவதில்லை. இழப்பு அவளுக்கும் அம்மாவுக்கும்தான்.

அவளுக்கு மறுபடியும் கண்களில் நீர் நிறைந்தது. பிள்ளைக்கு மேலாக அவளிடம் அன்பு செலுத்தி இவ்வளவு தூரம் அவள் கால் ஊன்றி நிற்கத் தைரியமளித்த அப்பா. அவளது அந்தரங்கங்களைப் புரிந்துக்கொண்டு அவளுக்காக உருகும் அப்பா... அவர் போய்விட்டால் அவளுக்காக வருத்தப்படுபவர்கள் யார் இருக்கப் போகிறார்கள்?

அப்பாவின் நிழலிலேயே சென்று வழக்கமாகிப்போன அம்மாவுக்கு, எதிலும் ஆழ்ந்த உணர்வுகள் இல்லை என்று அவளுக்கு எண்ணம். அப்பாவை ஒரு சுமைதாங்கியாகப் பாவித்துப் பழகிப்போன மனசு. அவளுக்கும் சேர்த்து அப்பா கவலைப்படுவார். வாஸ்தவத்தில் தன் நிலையைக் கண்டு அதிகம் கவலைப்படுவது அப்பாதான், அம்மா இல்லை

என்று உஷாவுக்குத் தோன்றிற்று. அதனால்தான் அப்பாவுக்கு இப்படித் திடீரென்று இதயநோவு கண்டதோ?

அவருக்கு எத்தனையோ கவலைகள். மோகன் பிரிந்து போனதிலிருந்தே பாதி உயிர் போன மாதிரி இருக்கிறார்.

மோகன் எப்படி மாறிவிட்டான். அவளுக்கு ஆச்சரியமாகத்தான் இருந்தது, இப்பவும் நினைத்துப் பார்க்கையில். ஆண் பெண் உறவுக்கு அத்தனை சக்தியா? அவளுக்குப் புரியவில்லை. இவ்வளவிற்கும் அவனுடைய மனைவி மாலா அப்படியொன்றும் அழகி இல்லை. மதமதவென்று உடல்வாகும், உடல் பூரித்திலங்கும் அந்தப் பெண்மையின் நளினமும்தான் அந்த ஈர்ப்புக்குக் காரணமாக இருக்க வேண்டும். சுவரைப் பிடித்தபடி நின்றிருந்த உஷாவின் கைகள் இறுகி உள்ளங்கை சிவந்தது.

பெண்மை... அதன் வலிமைக்கும், ஈர்ப்புக்கும் எல்லையே இல்லை என்று தோன்றிற்று. கல்யாணமாகி இரண்டே மாதங்கள்தான் மோகன் பெற்றோர்களுடன் சேர்ந்து இருந்தான். மாலா கணவனை வளைத்துக் கொள்வதில்தான் தீவிரமாக இருந்தாளே தவிர, அவனுடைய பெற்றோர்களும், தங்கையும் தன்னைச் சேர்ந்தவர்கள் என்கிற எண்ணமே இல்லாதவள் மாதிரி நடந்துக் கொண்டாள்.

வீட்டிலிருக்கும் நேரமெல்லாம் மோகன் மனைவியுடன் சாத்திய அறையில் இருப்பான். சே! என்ன மிருக ஜன்மங்கள் என்று அப்பொழுதெல்லாம் உஷாவுக்கு ஆத்திரமாக வரும். இப்பொழுது, வருஷங்கள் பல, இடையே நழுவி ஓடிவிட்ட பிறகு அந்த மாதிரியெல்லாம் ஆத்திரப்படத் தனக்கு ஏதும் அருகதையில்லை என்று தோன்றுகிறது.

ஆஃப்டர்ஆல், ஃப்ராய்டின் பிரகாரம் இந்த உலகில் மனிதனின் எந்தச் செயலும் செயல்படுவது இந்த உணர்வின் தூண்டுதலினால்தான்... அதை விவாதிக்க அவளுக்கு என்ன அருகதையிருக்கிறது?

இரண்டே மாதத்தில் மோகன் வேட்டகத்தோடு போய்விட்டபோது அவள் ஆச்சரியப்படவில்லை. அப்பாதான் அதிர்ந்துப்போனார். பாவம், அப்பா எதற்கோ யாரையோ நம்பி ஏமாந்தவர் மாதிரி... இந்த நிலையிலும் உஷாவுக்குச் சிரிப்பு வந்தது. பலக்கச் சிரிக்க வேண்டும்போல் இருந்தது. வாழ்வின் நிஜங்களுக்கு, கற்பனைகளுக்கிருக்கும் மென்மையில்லை... அதைப் புரிந்துக்கொள்ள முடியாத போதுதான் ஏமாற்றம் ஏற்படுகிறது. அப்பா... எனக்கு ஏமாற்றங்கள் இல்லை... வாழ்க்கையை உள்ளபடி ஏற்றுக் கொண்டிருக்கிறேன்... எனக்கு எதிர்பார்ப்புகள் இல்லை...

''உஷா...!''

அவள் திடுக்கிட்டுத் திரும்பிப் பார்த்தாள்.

மோகனும் மாலவும் அவசரமாக வந்திருந்தது தெரிந்தது. வழக்கமான மாலாவின் அலங்காரங்கள் இல்லை. இருந்தும் அந்த மெல்லிய புடைவையும் ரவிக்கையின் இறங்கிய கழுத்தும், மார்பின் செழுமையும் பார்ப்பவர் கண்ணை ஈர்க்கும்படி இருந்தன.

உஷா அவசரமாகத் தன் பார்வையைத் திருப்பிக் கொண்டு மோகனைப் பார்த்தாள்.

மோகனின் முகம் கலங்கியிருந்தது. இவனுக்குள் பாசம் இல்லாமல் இல்லை என்று உஷாவுக்குத் தோன்றிற்று.

''என்ன ஆயிற்று? எப்போது ஆயிற்று?'' என்று அவன் சரமாரியாகக் கேட்டான்.

அவள் விவரத்தைச் சொன்னாள். அவன் முகத்தைத் தொங்கப் போட்டுக்கொண்டு அம்மாவின் பக்கத்தில் சமாதானமாகப் போய் உட்கார்ந்துக் கொண்டான். மாலா கைப்பிடிச் சுவரைப் பிடித்தபடி எதுவும் பேசத் தோன்றாமல் வெளியில் போவோர் வருவோரைப் பார்த்தபடி நின்றாள்.

இவளுக்கு ஏன் இப்படி ஒட்டுதலே இல்லாமல் இருக்கிறது என்று உஷா யோசிக்கையில் மோகன் கேட்டான்.

"அப்பாவைப் போய்ப் பார்க்கலாமா?"

"தூரத்திலிருந்து பார்க்கலாம். அறைக்குள் போகக்கூடாது என்றார் டாக்டர்" என்றபடி அவனுடன் நடந்தாள் உஷா. மாலாவும் கூடவே வந்தாள்.

அப்பா நினைவில்லாமல் படுத்திருந்தார். பக்கத்தில் ஆக்ஸிஜன் பொருத்தப்பட்டிருந்தது. உஷாவுக்கு மறுபடியும் கண்களில் நீர் நிறைந்தது. அவள் சட்டென்று வராந்தாவுக்கு வந்தாள். இருபத்துநாலு மணிநேரத்தை அப்பா தாண்டாவிட்டால்...?

"இத்தனை படித்து உத்தியோகம் பார்க்கும் நீங்கள் கலங்கலாமா?" என்று ரமேஷ் கேட்டான். ஆனால் அந்தக் கலக்கம் இயற்கையானது என்று தோன்றிற்று. கலங்காமல் இருந்தால்தான் ஆச்சரியம். ஒட்டுறவை அறுத்துக்கொள்ள போன மோகனே இப்பொழுது கலங்கிக் கொண்டு நிக்கிறபோது ஒவ்வொன்றுக்கும் அப்பாவை ஊன்றுகோலாகப் பிடித்துக்கொண்டு மேலே சென்றவளுக்கு எப்படி இருக்கும்? படிப்பும் பட்டமும் அவளது மெல்லிய உணர்வுகளை அகற்றிவிடுமா?

தூரத்தில் ரமேஷ் வருவது தெரிந்தது. உஷா கைக்கடிகாரத்தைப் பார்த்துவிட்டு கோர்ட் மூடியிருக்கும் என்று நினைத்துக் கொண்டாள்.

அவன் அவர்கள் அருகில் வந்தான்.

"ஹெள இஸ் ஹீ" என்றான்.

உஷா உதட்டைப் பிதுக்கி ஒன்றும் சொல்வதற்கில்லை என்கிற மாதிரி மண்டையை ஆட்டினாள்.

"வாட் எ பிட்டி!" என்ற அவனது வாக்கியம் ஒரு கேள்விக்குறியாக அவர்களிடையே நிற்கையில், வெளிவாயிலிருந்து

ஸ்ட்ரெச்சரில் ஒரு ஆளை நகர்த்திக்கொண்டு வருவது தெரிந்தது. ஸ்ட்ரெச்சரைத் தொடர்ந்து கலங்கிய கண்களுடன் ஒரு பெண்ணும் ஒரு ஆணும் வருவது தெரிந்தது. அந்தப் பெண்மணி நடுத்தர வயதினளாக வசீகரமாக இருந்தாள். அவர்களைத் தாண்டி ஸ்ட்ரெச்சரும் கூட வந்தவர்களும் சென்றதும் ரமேஷ் அடிக்குரலில் சீழ்க்கையடித்தான். உஷா அவனை ஆச்சரியத்துடன் பார்த்தாள்.

"உஷா அவர்களை உங்களுக்குத் தெரியவில்லை?"

"எங்கோயோ பார்த்த மாதிரி இருக்கிறது. நினைவுக்கு வரவில்லை."

"இப்பொழுது போனதுதான் மிஸஸ் ஜெயின். போன வருஷம் ஒரு பெரிய ஸ்காண்டல் கிளம்பவில்லை? கூட... போனதுதான் அந்த ஆள் தாஸ்."

ஸ்ட்ரெச்சரில் இருந்து இறங்கிய பொழுதுதான் உஷாவுக்கு நினைவு வந்தது.

"ஓ! அவளுடைய கணவன் தாஸின் மேல் கேஸ் போட்டாரே, தன் மனைவியோடு தகாத உறவு வைத்திருப்பதாக?"

"அதேதான்! இப்பொழுது பார்த்தீர்களா, கேஸ் ப்ரூவ் ஆனபிறகும் மறுபடி வெட்கமில்லாமல் கூடப் போகிறார்கள். ஸ்ட்ரெச்சரில் இருப்பது ஜெய்ன்தான். என்ன உடம்போ?"

உஷாவுக்கு ஆச்சரியமாக இருந்தது.

"ஜனங்களால் எப்படி இப்படிக்கூட வெட்கங்கெட்டு! இருக்க முடிகிறது?"

"வெட்கம் என்று ஒன்றிருந்தால் தன் மனைவியின் பெயர் அடிபடுமே என்கிற எண்ணம்கூட இல்லாமல் ஒருத்தன் கேஸ் போடுவானா?" என்றான் மோகன்.

உனக்கும் ரோசம் என்று ஒன்றிருக்கிறதா என்று நினைத்துக் கொண்டாள் உஷா. அப்படியொரு ரோசம்

என்று ஒன்றிருந்தால் மாலாவை ஏன் இப்படி ஒரு ட்ரஸ்ஸில் வெளியில் அழைத்து வருகிறாய் என்று கேட்க வேண்டும் போல் இருந்தது. ரமேஷின் கண்கள் அவளையும் அறியாமல் அலைபாய்வதை அவள் கவனித்தும் கவனிக்காதவள் மாதிரி நின்றாள்.

"அதில் ஒரு வேடிக்கை என்ன தெரியுமோ? மனைவி இஷ்டப்பட்டே அந்த உறவு வைத்துக்கொண்டிருந்தாலும் இ.பி.கோ. 197-ன் படி அவள் குற்றவாளியில்லை. அந்த ஆண்தான் சட்டத்தின் பார்வையில் குற்றவாளி. இந்தியன் பீனல்கோட் பெண்களிடம் எவ்வளவு பட்சமாக இருக்கிறது பார்த்தீர்களா?"

"அப்படியா! ரொம்ப சுவாரஸ்யமாக இருக்கிறதே!" என்று மாலா சிரித்தாள், புடைவைத் தலைப்பை நழுவவிட்டு பிறகு சரி பண்ணிக் கொள்கிறவள் மாதிரி. உஷா அருவருப்புடன் முகத்தைத் திருப்பிக் கொண்டாள்... தலையில் நரம்புகள் புடைத்து விண் விண் என்று தெறிக்கிற மாதிரி இருந்தது. இனம் புரியாமல் ஒரு ஆத்திரம் நெஞ்சை அழுத்தியது.

"அப்படியொன்றும் பட்சம் என்று சொல்லிவிட முடியாது" என்றாள் அவள் தனது உணர்ச்சிகளை மறைத்துக் கொண்டு. இதே தப்பைக் கணவன் செய்தால் கணவன்மேல் அவள் வழக்குத் தொடர முடியாது; விவாகரத்து கோரினால் ஒழிய. விவாகரத்தை விரும்பவில்லையானால் அவள் வாயை மூடிக்கொண்டு இருக்க வேண்டியதுதான்" என்றாள்.

ரமேஷ் சிரித்தான்.

"ஓஹோ ஈவ்ஸ் வீக்லி படித்துவிட்டு அப்படிச் சொல்கிறீர்களா?"

"அதெல்லாம் ஒன்றுமில்லை. நானேதான் அப்படி யோசித்துச் சொல்கிறேன்."

"பெண்கள் சுதந்திரவாதியா?"

''இல்லை, நியாயவாதி.''

ரமேஷ் பெரிதாகச் சிரித்தான். பிறகு அவளுடைய கையைப் பற்றி அழைத்தான்.

''வாருங்கள் அந்த ஜெய்ன் கேஸைப் பற்றி விசாரித்துவிட்டு வருவோம்.''

''நமக்கெதற்கு வம்பு?'' என்றாள் உஷா.

''சும்மா வாருங்களேன். இங்கு நின்று வேறு என்னதான் செய்கிறோம்?'' என்றபடி அவளை இழுத்துக்கொண்டு மோகனை ஒரு அர்த்தத்துடன் பார்த்துச் சிரித்துவிட்டு நகர்ந்தான்.

அவர்கள் நகர்கையில் மாலா மோகனிடம் போஜ்புரியில் (பீஹாரில் சில இடங்களில் பேசப்படும் ஹிந்தி) பேசுவது கேட்டது.

''உங்கள் தங்கை பெரிய நாடகமாடுகிறாள் போலிருக்கிறதே!''

''என்ன நாடகமாடினாலும் அவன் கடைசியில் ஏமாறப் போகிறான் என்பது நிச்சயம்!''

''பெரிய நியாயம் பேசுகிறாளே!''

''வக்கீலல்லவா, பின்னே எப்படிப் பேசுவாள்?''

அவர்களுடைய கேலிப் பேச்சு நெஞ்சைப் பிளந்தது. உஷாவுக்கு முகம் சிவந்து நெற்றியில் வியர்வை துளிர்த்தது. அவள் அவஸரமாக ரமேஷின் முகத்தைப் பார்த்தாள். அவன் எதையுமே கேட்காதவன் மாதிரி வேறு எதிலோ மனத்தைச் செலுத்தியவனாய் நேராக நடந்துக்கொண்டிருந்தான். நல்லவேளை அவனுக்கு போஜ்புரி தெரியாது என்று அவள் சமாதானப்படுத்திக் கொண்டாள்.

✲ ✲ ✲

அத்தியாயம்

3

பக்கத்து வீட்டிலிருந்து ரேடியோ சிலோன் பலக்கக் கேட்டுக் கொண்டிருந்தது. கொஞ்சம் மெல்ல வைத்தால் என்ன, குறைந்தா போய்விடுவார்கள் என்று உஷாவுக்கு ஆத்திரமாக வந்தது. ஏதோ காதல் பாட்டு. ஆணும் பெண்ணும் மாற்றி மாற்றி டூயட் பாடுகிறார்கள்; மரத்தைச் சுற்றிக்கொண்டோ மலைகளில் ஓட்டம் பிடித்துக் கொண்டோ. அதைப் பார்த்து ரசிக்கும் ஜனங்கள், பாட்டைக் கேட்டு மகிழும் ஜனங்கள் எல்லாமே ஒரு மட்ட வர்க்கமாக அவளுக்குப் பட்டது.

கோர்ட்டுக்கு நேரமாகிவிட்டது என்று அவள் பரபரப்புடன் தன்னை அலங்கரித்துக் கொண்டாள். தலைப்பைச் சரி செய்துக்கொண்டு மேலே போடுகையில் மாலாவின் ஞாபகம் வந்தது. அவளுடைய பார்வையும், சிரிப்பும், ஏளனப் பேச்சும் ஒன்றுக்குப்பின் ஒன்றாய் நினைவுகள் சுருண்டுக்கொண்டு வந்தன.

அவள் பலவந்தமாக அந்த நினைவுகளைத் தன் மனத்திலிருந்து அப்புறப்படுத்தினாள். எந்தப் பேச்சும், பார்வையும் என்னைப் பாதிக்கக்கூடாது. பாதித்தால் நான் நானாக இருக்க முடியாது. ஒரு வக்கீலாகப் பணியாற்ற முடியாது. சராசரிக்கும் கீழே, கீழ்ப்பட்ட உணர்வுகளுக்குப் பலியாகி, அதற்கு ஒரு முடிவே காண முடியாமல் எல்லோருடைய பச்சாதாபத்துக்கும் இலக்காகி...

கண்களில் மறைத்த நீரை உலுக்கியபடி அவள் பக்கத்து அறையில் எட்டிப் பார்த்தாள். அப்பா கட்டிலில் படுத்த நிலையிலேயே எதையோ படித்துக் கொண்டிருந்தார். அவள் அருகில் சென்றாள். அவரைப் பார்த்து மென்மையாகச் சிரித்தபடியே கேட்டாள்.

"நான் கோர்ட்டுக்குப் போய் வரவா அப்பா?"

"போய் வா அம்மா" என்று சொன்ன அப்பாவின் குரலில் பலஹீனம் தெரிந்தது.

இருபத்துநான்கு மணிநேரம் தாண்ட வேண்டும் என்று அன்று டாக்டர் சொன்ன கெடுவை நல்ல வேளையாக அப்பா தாண்டிவிட்டார். ஆனால் இனிமேல் என்றும் எச்சரிக்கையாக இருக்க வேண்டும் என்கிற எண்ணமும், பயமும் அவளுக்கும் அவரைச் சுற்றியிருப்பவருக்கும் எப்போதும் இருக்கும். நான்கே நாட்களில் பாதியாகப் போய்விட்ட மாதிரி இருந்தது. கண்களைச் சுற்றிக் கருவட்டம் விழுந்துவிட்டது.

"வேண்டாத யோசனைகளிலெல்லாம் மனதைப் போட்டுக் குழப்பிக் கொள்ளாதீர்கள் அப்பா. பகவத் கீதையை எடுத்துத் தரட்டுமா?"

அப்பா சிரித்தார்.

"இதோ பார்; இங்கேயே இருக்கிறது வியாக்கியானத்தோடு. புத்திக்கு எல்லாம் விளங்கினாலும், அந்தராத்மாவைத் தொடுவது ரொம்பச் சிரமம்தான் அம்மா. ஒன்று, ஞானம் வேண்டும். இல்லாவிட்டால் ஒரு ஜடத்தன்மை வேண்டும். நான் ஒரு இரண்டும் கெட்டான்."

அவளுக்கு அவரைப் பார்க்கப் பாவமாக இருந்தது. அவருடைய கையை மெல்லத் தட்டினாள்.

"சிந்திக்கக் கஷ்டமாயிருந்தால் ஒரு மூடபக்தியையாவது வரவழைத்துக் கொள்ளுங்கள். எல்லாம் ஆண்டவன்

பார்த்துப்பான் என்று கண்ணை மூடிக்கொண்டு சொல்லிக் கொண்டிருங்கள். அது ஒருவகை ஆட்டோ ஸஜஸ்சன். கடைசியில் அதை நீங்களே நம்ப ஆரம்பித்துவிடுவீர்கள். ஒய் டோண்ட் யூ ட்ரை?''

அவர் பலஹீனமாகச் சிரித்தார்.

''ஆகட்டும், அப்படியே செய்து பார்க்கிறேன்.''

''ஆகாரமெல்லாம் டாக்டர் சொன்ன மாதிரியே எடுத்துக் கொள்ளணும். மருந்தையும் வேளை பார்த்துச் சாப்பிடுங்கள். அம்மா தெரியாமல் ஆசைக்கு ஏதாவது கொடுத்துவிடப் போகிறாள்.''

நீ கவலைப்படாதேம்மா. நான் பார்த்துக் கொள்கிறேன். என் உடம்பைப் பார்த்துக் கொள்ளணும் என்று எனக்குப் பொறுப்பில்லையா?''

''அப்ப சரி, நான் வரேனப்பா'' என்றபடி உஷா கிளம்பினாள்.

அவர் பொறுப்பு என்று எதைக் குறிப்பிட்டார் என்று அவளுக்குத் தெரியும். அவளுக்குக் காவலாக இருக்க வேண்டும் எப்பொழுதும் என்கிற எண்ணம். அவளை அவ்வளவு தூரம் படிக்க வைத்து வேலை பார்க்க அனுப்பியும் அவருக்கு அவளைப் பற்றிய கவலை... அனாவசிய கவலை என்று அவளுக்குத் தோன்றிற்று. ஹார்ட் அட்டாக் என்று தெரிந்ததும் அது எவ்வளவு பெரிய அதிர்ச்சியாக இருந்திருக்க வேண்டும் என்று அவள் நினைத்துக் கொண்டாள்.

முராதாபாத்தில் பிறந்து வளர்ந்து வயதானவர்கள் லேசில் பழைமையையும், அதன் பயங்களையும் மறக்க முடியாது என்று அவளுக்குத் தோன்றிற்று.

எண்ணங்களில் மாறுதல் இருக்கிறதோ இல்லையோ வெளிப் பார்வைக்குத் தெருக்களில் மாறுதல் தெரிந்தது. முன்னைவிட

இப்பொழுது தெருக்களில் அதிக நெரிசல். காலேஜுக்குப் போகும் பெண்கள், வேலை பார்க்கும் பெண்கள், சீட்டியடித்துக் கொண்டு அவர்களைத் தொடரும் இளவட்டங்கள்.

அவள் பஸ்ஸைப் பிடித்து கோர்ட்டை அடைந்தபோது அது வழக்கமான, நிதானமான சுறுசுறுப்போடு இயங்க ஆரம்பித்திருந்தது. காலங்காலமாய்ச் சேர்ந்திருக்கும் அந்த அழுக்குப் படிந்த வராண்டாவையும் ஜன்னல்களையும் பார்க்கும்போது அவற்றைச் சுத்தமாக்குவது மனிதநேயத்தனத்துக்கு அப்பாற்பட்ட ஒரு விஷயம் என்று தோன்றும்.

அவள் ரமேஷின் அறையைத் தாண்டும்போது கால்கள் சற்று தயங்கின. அவன் வந்திருந்தால் தானாகவே அப்பாவுக்கு இப்பொழுது சற்று தேவலை என்று சொல்லிவிட்டுப் போகலாம் என்று தோன்றிற்று. அறைக்குள் எட்டிப் பார்த்தாள். அவன் இன்னும் வந்திருக்கவில்லை. அவள் திரும்பி தன் அறைக்கு நடக்க ஆரம்பித்தாள். ரமேஷ் வீட்டிற்குத் தினமும் வருவது வழக்கமாகப் போய்விட்டது. மோகனால் ஏற்பட்ட இழப்பை அவன் இட்டு நிரப்பப் பார்ப்பதுபோல் இருந்தது. அவன் தினமும் வருவதும் அவளுடன் சுவாதீனமாகச் சிரித்துப் பேசுவதும் வெளிப்பேருக்குத் தெரியாமல் போகாது. அவளுடைய தெருவில் இருக்கும் வீடுகளுக்கு நூறு ஜன்னல்கள் உண்டானால் ஆயிரம் கண்களும், காதுகளும் உண்டு. அவனையும் அவளையும் சேர்த்துப் பேச அதிக நேரம் ஆகாது. கூடப்பிறந்தவனே ஏளனமாகப் பேசும்போது மற்றவர்களுக்கு விவஸ்தை எங்கே இருக்கப் போகிறது?

அன்று ஆஸ்பத்திரிக் கட்டடத்தில் தந்தை மரண வாயிலில் இருக்கையில், ஒண்டியாய்த் தங்கையே எல்லாப் பொறுப்புகளையும் கவனிக்கிறாள் என்கிற ஒரு உணர்வுக்கூட இல்லாமல் மோகனும் மனைவியுடன் கூடச் சேர்ந்துகொண்டு நையாண்டிப்பேச்சு பேசியது இன்னும் மறக்க முடியவில்லை...

கோர்ட்டில் நடமாட்டம் அதிகமாகிவிட்டது. உஷா. சுயநினைவுக்கு வந்தவள்போல் விழித்துக் கொண்டாள். யார் என்ன பேசினால் அவளுக்கு என்ன? அவளது நிலைமை மாறப் போவதில்லை. மனசு தற்காலிகமாகப் பாதிக்கப்பட்டாலும் எண்ணங்கள் மாறப் போவதில்லை. தன்னைக் காப்பாற்றிக் கொள்ள அவளுக்குத் தெம்பிருக்கும்போது அவள் எதற்காகக் கவலைப்பட வேண்டும்? இந்தக் கோர்ட்டிலிருந்து யாரும் அவளைப் பிடித்துத் தள்ளப் போவதில்லை. அவள் வேலைமேல், மேலிடத்தில் இருக்கும் நல்ல மதிப்பிற்கு அவளுக்கு உயர்ந்த பதவிக்கும் வாய்ப்பில்லாமல் இல்லை. பின் எதற்குக் கலங்க வேண்டும்?

அவள் தனது நாற்காலியில் போய் அமரும்போது நினைத்துக் கொண்டாள். அவள் நீதிபதியாக வரலாம். ஆனால் வாழ்க்கையைப் பொறுத்தவரை அவளுக்கு ஒரு தேக்கம்தான். எல்லாப் பெண்களும் மனைவியாய், தாயாய், பாட்டியாய் வயதுக்கேற்ப மாறும்போது அவள் என்றும் இந்தக் கோர்ட்டின் ஒரு அங்கமாய், அதன் ஒட்டடையோடு ஒட்டடையாய் உட்கார்ந்திருப்பாள், அறை வாசலில் தொங்கும் போர்டுடன்... "மிஸ் உஷா, எம்.ஏ., எல்.எல்.பி" அவள் ஒரு விரக்திப் புன்னகையுடன் ஜாடியிலிருந்து ஒரு டம்ளர் நீரைக் குடித்துவிட்டு அன்றைய வேலையைக் கவனிக்க உட்கார்ந்தாள்.

சிறிது நேரத்தில் அவள் அதில் ஆழ்ந்து போனாள்.

"ஹலோ!"

அவள் குரல் கேட்டுத் திடுக்கிட்டு நிமிர்ந்தாள்.

சுதர்ஸனம் நின்று கொண்டிருந்தார்.

அவள் மரியாதையுடன் எழுந்தாள்.

"குட்மார்னிங் ஸார்."

"குட்மார்னிங்! உட்கார்" என்றபடியே எதிரில் இருந்த நாற்காலியில் அமர்ந்தார்.

"எப்படி இருக்கிறார் உன் அப்பா?"

"இப்பொழுது தேவலை ஸார்."

சுதர்ஸனம் அவளை யோசனையுடன் பார்த்தார்.

"ஒரு கண்டத்திலிருந்து பிழைத்து எழுந்திருக்கிறார். இனிமேல் ஜாக்கிரதையாகத்தான் இருக்கவேண்டும்" என்று சற்றுநேரம் பேசாமல் இருந்தவர் தொண்டையைக் கனைத்து விட்டுக்கொண்டு அவளைப் பார்த்தார்.

"நான் சொன்னால் தப்பாக எடுத்துக்கொள்ள மாட்டாயே, உன் அப்பா ஸ்தானத்தில் இருக்கிற மாதிரி சொல்கிறேன்."

உஷா சிரித்தாள்.

"சும்மா சொல்லுங்கள். உங்களுக்கில்லாத உரிமையா?"

அவர் அப்படியும் தயங்கினார்.

"நீ ஒரு கல்யாணம் செய்து கொண்டுவிட்டால் உங்க அப்பாவுக்கு நிம்மதியாக இருக்கும். இன்னும் எத்தனை நாட்கள் ஒத்திப் போடப் போகிறாய்?"

உஷாவுக்கு லேசாக முகம் சிவந்தது. அவள் சிரிக்க முயன்றாள். சிரமமாக இருந்தது. கூடியவரை தன் உணர்ச்சிகளை மறைத்துக் கொண்டாள்.

"அதெல்லாம் காலாகாலத்தில் நடந்திருக்க வேண்டும். நௌ இட் இஸ் டூ லேட்."

சுதர்ஸனம் அவளை ஆச்சரியத்துடன் பார்த்தார்.

"எது டூ லேட்? யார் சொன்னது? உனக்கு முப்பது வயது தானே ஆகிறது? பார்க்க இருபது வயதுப் பெண் மாதிரி இருக்கிறாய். உன்னைப் பண்ணிக் கொள்ள எவ்வளவோ

பேர் தயாராக இருப்பார்கள். நீ யெஸ் என்று சொல்ல வேண்டியதுதான்.''

அவர் ரமேஷை மனத்தில் வைத்துக்கொண்டுதான் பேசுகிறார் என்று அவளுக்குப் புரிந்தது. அவளுக்கு முகம் மேலும் சிவந்தது.

''என்னவோ எனக்குக் கல்யாணத்தில் இன்ட்ரஸ்ட் இல்லை ஸார். இப்படியே இருந்து பழகிப் போய்விட்டது. இத்தனை வயது சுதந்திரமாக இருந்துவிட்டு ஒருத்தனோடு வாழப் போனால் என்னுடைய தனித்தன்மை இண்டிவிஜிவாலிடி போய்விடுமோ என்று பயமாக இருக்கிறது.''

அப்படிச் சொல்லு! பெண்களைப் படிக்க வைத்து உத்தியோகத்துக்கு அனுப்பினால் இதுதான் தகராறு. என் மனைவியைப் பாரு. எட்டாங் கிளாசுக்கு மேல் படிக்கவில்லை. இரண்டு பேரும் சௌக்கியமாயிருக்கிறோம். நோ ப்ராப்ளம்ஸ்!'' சுதர்ஸனம் பெரிதாகச் சிரித்தார்.

''அப்படியானால் பெண்களுக்குக் கல்வியறிவு கொஞ்சமாக இருந்தாலே எல்லாருக்கும் நல்லது என்கிறீர்களாக்கும். இண்டிவிஜிவாலிடி ஆண்களுக்கு மாத்திரம்தான் இருக்க வேண்டும் என்கிறீர்கள். அந்தக் கோட்டைப் போட்டுக் கொண்டு இந்த மாதிரி நீங்கள் பேசுவது நியாயமா?''

''கோட்டை வேண்டுமானால் கழட்டிவிட்டுப் பேசுகிறேன்.''

உஷா சிரித்தாள். மனசு சற்று லேசாகிப் போனாற்போல் இருந்தது.

''தட் ரிமைண்ட்ஸ் மீ. இன்றைக்கு ஒரு டைவோர்சுக்கு ஒரு கணவன் பெட்டிஷன் கொடுத்திருக்கிறான்.''

''என்ன ஸார் நீங்கள் கல்யாணம் என்று ஆரம்பித்துவிட்டு டைவோர்சில் முடிக்கிறீர்கள்?'' என்றாள் உஷா சிரித்துக்கொண்டு...

''நீ இண்டிவிஜிவாலிடி என்கிறாயே அது அதில்தான் கொண்டுவிடும் என்பதற்குச் சொல்கிறேன். இந்தக் கேஸில்

என்ன வேடிக்கை என்றால், கணவன் மனைவி முப்பது வருஷம் சேர்ந்து வாழ்ந்திருக்கிறார்கள். மூன்று வயது வந்த குழந்தைகள். இப்பொழுது மனைவி ரொம்ப கோபக்காரி, ரொம்பத் துன்புறுத்துகிறாள் என்று, ஹிந்து திருமணச் சட்டம் ஸெக்ஷன் 13, 10 - ன் கீழ் விவாகரத்து வேணுமாம் அவனுக்கு. ஸ்டுப்பிட்டாக இல்லை?''

''மனைவியும் பிரிவை விரும்புகிறாளா?''

''இல்லை!''

''பார்த்தீர்களா? இண்டிவிஜிவாலிடியை விட்டுக் கொடுக்க யார் தயாராயிருக்கிறார்கள் என்று?''

''யூ வின்!'' என்று சிரித்தபடி சுதர்ஸனம் எழுந்தார். ''நிறைய வேலையிருக்கிறது. ஒரு நாளைக்கு உங்கப்பாவைப் பார்க்க வருகிறேன். நான் சொன்ன விஷயத்தையும் யோசித்துப்பார். தனித்தன்மையை விட்டுக் கொடுக்கும் வர்க்கத்தைச் சேர்ந்தவளில்லையா நீ?'' என்று கண்ணைச் சிமிட்டியபடி சிரித்துக்கொண்டே வெளியேறினார்.

உஷாவும் சிரித்தாள். மனத்தைத் திடீரென்று ஒரு வேதனை கவ்வின மாதிரி இருந்தது. ஒரு பெண் கல்யாணம் செய்துக்கொள்ளாமல் இருந்தால் அது ஏன் எல்லாரையும் இப்படி உறுத்துகிறது? அவளுக்குத் தோன்றிற்று, அந்த ஊர்தான் காரணம் என்று. மற்ற ஊர்களிலெல்லாம் காலம் மாறும், எண்ணங்கள் மாறும்... முராதாபாத் மாறவே மாறாது. அத்தகைய சமூகத்தில் அவள் இதுவரை கல்யாணமாகாமல் வருஷங்களைக் கடத்தியது ஒரு பெரிய அதிசயம்தான். இன்னும் ஒரு ஐந்து வருஷங்கள் ஏன் இப்படி இருக்கிறாய் என்று கேட்பவர்கள் கேட்பார்கள். திருமணம் செய்து கொள்கிறேன் என்று ஒருவன் வந்தாலும் வருவான்... அதற்குப் பிறகு? யாருக்கு அக்கறையிருக்கப் போகிறது? அது ஒரு ஃப்ரீக், அதிசயப் பிறவி என்று விட்டுவிட மாட்டார்களா?

ஃப்ரீக்!

ஒரே ஒரு வார்த்தை. அவளது வாழ்க்கையின் தாத்பர்யங்களெல்லாம் அதில் அடக்கம். தனது எதிரே இருந்த வெள்ளைத்தாளில் அவள் கொட்டை எழுத்துக்களில் அவளையறியாமல் எழுதினாள்.

FREAK.

"என்ன பலமான யோசனை?"

அவளுக்குத் தூக்கிவாரிப் போட்டு பேனா கையிலிருந்து நழுவியது. அதை எடுக்கும் சாக்கில் கீழே குனிந்து கண்களில் பனித்த நீரை கர்ச்சீப்பில் துடைத்துக் கொண்டாள்.

பிறகு நிமிர்ந்து ரமேஷைப் பார்த்துச் சிரித்தாள். அந்தக் கொட்டை எழுத்துக்களை மறைக்க நேரமில்லை.

அவன் அருகில் வந்தான். அவள் எழுதி வைத்திருந்ததை உரக்கப் படித்தான்.

"யார், நானா?"

அவள் சிரித்தாள், நீயும் ஒரு ப்ரீக்ருதிதான் என்று நினைத்துக்கொண்டு.

"உங்களையேன் சொல்கிறேன்? சுதர்ஸனம் ஏதோ ஒரு கேஸைப் பற்றிச் சொல்லிவிட்டுப் போனார். முப்பது வருஷம் ஒருத்தியோடு வாழ்ந்துவிட்டுப் பிறகு, அவள் கோபக்காரி அவளோடு வாழ முடியவில்லை என்று ஒரு கணவன் டைவோர்ஸுக்குப் பெட்டிஷன் போட்டிருக்கிறானாம். அவன் எப்படிப்பட்ட மனுஷனாக இருந்திருப்பான் என்று யோசித்துக்கொண்டே இதை எழுதினேன்."

ரமேஷ் சிரித்தான்.

"ஆமாம், அவன் ஒரு ஃப்ரீக்காகத்தான் இருக்க வேண்டும். இல்லாவிட்டால் அப்படிப்பட்ட ஒரு கோபக்காரியோடு முப்பது வருஷம் வாழ்ந்திருப்பானா?"

கண்களை அகல விரித்து உஷா சிரித்தாள்.

"உங்கள் பார்வை புதிய கோணத்தில் செல்கிறது!"

ரமேஷ் மேஜை மேல் கையை ஊன்றிக் கொண்டு அவளைப் பார்த்துக் கேட்டான்.

"ஆமாம், உங்களுக்கு கோர்ட், கேஸ் இவற்றைத் தவிர, வேறு சிந்தனை இல்லையா?"

புருவங்களை உயரத் தூக்கி அவனை அதிசயத்துடன் பார்க்கிற மாதிரி உஷா பார்த்தாள்.

"கோர்ட்டுக்கு வந்து வக்கீல் கவுனை மாட்டிக்கொண்டு ஃபைலைப் புரட்டும்போது நான் வேறு என்ன சிந்தனையில் இருக்க வேண்டும் என்று எதிர்பார்க்கிறீர்கள்?"

அவன் தோற்றுப் போனவன் மாதிரி தோளைக் குலுக்கிக் கொண்டு நாற்காலியில் உட்கார்ந்தான்.

"கவுனைக் கழற்றிவிட்ட பிறகு உங்களுக்கு வேறு ஏதேனும் யோசனை வருகிறதா?"

"ஏன் வராமல்? நான் மட்டும் மனுஷியில்லையா? அன்லெஸ் யு திங்க் ஐ ஆம் எ..."

"ஃப்ரீக்!" என்று முடித்தான் ரமேஷ்.

உஷா திடுக்கிட்டாலும் சமாளித்துக் கொண்டாள் புன்னகைத்தபடி அவனைப் பார்த்தாள்.

"இன்று காலை உங்களைப் பார்க்க வேண்டும் என்று நினைத்தேன்" என்றாள்.

அவன் கண்களில் சட்டென்று ஒரு ஆர்வம் தெரிந்தது.

"உம். பின்னே என் அறைக்கு வருவதுதானே?"

"போனேன், நீங்கள் இன்னும் வந்திருக்கவில்லை."

"அடாடா, நீங்கள் என்னைப் பார்க்க வருவதானால் நான் இனிமேல் சீக்கிரம் வருகிறேன்."

உஷா சிரித்துக்கொண்டே சொன்னாள்.

"அப்பாவுக்கு இப்பொழுது தேவலை என்று உங்களிடம் சொல்லலாம் என்று நினைத்தேன்."

"அப்பொழுது நீங்கள் வீட்டுக்கு வந்துவந்து விசாரிக்க வேண்டிய அவசியமில்லை என்று சொல்லப் போகிறீர்கள்?"

அவள் தலையைக் குனிந்துக்கொண்டாள். மனத்தில் ஏற்பட்ட வேதனை முகத்தில் தெரிந்தது.

பிறகு அவனை நிமிர்ந்து பார்த்து,

"நீங்கள் எதற்கு இப்படி விதண்டாவாதம் செய்கிறீர்கள்?" என்றாள் மெல்ல.

அவன் அடிபட்டவன் மாதிரி "ஐயாம் ஸாரி" என்றான்.

அவனது வேதனை அவளுக்குப் புரிந்தது. அவனது மனத்தின் நிராசை அவனது வார்த்தைகளில் தெரிந்தது. அவள் ஒரு கையாலாகாத்தன உணர்வோடு அவனைப் பார்த்தாள்.

அவன் சட்டென்று சுயநினைவுக்கு வந்தவன் மாதிரி எழுந்தான். எந்த விதமான பாதிப்பும் தனக்கு இல்லை என்கிற மாதிரி.

"நான் வருகிறேன் உஷா. லஞ்ச் அவரில் சந்திக்கலாமா?" என்றான்.

பிறகு கதவண்டைப் போய் நின்று பெரிய பிரச்சனைக்கு விளக்கம் கேட்கிற மாதிரி "என்ன சாப்பிடலாம், சொமாசாவா, மசாலா தோசையா?" என்று சிரித்துக்கொண்டே கேட்டான்.

அவளும் சிரித்துக்கொண்டே "மசாலா தோசை!" என்றாள். பிறகு "ஏன் இதைத் தவிர இன்றைக்கு வேறு எந்த முக்கியமான பிரச்னையும் இல்லையா?" என்றாள்.

அவன் நாடக பாணியில் சிரத்தைத் தாழ்த்தினான்.

"தங்களைப்பற்றிய ப்ரச்னைக்கு முன்னால் எனக்கு மற்ற ப்ரச்னைகளெல்லாம் தூசுக்குச் சமானம். உங்களை எந்த விதத்திலாவது திருப்திபடுத்த முடியுமானால் ஐ வில் பீ க்ரேட்லீ ஆனர்ட் மாடம்" என்றான்.

அவனது குறும்பை ரஸிக்க முடியாமல் அவள் பரிதாபமாகச் சிரித்தாள். அவன் நகர்ந்ததும், இத்தனை வெளிப்படையாக அவன் தனது உணர்ச்சிகளைக் காட்டும்போது அதை எத்தனை நாட்களுக்குத் தன்னால் விருப்பு வெறுப்பில்லாமல் தாங்கிக்கொள்ள இயலும் என்கிற உணர்வில் அவள் திக்பிரமை அடைந்து உட்கார்ந்தாள்.

✲ ✲ ✲

அத்தியாயம்

4

வழக்கம்போல் கான்டினில் நல்ல கூட்டம். உஷாவும் ரமேஷும் மசாலா தோசைக்கு ஆர்டர் கொடுத்துவிட்டுக் காத்திருந்தார்கள். உஷா தன்னைச் சுற்றியிருக்கும் ஜனங்களை அவர்களது செய்கைகளை ஒருவித சுவாரஸ்யத்துடன் பார்த்துக் கொண்டிருந்தாள். தினமும் பார்க்கும் முகங்கள்: கேசைப் பற்றிய சுவாரஸ்ய வம்புகள். ஆனாலும் அதில் அலுப்புத் தெரியவில்லை. தினமும் ஒரு புதிய சுவாரஸ்யம் தெரிகிற மாதிரி இருந்தது. சமூகத்தின் ஒவ்வொரு மட்டத்தின் ரகஸியமும் இங்கே வந்து சந்தி சிரிக்கிறது. இப்படிக்கூட மனிதர்கள் நடந்து கொள்வார்களா என்று வெளிமனிதர்கள் ஆச்சரியப்படும் ரகஸியங்கள். எல்லாவற்றையும் ஜீரணித்துக்கொண்டு இந்த வழக்குமன்றம் தன் புத்திக்கும், சட்டத்துக்கும் புலப்பட்ட வகையில் இ.பி.கோவை மேற்கோள் காட்டி நீதி வழங்கிக் கொண்டிருக்கிறது.

ரமேஷின் பார்வை தன்மேல் பதிந்திருப்பதை அவள் உணர்ந்து திரும்பினாள்.

“மசாலா தோசை வேண்டுமானால் பன்னிரண்டு மணிக்கே ப்யூன் மூலம் ஆர்டர் அனுப்பிவிடணும் என்று நினைக்கிறேன்” என்றான் ரமேஷ்.

“ஏன் உங்களுக்குப் பசிக்கிறதா?”

"இல்லை, ஒரு லேடியைக் காக்க வைக்க வேண்டியிருக்கிறதே என்றிருக்கிறது."

உஷா ஒரு விநாடி அவனைப் பார்த்தாள்.

"பரவாயில்லை. நமக்குள்ளே அந்த ஃபார்மேலிடி வேண்டாம்."

"தாங்க் யூ" என்று அவன் சிரித்தான். "நீங்கள் என்னிடமிருந்து இரண்டு கஜம் தள்ளியே இருக்கிற மாதிரி ஒரு பிரமை ஏற்படுத்துகிறீர்கள்."

அவள் பார்வையைத் தாழ்த்தியபடி மேஜைமேல் இருந்த கண்ணாடி டம்ளரைக் கைகளில் உருட்டியபடி சொன்னாள்.

"ரொம்ப நெருங்கினால் உங்களுக்குத் தாங்காது என்று எனக்குத் தெரியும் ரமேஷ்!"

"நெருங்கித்தான் பார்ப்போமே!"

"வேண்டாம் ரமேஷ், உங்களுக்கு வீணாக ஏமாற்றம்தான் மிஞ்சும்..."

அவன் தீவிரமாக அவளைப் பார்த்துச் சொன்னான்.

"உஷா, உங்களை என்னால் புரிந்துக்கொள்ளவே முடியவில்லை. பட் ஐ கேன் வெய்ட்."

அவளுடைய இமைகள் படபடத்தன. உதட்டின் விளிம்பில் நீர் கோத்து நின்றது.

"நீங்கள் எனக்காகக் காத்திருந்து பிரயோஜனமில்லை. நீங்கள் நினைக்கிறமாதிரி நான் ஒரு..."

ரமேஷ் பேசாமல் அவளையே பார்த்துக்கொண்டிருந்தான்.

அவள் வாக்கியத்தை முடிக்காமல் அவனைக் கெஞ்சுகிற மாதிரி பார்த்தாள்.

"ப்ளீஸ், நாம் வேறு ஏதாவது பேசுவோமா?"

அவன் தோளைக் குலுக்கினான் ஏமாற்றத்துடன்.

பேரர் வந்தான் தோசைகளுடன்.

இருவரும் மௌனமாகச் சாப்பிட ஆரம்பித்தார்கள்...

"ஆச்சரியமாக இருக்கிறது" என்றாள் உஷா... "அந்த மாதிரி இருப்பவர்கள் எல்லாம் தங்களுக்காகவே வாழ்பவர்கள். சமூகத்தைப் பற்றியோ மற்றவர்களைப் பற்றியோ கொஞ்சமும் அக்கறையில்லாதவர்கள் என்று தோன்றுகிறது. தெ மஸ்ட் பீ அட்டர்லி ஸெல்ஃபிஷ்!"

ரமேஷ் அவளை யோசனையுடன் பார்த்தான். "ஆனால் உஷா எனக்குச் சில சமயம் தோன்றுகிறது இந்த மாதிரி உணர்வுகளையெல்லாம் அடக்கி வைத்திருந்தால் அதுவும் ஆபத்தல்லவா? அது அவர்களையும் பாதித்து சமூகத்தையும் பாதிக்காதா? ஸப்ரெஸ்டு இமோஷன்ஸினால் கெடுதல் வராதா?"

"ரொம்ப அழகாயிருக்கிறதே நீங்கள் சொல்வது? உணர்வுகளும் உணர்ச்சிகளும் நமக்கு அடங்க வேண்டுமே தவிர நாம் அதற்கு அடிமையாகிவிடக்கூடாது. விவேகமான தெளிவான சிந்தனை இல்லாவிட்டால்தான் உணர்ச்சிகள் தறிகெட்டுப் போகும் என்று எனக்குத் தோன்றுகிறது. ஒருவனைக் கொல்ல வேண்டுமென்ற அளவுக்கு மனத்தில் ஆத்திரமேற்படுகிறது. அந்த இமோஷன் இயற்கையானது; அடக்கக் கூடியது. கொலை செய்வது இயற்கை நியாயம் என்று நினைக்கிறோமா? அந்த மாதிரிதான் ஒவ்வொரு மட்டத்திலும். முன்பெல்லாம் குடும்ப வாழ்க்கையை ஒரு தவம்போல் நடத்தி வந்தார்கள். எந்த விதத்திலும் பொருந்தாத ஜோடிகள்கூட அன்பு செலுத்திக் குடும்பம் நடத்தி வந்தார்கள். அவர்களுக்கு மட்டும் உணர்ச்சிகள், ஆசாபாசங்கள் என்று இருந்திருக்காதா? பேதங்கள் பெரிதாகப் போகாமலிருந்ததற்குக் காரணம் தன்னலம் என்பதையே அவர்கள் நினைக்காததுதான்

என்று எனக்குத் தோன்றுகிறது. தங்களுக்குத் தாங்களே போட்டுக்கொண்ட கட்டுப்பாடுகள் இருந்தன. இப்பொழுதுதான் ஒரு கன்ட்ரோலே இல்லாமல் போய்விட்ட மாதிரி இருக்கிறது. இமோஷனல் இம்பாலன்ஸ் என்று இப்பொழுது அதிகமாகக் கேள்விப்படுகிறோம்...''

''முன்பும் இந்த இம்பாலன்ஸ் இல்லாமல் இல்லை. பேய் பிடித்திருக்கிறது, ஹிஸ்டிரியா என்பதெல்லாம் இந்தக் காரணத்தால்தான். இப்பொழுது காலம் மாறிவிட்டது. எல்லாருக்கும் பொதுவாகக் கல்வி அறிவும் தைர்யமும் அதிகமாகிவிட்டது. அப்பொழுது மாறுதல்கள் இருக்காதா?''

''அறிவு வளர்ந்திருக்கிற அளவுக்கு மனமுதிர்ச்சியில்லை. மனமுதிர்ச்சிக்கு ஓரளவுக்குத் தன்னலம் இல்லாமலிருக்க வேண்டும். இப்பொழுது பாருங்கள், தன் சொந்த சுகத்துக்காக ஒரு பெண், ஒரு தாய் என்கிற கடமையை மறந்துவிடுகிறாள். கணவன், தந்தை என்கிற நினைப்பை ஆண் மறந்துவிடுகிறான்.''

''சுயநலம் என்பது மனிதனின் முக்கியமான ஒரு பௌதிக உணர்வு. அது இல்லாவிட்டால் உலகமே ஸ்தம்பித்துப் போய்விடும்.''

''அது அவனையும் மீறிக்கொண்டு போய்விடாமல் இருப்பதற்குத்தானே நாகரீகம், பண்பு என்று சொல்கிறோம்?''

''நீங்கள் ஒரு லட்சியவாதி'' என்று சிரித்தான் ரமேஷ். ''வாழ்க்கையில் நிஜங்களுக்கு முன்னால் இந்த லட்சியங்களும் சில நேரங்களில் வலுவில்லாமல் போய்விடும்.''

''வாஸ்தவந்தான். அது ஒரு பெரிய போராட்டம்தான்.''

சொல்லும்போது உஷாவின் குரலில் ஒரு... ஆயாஸமும் நிராசையும் தொனித்தன. ஆனால் சிரித்துக்கொண்டே சொன்னாள்.

அவனும் சிரித்தான்.

"நீங்கள் அனாவசியமாக இந்தப் போராட்டத்தில் மாட்டிக் கொண்டு காலத்தைக் கழிக்கிறீர்கள் என்று தோன்றுகிறது."

அவள் பெரிதாகச் சிரித்தாள். வரிசைப் பற்கள் பளிச்சிட்டன. கன்னங்களில் குழி விழுந்தன.

அவன் தன்னையறியாமல் அவளது கையைப் பற்றினான். "எந்த லட்சியத்தைப் பிடிக்கப் போகிறீர்கள்?"

அவள் மெல்ல கையை விடுவித்துக் கொண்டாள்.

"இப்பொழுது ஒரே லட்சியம் காப்பியைக் குடித்துவிட்டு ரூமுக்குத் திரும்ப வேண்டும். நிறைய வேலை இருக்கிறது."

"ஹௌ டிஸப்பாயின்டிங்!" என்றான் அவன், மூஞ்சியைத் தொங்கப் போட்டுக் கொண்டே.

இருவரும் மௌனமாகக் காப்பியைக் குடித்தார்கள்.

"இன்றைக்கு என்னுடைய கணக்கு!" என்றாள் அவள்.

"ஏன், இன்றைக்கு என்ன விசேஷம்?"

"அப்படியொரு மூட் இன்றைக்கு, அதுதான் விசேஷம்."

"ஓ கே. நீங்கள் மூடில் இருக்கும்போது அதைப் பாழாக்க எனக்கென்ன பயித்தியமா?"

அவள் பேசாமல் சிரித்துக்கொண்டே கணக்குப் புத்தகத்தில் கையெழுத்துப் போட்டுவிட்டு வந்தாள்.

போகும்போது அவன், "என் அறைக்கு வந்துவிட்டுப் போங்களேன்!" என்றான்.

எதற்கு என்கிற மாதிரி அவள் அவனைப் பார்த்தாள்.

"சும்மா ஒரு விஷயம் சொல்ல வேண்டும்" என்றான்.

லஞ்ச் ப்ரேக்குக்காக வராந்தாவும் அறைகளும் வெறிச்சோடியிருந்தன.

அறைக்குள் நுழைந்ததும் அவன் அவளைப் பிடித்துக் கொண்டான்.

"உஷா, என்னால் இன்னும் பொறுமையாக இருக்க முடியாது. என்னுடைய மனசு உங்களுக்குத் தெரியும் என்னைத் திருமணம் செய்துகொள்ள உங்களுக்கு விருப்பமா இல்லையா என்று சொல்லிவிடுங்கள்."

அவன் அப்படித் திடுதிப்பென்று கேட்பான் என்று அவள் எதிர்பார்க்கவில்லை. அவனுடைய பிடியில் அவள் திணறினாள். எந்த நிமிஷமும் யாரேனும் வரக்கூடும் என்கிற பீதி நெஞ்சை அழுத்தியது. அவள் பலவந்தமாகத் தன்னை விடுவித்துக் கொண்டு ஜன்னலண்டை போய் நின்றாள்.

மார்பு படபடத்தது. நெற்றியில் வியர்வை அரும்பிற்று.

"ரமேஷ், தயவுசெய்து என்னை மன்னித்துவிடுங்கள்."

அவன் அருகில் வந்து நின்றுக்கொண்டு மெல்லிய குரலில் கேட்டான்.

"ஏன், என்ன காரணம்? என்னை உங்களுக்குப் பிடிக்கவில்லையா?"

அவள் சிரிக்க முயன்றாள்.

"ரொம்பப் பிடிக்கிறது."

"பின்னே ஏன் மறுக்கிறீர்கள்?"

"கல்யாணம் செய்துகொள்வதற்கு வேறுவிதமான விருப்பம் இருக்கவேண்டும் ரமேஷ்!"

அவன் சமாதானமாகப் பேச முனைந்தான்.

"தட் இஸ் அப்ஸொல்யூட் நான்ஸென்ஸ்! கல்யாணமானால் தன்னால் அந்த விருப்பம் வரும். நீங்கள் மனமுதிர்ச்சி விவேகம் என்று பேசுகிறீர்கள். நம் இருவருக்கும் இடையே இவ்வளவு

தோழமை இருக்கும்போது நம்மால் அட்ஜட் செய்துகொண்டு வாழமுடியாதா? எனக்கு நம்பிக்கையிருக்கிறது உஷா!''

உஷா தீவிரமாகத் தலையை ஆட்டினாள்.

''முடியாது ரமேஷ், தயவுசெய்து மன்னித்துக்கொள்ளுங்கள். நான் இப்படியே இருந்துவிட்டுப் போகிறேன். நீங்கள் சீக்கிரம் ஒரு நல்ல பெண்ணைப் பாத்துக் கல்யாணம் செய்துகொள்ளுங்கள்.''

''தாங்க்ஸ் உங்கள் அட்வைசுக்கு'' என்றான் அவன். அவன் குரலில் கோபம் இருப்பதை அவள் உணர்ந்தாள்.

''இது உங்கள் படிப்பின் கர்வத்தைதான் காட்டுகிறது உஷா. எனக்கு வேறு ஒன்றும் புலப்படவில்லை.''

சட்டென்று அவள் கண்களில் நீர் திரையிட்டது.

''நீங்கள் என்னைப்பற்றி என்ன வேண்டுமானாலும் நினைத்துக்கொள்ள உங்களுக்கு உரிமையிருக்கிறது. ரமேஷ், என்றைக்காவது நீங்கள் என்னைப் புரிந்துகொள்வீர்கள். அப்பொழுது நான் மறுத்ததற்குக் காரணத்தை ஒப்புக்கொள்வீர்கள்.''

அவன் பதில் சொல்லவில்லை.

ஜன்னலுக்கு அப்பால் வெட்டவெளியையே பார்த்துக் கொண்டு நின்றான்.

உஷா கண்களைத் துடைத்துக்கொண்டு வெளியே வந்தாள். சாப்பிட்டு முடித்து வெற்றிலையைக் குதப்பிக் கொண்டு எல்லோரும் திரும்பிக் கொண்டிருந்தார்கள். ரமேவின் அறையிலிருந்து அவள் வெளிவருவதை அவர்கள் பார்க்கத் தவறவில்லை. அவர்கள் சந்தேக பாஷையில் பேசிக்கொள்வது உஷாவுக்குப் புரிந்தது.

அவளுக்கு எங்கேயாவது சுவரில் முட்டிக்கொண்டு 'ஓ'வென்று அழ வேண்டும்போல் இருந்தது. என்ன உலகம்

இது? இதில் அவள் பிறக்காமல் இருந்திருந்தால் என்ன, குறைந்து போயிருக்குமா?

அறைக்குச் சென்று நாற்காலியில் அமர்கையில் இன்னும் மார்பின் படபடப்பு அடங்கவில்லை. பைலைத் திறக்கையில் எதுவும் கண்ணுக்குப் புலப்படாமல் கண்ணை நீர் மறைத்தது.

எல்லாவற்றுக்கும் காரணம் அவளுடைய படிப்பின் ஆணவம் என்று நினைக்கிறான் ரமேஷ். உண்மையான காரணத்தை அறிந்தால் அவன் என்ன செய்வான்? பச்சாதாபப்பட்டு அவளை ஏற்றுக்கொள்வானா, இல்லை நைஸாக ஒதுங்கிவிடுவானா?

அவளுக்கு யாருடைய கருணையும் துணையும் வேண்டாம். இப்படியே இருந்துவிட்டுப் போனால் என்ன ஆகிவிடும்? வம்பு பேசுகிறவர்கள் பேசினால், அது உண்மையாக இல்லாதிருக்கையில் அது எந்த விதத்தில் அவளைப் பாதிக்கப் போகிறது? ஆனால் அவள் எத்தனை நாட்கள் இவற்றையெல்லாம் பொறுத்துக் கொண்டிருக்க முடியும்? சக்கரம் எங்கேயாவது ஓய்ந்து நின்றுவிடாதா? எங்கே நிற்கப் போகிறது? சந்தி சிரிக்கவா?

அவளுக்குத் தலையை விண் விண் என்று தெறித்தது. கைப்பையிலிருந்த தலைவலி மாத்திரையை எடுத்து விழுங்கினாள்.

வெகுகஷ்டப்பட்டு வேலையில் மனத்தை செலுத்தினாள். இந்த வேலை என்று ஒன்று மட்டும் இல்லையென்றால் அவள் என்னவாகியிருப்பாள்? அவளால் அதைப் பற்றி நினைத்துக்கூடப் பார்க்க முடியவில்லை. நல்ல வேளையாக அன்று சுதர்ஸனத்திடம் போக வேண்டிய வேலை ஏதும் இல்லை. இல்லாவிட்டால் அவள் முகத்தையும் கண்களையும் பார்த்துவிட்டு என்ன ஏது என்று தொளைத்தெடுத்திருப்பார். வம்பர்கள் ஒரு விதத்தில் தொல்லை கொடுத்தால் நல்லவர்களும் அக்கறை என்கிற பெயரில் தொல்லை கொடுப்பதை எத்தனை

நாட்கள் சகித்துக் கொண்டிருப்பது? கல்லாய், மரமாய், ஜடமாய் இருப்பது சாத்தியமா?

மாலை அலுவலகம் மூடும் நேரம் வந்ததும் அவள் எழுந்தாள். ரமேஷின் அறையைத் தாண்டுகையில் கால்கள் தயங்கின. இனிமேல் அவன் முன்னளவு சகஜமாகப் பழக மாட்டான் என்று தோன்றிற்று. ஒரு நல்ல நண்பனை இழந்துவிட்டோம் என்கிற உணர்வு அவளுள் ஒரு ஏக்கத்தை ஏற்படுத்தியது. ப்ளேட்டானிக் லவ் என்பது சாத்தியம் என்பது அனேகம் பேருக்குப் புரிவதில்லை என்று அவள் நினைத்துக் கொண்டாள். ஒரு ஆணும் பெண்ணும் சினேகமாக இருந்தால் அது கல்யாணத்தில்தான் முடிய வேண்டும் என்று ஏன் நினைக்க வேண்டும்? அவன் சொன்ன வார்த்தைகள் இன்னும் முள்ளாக மனத்தில் குத்திக் கொண்டிருந்தன.

''படிப்பின் ஆணவம் உங்களுக்கு!''

அவள் அதைக் கட்டாயமாக மனத்திலிருந்து ஒதுக்கிவிட்டுக் கட்டடத்தைவிட்டு வெளியே வந்தாள்.

பஸ் ஸ்டாப்பில் நிறையக் கூட்டம் இருந்தது. அவள் பொறுமையாகக் காத்திருந்தாள்.

தெருவில் பலவித ஜோடிகள். குழந்தைகளைக் கைப்பிடித்துக் கணவன் செல்ல, கூடவே மந்தஹாஸ முகத்துடன் செல்லும் பெண்கள். வாழ்வின் நிறைவை எய்திவிட்ட நிம்மதி தெரிகிறது முகத்தில். பிஞ்சு முகங்களில் தங்கள் பிம்பத்தைப் பார்க்கையில் ஒரு பெருமிதம் தெரிகிறது. இது எங்கள் படைப்பு என்கிற பூரிப்பு.

விர்ரென்று ஒரு ஸ்கூட்டர் பறந்தது எதிரில். முன்னால் உட்கார்ந்திருந்த ஆடவனை உரிமையோடு கட்டிப் பிடித்துக்கொண்டு ஒரு பெண் அவனோடு சிரித்துப் பேசிக்கொண்டு போகிறாள். உற்றுப் பார்க்கையில் அது அவளுடைய சிநேகிதி வினோதினி என்று தெரிந்தது.

சமீபத்தில் லண்டனிலிருந்து திரும்பியவள். அன்றைக்கு அந்த இன்டிமேட் ஸென்டைக் கொடுத்துவிட்டு என்ன பரிகாசம் செய்துவிட்டுப் போனாள். ஸென்டைத் தெளித்துவிட்டுப் போனாள். அந்த வாசனை போகவே நான்கு நாட்கள் ஆயிற்று. அந்த நான்கு நாட்களும் ரமேஷ் பக்கத்தில் நெருங்கி வந்து மோப்பம் பிடித்துக் கொண்டிருந்தான்.

"இது நான் கொடுக்கும் வேளை உனக்கு இன்டிமேட்டாக ஒருத்தர் வரட்டும்" என்றாள் வினோதினி.

அவளுடைய வாழ்க்கையில் அது சாத்தியமா? அவள் அத்தகைய பேராசையை வளர்த்துக் கொள்ளலாமா?

உஷாவின் கண்களில் மறுபடி நீர் திரையிட்டது. இன்றைக்கு ரமேஷின் செய்கையும் கேள்வியும் மனத்தை ரொம்ப உலுக்கிவிட்டன என்று தோன்றிற்று அவளுக்கு.

அவள் வீட்டை அடையும்போது ரேழியிலேயே அப்பா ஈசிசேரிலும், அம்மா கீழேயும் உட்கார்ந்துகொண்டு ஏதோ தீவிரமாகப் பேசுவது தெரிந்தது. அவள் வருவதைக் கண்டதும் அம்மா விருக்கென்று உள்ளே எழுந்துப் போனாள்.

"எப்படியிருக்கிறீர்கள் அப்பா? மருந்தை ஒழுங்காகச் சாப்பிட்டீர்களா?" என்று உஷா செருப்பைக் கழற்றிக் கொண்டே கேட்டாள்.

"சாப்பிட்டேனம்மா, கொஞ்சம் பலஹீனமாக இருக்கிறது அவ்வளவுதான். நீ போய் முகம் கழுவிக்கொண்டு வந்து டீ சாப்பிடம்மா."

அவள் முகம் கழுவிக்கொண்டு வரும்போது அம்மா டீயையும் சாப்பிடுவதற்கு டிபனும் கொண்டு வந்து வைத்தாள். ஒன்றுமே பேசாமல் உள்ளே போய்விட்டாள்.

உஷா டிபன் சாப்பிட்டு முடித்து டீயைப் பருகுகையில் அப்பா மெல்லப் பேச ஆரம்பித்தார்.

"உஷா, நானும் உன் அம்மாவும் ஒரு முடிவுக்கு வந்திருக்கிறோம்."

ஒரு கேள்விக்குறியுடன் உஷா அவரைப் பார்த்தாள்.

"உனக்குத் திருமணம் செய்துவிடணும் என்கிற முடிவுக்கு வந்திருக்கிறோம்."

அவள் தூக்கிவாரிப் போட்டவளாக அவரைப் பார்த்தாள்.

✡✡✡

அத்தியாயம்

5

மேஜைமேல் ஃபைல்கள் குவிந்து கிடந்தன. உஷாவினால் சுறுசுறுப்பாக வழக்கம்போல் வேலையில் கவனத்தைச் செலுத்த முடியவில்லை. நேற்று மாலையிலிருந்தே மனசு சரியாக இல்லை. இரவு தூக்கமே வரவில்லை.

அப்பாவின் பேச்சும் மனத்தின் தீர்மானமும் சுழன்று சுழன்று வந்து மனத்தை அலைக்கழித்தன.

அவள் நிதானமாக அப்பாவைப் பார்த்து நேற்றுக் கேட்டாள். ''எப்படியப்பா அப்படியொரு முடிவுக்கு வந்தீர்கள்?''

அவர் அவளுடைய பார்வையைத் தவிர்க்க முயல்கிறவர் மாதிரி வெட்டவெளியைப் பார்த்துக் கொண்டே பேசினார்.

''இந்த ஹார்ட் அட்டாக் என்னை ரொம்ப உலுக்கிவிட்டதம்மா. இதுவரை நான் உடம்பு என்று சொல்லிப் படுத்ததேயில்லை. என்னவோ நான் வெகுநாள் ஜீவித்திருக்கப் போகிற மாதிரி என் மனசில் எப்பவும் ஒரு எண்ணம். மோகன் போய்விட்டால் என்ன, என் பெண்ணுக்கு நான் துணையாக இருப்பேன் என்று பைத்தியக்கார எண்ணம் என் மனசில். இந்த ஹார்ட் அட்டாக் என்னை ஒரேடியாய் மண்டையில் அடித்துவிட்டது. உன் அம்மாவுக்கும் ஆரோக்கியமான உடம்பு இல்லை. உன்னைத் தனியாக நிர்க்கதியாக விட்டுப் போக எப்படியம்மா மனசுவரும்?''

உஷா பெரிதாகச் சிரித்தாள். கண்களில் நீர் துளித்தது.

"நன்றாயிருக்கிறது உங்களுடைய பயம்! ராஜீ இருக்கிறான். நானும் என்ன பச்சைக் குழந்தையா? என்னைப் படிக்க வைத்திருக்கிறீர்கள், உத்தியோகம் பார்க்கிறேன். என்னைக் காப்பாற்றிக்கொள்ள எனக்குத் தெரியாதா?"

அப்பாவின் மனத்தில் ஏற்கனவே தீர்மானம் உருவாகிப் போயிருந்தது. அவள் பேசுவதை அவர் கேட்டுக்கொள்ளும் மனநிலையில் இல்லை என்று புரிந்தது.

"ராஜீவுக்கும் கல்யாணமாக வேண்டிய வயது வந்துவிட்டது. ஜாதகங்கள் வர ஆரம்பித்துவிட்டன. அக்காவுக்கு ஏன் ஆகவில்லை, என்னவாவது வியாதியா என்கிற மாதிரி கேட்கிறார்கள்."

உஷாவுக்குக் கண்களில் நீர் திரையிட்டது. துக்கம் தொண்டையை அடைத்தது. அவள் பதிலே பேசாமல் உட்கார்ந்திருந்தாள். அம்மா, அப்பாவுக்குத் தன் பயங்களையெல்லாம் நன்றாகப் போதித்திருப்பாள் என்று தோன்றிற்று. அப்பா சாதாரணமாக அம்மாவின் புலம்பலை லட்சியம் செய்யமாட்டார். இப்பொழுது உடலில் ஏற்பட்ட பலவீனத்தினால், மனத்தில் நுழைந்துவிட்ட பீதியினால் அவரையும் அது தொற்றிக் கொண்டுவிட்டதா?

அவள் மனசு வாடிவிட்டதை உணர்ந்துக்கொண்ட மாதிரி அவர் மென்மையாகத் தொடர்ந்தார்.

"உன் மனசைப் புண்படுத்தணும் என்று நான் இதையெல்லாம் சொல்லவில்லை உஷா. யதார்த்தமாக யோசிக்க வேண்டிய விஷயம் என்பதற்காகச் சொல்கிறேன். மோகனின் போக்கு நமக்குத் தெரிந்துவிட்டது. ராஜீவின் மனைவி எப்படியிருப்பாள் என்று என்ன நிச்சயம்? நானும் அம்மாவும் போய்விட்டால் உனக்கு யார் துணை என்று எனக்குக் கொஞ்ச நாட்களாக ரொம்பச் சங்கடமாக இருக்கிறது. உறவினர்களும் தெரிந்தவர்களும் வேறு

துளைத்தெடுக்கிறார்கள், உனக்கு எப்பொழுது கல்யாணம் என்று. இந்த ஊர் விஷயம் உனக்குத் தெரியும்..."

உஷாவின் உதடுகள் துடித்தன. "உங்கள் மானத்தைக் காப்பாற்ற வேண்டும் என்பதற்காக ஒரு பொம்மைக் கல்யாணம் செய்து வைக்கிறேன் என்கிறீர்களா?"

அப்பா பேசாமல் வானத்தைப் பார்த்துக்கொண்டு உட்கார்ந்திருந்தார்.

"அப்பா, எல்லா விஷயமும் தெரிந்த நீங்களே இப்படிப் பேசுகிறீர்களே என்று எனக்கு ஆச்சரியமாக இருக்கிறது. அப்பா, நான் படித்தவள், உத்தியோகம் பார்க்கிறவள். நான் யாரையும் துணை தேடிக்கொண்டு போக வேண்டிய அவசியம் இல்லை. முராதாபாத்தின் வம்பைப் பற்றி நான் பயப்படவில்லை. இத்தனை வயசு கடந்தபிறகு ஒரு பைத்தியக்காரத்தனமான வேலையைச் செய்யச் சொல்லாதீர்கள். நான் சட்டம் படித்தவள். யாருடைய வாழ்வும் என்னால் பாதிக்கப்படுவதை நான் விரும்பமாட்டேன்."

அப்பா பேசவேயில்லை. அவளுடைய பேச்சைக் கேட்ட வண்ணம் ஒரு கையாலாகாத்தனத்தோடு உட்கார்ந்திருந்தார்.

அவள் கம்மிய குரலில் மெல்லத் தொடர்ந்தாள்.

"அப்பா, என்னைப் பற்றி விவரம் தெரிந்த எந்த ஆண்மகன் என்னைக் கல்யாணம் செய்துக்கொள்ளச் சம்மதிப்பான் அப்பா? இல்லை, ஏமாற்றிக் கல்யாணம் செய்துவிடலாம் என்று பார்க்கிறீர்களா?"

"அந்த மாதிரி எண்ணமெல்லாம் எனக்குக் கிடையாதம்மா!" என்றார் அவர் பதற்றத்துடன்.

"பின்னே, யாரும் சம்மதிக்கமாட்டார்கள். எனக்கு இந்த ஜன்மத்தில் திருமணம் இல்லை. அந்த யோசனையை. தயவுசெய்து விட்டுவிடுங்கள்..."

அதற்குப் பிறகு அவள் வீட்டில் யாருடனும் பேசவில்லை. மௌனமாகத் தன் சிந்தனைகளிலும் அலுவல்களிலும் இருந்தாள்.

இப்பொழுது இந்த வழக்குமன்றத்தில் அந்தச் சிறிய அறையில் தனியே உட்கார்ந்திருக்கும்போது அவளுள் ஒரு சீற்றம் ஏற்பட்டது. அவள் வாழ்க்கையில் ஆண்டவன் இழைத்துவிட்டிருக்கும் அநீதிக்கு எந்த வழக்குமன்றத்துக்கு நியாயம் தேடிப்போவது? படைப்பின் அவசரத்தில் அவள் ஒரு உதிரிப்பூவாக விழுந்தவள். அந்த உதிரிக்குக் கதி மோட்சம் கிடையாது... அது படைக்கப்பட்டிருக்காவிட்டால் யாருக்கு நஷ்டமாகியிருக்கும்? இத்தனை மனவேதனைகள் குறைந்திருக்காதா? பெற்றோருக்கு ஒரு ப்ரச்சனையாக, ஒரு எம்பாரஸ்மென்டாக அவள் ஏன் ஜனித்திருக்க வேண்டும்? இதற்கெல்லாம் யார் விளக்கம் தருவார்கள். தன்னுடைய தலைவிதி இதுதான் என்று அவள் சமாதானமாகிப் போயிருக்கும்போது ஒரு புதுப் ப்ரச்னையை அப்பா ஏன் கிளப்புகிறார்?

உஷா உட்கார முடியாமல், எழுந்து அந்தப் பெரிய ஜன்னலண்டை சென்று நின்றாள்.

அந்த குல்மொஹர் மரத்தடியில் உட்கார்ந்த சில பேர்களிடம் ஒரு பெண் பிச்சை கேட்டுக் கொண்டிருந்தாள் பதினான்கு பதினைந்து வயதுக்குள்தான் இருக்கும். ஆனால் அந்த வறுமையிலும், இயற்கை தன் பங்குக்கு அள்ளி கொடுத்திருந்தது பருவப் பூரிப்பை. முகத்தில் ஒரு லட்சணமும் இல்லாவிட்டாலும், உடலின் தளதளப்பு ஒரு மெருகை கொடுத்தது. இயற்கையின் நியதி விபரீதமாக இருந்தது உஷாவுக்கு.

அந்தப் பிச்சைக்காரியின் வயதில் தான் எப்படியிருந்தோம் என்று நினைத்துப் பார்த்துக் கொண்டாள் உஷா. அவளுடைய தோழிகளுக்கெல்லாம் ஒரு பெரிய மாறுதல் இருப்பதை

அவள் உணர்ந்தாள். அவர்களுக்கெல்லாம் துப்பட்டா போட வேண்டிய அவசியம் ஏற்பட்டபோது அவள் மட்டும் சின்னப் பெண் மாதிரி கவுனைப் போட்டுக் கொண்டு சுற்றி வந்தாள். தோழிகளுக்கிடையே இரகசியப் பேச்சுக்களும், கிண்கிணிச் சிரிப்பும், ஆண்களைப் பார்க்கும்போது கண்களில் ஒரு மையலும் ஆடுவதை அவள் அதிசயத்துடன் பார்ப்பாள். உன் சிவப்பில் எங்களுக்குப் பாதிக் கொடேன், உன் அழகில் எங்களுக்குக் கொஞ்சம் கொடேன் என்று அவர்கள் அவளுடைய கன்னத்தை நிமிண்டும்போது உங்களுடைய பருவத்தின் செழுமையை எனக்குக் கொஞ்சம் கொடுங்களேன் என்று அவள் உள்ளம் ஏங்கும்.

ஏக அழகைக் கொடுத்திருந்தான் ஆண்டவன். ஆனால் பருவம்தான் அவள் இருக்கும் பக்கத்தையே மறந்துவிட்ட மாதிரி இருந்தது. காலம் கடக்கத் தொடங்கியதும் அம்மா கவலைப்பட ஆரம்பித்தாள். அவளை லேடி டாக்டரிடம் அழைத்துப் போய்க் காண்பித்தாள். டாக்டர் புஷ்டியான ஆகாரத்தைக் கொடுக்கச் சொன்னார். கொஞ்சநாள் பொறுத்திருந்து பார்க்கச் சொன்னார். பொறுத்திருந்த காலமெல்லாம் நழுவிப் போயிற்று பலனில்லாமல். இந்த விஷயம் பற்றி வெளிப்பேர் யாரிடமும் யோசனை கேட்கவும் கூச்சம். அப்பாவுக்கே வெகுநாட்கள் கழித்துத்தான் விஷயம் தெரியும். இந்த ஊருக்குள் அவர்களுக்குத் தெரிந்த ஒரே லேடி டாக்டரிடம்தான் அம்மா அழைத்துப் போனாள் அடிக்கடி. ஹார்மோன் டிரீட்மென்ட்டுக்கும் பிறகு ஒரு சின்ன ஆபரேஷனுக்குப் பிறகும் பயனில்லாமல் போயிற்று. அதற்குப் பிறகு முராதாபாத்தைத் தாண்டி எங்கும் யாரிடமும் காண்பிக்கும் யோசனையே மனத்தில் உதிக்கவில்லை. அங்கு ஊறிப் போயிருந்த சுபாவக் கூச்சத்தினால் பலமுறை பரிசோதித்த டாக்டர் சொன்னார். "என்னால் முடிந்ததையெல்லாம் செய்துவிட்டேன். அவளுடைய கர்ப்பப்பையே வளரவில்லை" என்று. அவளால் சாதாரண ஒரு பெண்ணின் நிலைமையில்

மணவாழ்க்கையில் ஈடுபட முடியாது. குழந்தைகளைப் பெற முடியாது... அவளுக்கு மணம் செய்விக்காமல் இருப்பதே உசிதம். ஏனென்றால் அவளால் எந்த ஆடவனுக்கும் சுகத்தை உடலளவில் கொடுக்க முடியாது.

இந்த விவரங்களெல்லாம் அப்பொழுது அவளுக்குத் தெரியாது. அம்மாதான் இடிந்துபோய் உட்கார்ந்திருப்பாள். அம்மாவின் கவலை அப்பொழுது புரியவில்லை. மற்ற பெண்களைவிட அவள் படிப்பில் சூட்டிகையாக இருந்ததால் அந்த மும்முரத்தில் தீவிரத்தில் அவள் இதைப்பற்றிப் பெரிதாக எண்ணவில்லை. மற்றவர்கள் ஸ்கூல் படிப்பை நிறுத்தியதும் அப்பா அவளைத் தொடர்ந்து மேலே படிக்க வைத்தார். அவளுடைய நிலையை அம்மா அவருக்கு விளக்கியிருக்க வேண்டும்.

படிப்பின் முதிர்ச்சியிலும், தோழிகளின் பேச்சிலும் அவள் மெல்ல மெல்லத் தன்னுள் இருந்த சூன்யத்தை உணர்ந்துக் கொண்டாள். அது எவ்வளவு பயங்கரமானது என்று நாள் செல்லச் செல்லப் புரிகையில் அவள் தன் சிந்தனைகளைத் திசைதிருப்ப மேலும் படிப்பில் மூழ்கிப் போனாள். படிப்பும் உத்தியோகமும்தான் தனது அடைக்கலம் என்று தோன்றும். உடலுக்குப் பருவம் விளைவிக்காத கோலத்தை அழகு சாதனங்களால் ஈடு செய்ய முடிந்தது. வெளிப்பார்வைக்கு அவளுக்கு ஏதும் குறையிருக்கிற மாதிரி யாருக்கும் தெரியாது. முகத்தின் குழந்தைத்தனமும் கொள்ளையழகும் அதற்கு ஈடுகட்டின மாதிரி...

இப்பொழுது அந்தப் பிச்சைக்காரப் பெண்ணைப் பார்க்கும்போது உஷா நினைத்துக்கொண்டாள், அவளுக்கிருக்கும் தனித்தன்மைகூடத் தனக்கு இல்லை என்று. ஐ ஆம் எ நான் என்டிடி. நான் வெறும் பொம்மை. பெண் என்று சொல்லிக்கொண்டு நடமாடும் ஒரு அழகிய பொம்மை. அவள் வெறும் ஒரு பொம்மை என்று தெரிந்தால் இத்தனை அன்பையும்

வேகத்தையும் காட்டும் ரமேஷ் கிட்ட நெருங்குவானா? நிச்சயம் மாட்டான் என்று உஷா தனக்குள் சொல்லிக் கொண்டாள். மாலா மெல்லிய புடைவையைக் கட்டிக்கொண்டு வந்து நின்றபோது அவனது கண்கள் அலைபாய்ந்ததும், கையில்லாத ரவிக்கை அணிந்த நிலையில் அவன் தன்னுடைய புஜங்களைத் தொட்டுப் பேச விழைந்ததும் உஷாவுக்கு நினைவுக்கு வந்தன. அவன் நல்லவன்தான். அதனால் ஒரு ஆரோக்கியமான சராசரி ஆணுக்கு உள்ள ஆசாபாசங்களைத் துறந்து அவளை மணப்பான் என்று அவள் எதிர்பார்க்கலாமா? அவன் வாழத் துடிப்பவன், இளைஞன். அவனிடமிருந்து எந்தவிதமான தியாகத்தையும் அவள் எதிர்பார்க்கவில்லை. அவன் அவளது பராமுகத்துக்குக் காரணம் தெரியாமல் கோபித்துக்கொண்டு போனால் அதற்கு அவள் பொறுப்பில்லை.

ரமேஷ் தன்னைப் பிறகு சந்திக்க வரவில்லை என்று அவளுக்கு ஞாபகத்திற்கு வந்தது. அவனுடைய அன்பின் ஆழம் அவ்வளவுதான் என்று தோன்றிற்று. சராசரி மனிதன். ஆனால் சராசரிக்குமேல் அவன் உயர வேண்டும் என்று அவள் ஏன் எதிர்பார்க்க வேண்டும்? அவள் மறுபடி நாற்காலியில் வந்து உட்கார்ந்துக் கொண்டாள். அவள்வரையில் அவள் எந்தவிதமான எதிர்பார்ப்பும் இல்லாமல் ஏமாற்றமும் இல்லாமல், தனக்கு வகுக்கப்பட்டிருக்கும் வாழ்க்கையை இதுதான் என்று நிச்சயப்படுத்திக் கொண்டிருந்தாள். மனசு சிலசமயம் கிளர்ந்தெழுமே தவிர மொத்தத்தில் நிச்சலனமாய்த்தான் இருந்திருக்கிறது. இப்பொழுது ஏன் இந்த அம்மாவும் அப்பாவும் குட்டையைக் குழப்புகிறார்கள்? யாரோ வந்து மாலையைப் பிடித்துக்கொண்டு அவளை ஏற்கத் தயாராக நிற்கிற மாதிரி? அவளுக்குச் சிரிப்பாக வந்தது. எவன் அப்படிப்பட்ட ஒரு சாமியாராக இருக்கப் போகிறான், கிருஹஸ்தாச்ரமத்தில் இருந்துக்கொண்டு? தனக்கு ஒரு ராமகிருஷ்ண பரமஹம்ஸர் கிடைக்கப் போவதாக இந்த அம்மாவும் அப்பாவும் நினைத்தால் அவர்களைவிடப்

பைத்தியக்காரர்கள் யாரும் இருக்கமாட்டார்கள். இந்தப் பால் உணர்ச்சி என்பது ஆணையும் பெண்ணையும் என்ன பாடு படுத்தி வைக்கிறது, எத்தனை விசித்திரமாக வக்கிரமாகச் சிலசமயம் ஆட்டுவிக்கிறது என்று வக்கீலாகிய அவளுக்கு நன்றாகத் தெரியும். தினமும் ஏதாவது ஒரு கேஸ் வந்த வண்ணம் இருக்கிறது. அந்த உணர்வினால் உந்தப்பட்ட விவகாரத்தில் மாட்டிக்கொண்டு அதற்கு இத்தனை சக்தியா என்று அவள் ஆச்சரியப்படுவாள். மனித மனத்துக்குள் இத்தனை அசிங்கமா என்று அருவருப்பாள். எல்லா கேஸ்களையும் ஆராய்ந்து பரிசீலித்து இப்பொழுது எல்லாமே வெகுசாதாரணமாகத் தோன்ற ஆரம்பித்துவிட்டன. மனசு நிர்மலமாகப் போய்விட்டது ஞானி மாதிரி...

சில சமயம் கணவன் மனைவி ஜோடியாகச் சிரித்துக்கொண்டு வெளியில் செல்வதைப் பார்க்கும்போது மனத்தில் ஒரு ஏக்கம் படரும். குழந்தைகளின் மழலைப் பேச்சை, பொக்கைச் சிரிப்பைப் பார்க்கும்போது, தன் வாழ்வில் ஏதோ ஒரு சூன்யம் இருக்கிற மாதிரி தோன்றும். உண்டாகியிருக்கும் பெண்களின் பருத்த வயிற்றையும், விம்மும் மார்பையும் பார்க்கும் போதெல்லாம் நெஞ்சம் படபடக்கும்... தன்னுடையது ஒரு விரயமான வாழ்வு, சூன்யமான வாழ்வு என்று புலம்பும்...

லஞ்ச் ப்ரேக்கில் அன்று நிச்சயமாக ரமேஷ் வரமாட்டான் என்று நிச்சயித்துக் கொண்டு அவள் ப்யூனிடம் சொல்லி ஒரு கப் காப்பி மட்டும் வரவழைத்தாள். எதுவும் சாப்பிட மனசுக்குப் பிடிக்கவில்லை.

அவள் காப்பியைக் குடித்துவிட்டு மீண்டும் வேலையில் மூழ்கியபோது,

"காப்பி மட்டும் போதுமா இன்றைக்கு?" என்று குரல் கேட்டது.

அவள் ரமேஷின் குரல் கேட்டு ஆச்சரியத்துடன் நிமிர்ந்து பார்த்தாள்.

ரமேஷின் சிரிப்பில் ஒரு தயக்கம் தெரிந்தது.

"என்ன இன்றைக்கு கான்டினுக்குப் போக வேண்டாமா?" என்று அவன் கேட்டான்.

அவள் "வேண்டாம்" என்று சிரித்துக்கொண்டே சொன்னாள்.

அவன் முகம் ஒரு விநாடி சூம்பிற்று. "என்மேல் கோபமா?"

அவள் வியப்புடன் அவனைப் பார்த்தாள். "உங்கள் மேல் கோபமா, எதற்கு?"

அவன் தயங்கிக்கொண்டே அருகில் வந்தான்.

"நேற்று நான் நடந்துக்கொண்ட விதத்திற்கு... ஐ ஆம் ஸாரி. என்னவோ என்னால் கட்டுப்படுத்திக்கொள்ள முடியவில்லை."

அவள் "இட் இஸ் ஆல்ரைட்" என்றாள் சாதாரணமாக. "உங்களுக்கு ஏமாற்றம் அளிக்க வேண்டியிருக்கிறதே என்று எனக்கு வருத்தமாக இருக்கிறது" என்றாள்.

அவன் மறுபடியும் மன்னிப்புக் கோருகிற குரலில் சொன்னான்.

"உங்கள் வாழ்க்கையைத் தீர்மானித்துக்கொள்ள உங்களுக்குப் பரிபூரண உரிமை இருக்கிறது. அதற்காக நான் சிறுபிள்ளைத்தனமாகக் கோபப்பட்டு அப்படி பேசினதற்கு என்னை மன்னியுங்கள்."

அவள் சிரித்தாள்.

"நான் அதை மறந்தே போய்விட்டேன்." பிறகு அவளாக அவனிடம் கையை நீட்டினாள்.

"வீ கேன் ஆல்வேஸ் பீ குட் ஃப்ரண்ட்ஸ். காண்ட் வீ?"

அவள் கையை அவன் தயக்கத்துடன் பிடித்துக் குலுக்குகையில் அவனது கை நடுங்குவது அவளுக்குத்

தெரிந்தது. அவளைக் கண்டு அவன் அவ்வளவு உணர்ச்சிவசப்படுவது அவளுக்குப் பரிதாபமாக இருந்தது.

அவன் சட்டென்று கையை விடுவித்துக்கொண்டு ஜன்னலண்டை சென்று அவளுக்குத் தன் முதுகைக் காட்டியபடி நின்றான்.

ஏதோ வாக்கியத்தைப் பாதியில் நிறுத்தியிருந்தவன்போல் தொடர்ந்தான். "ஆனால் உஷா, இதனால் எனக்கு எத்தனை ஏமாற்றம் என்று உங்களால் புரிந்துகொள்ளவே முடியாது. இந்த ஏமாற்றத்தை மறக்க எனக்கு வெகுநாள் ஆகும்."

உஷா இதமான குரலில் சொன்னாள்.

"ரமேஷ், யோசித்துப் பாருங்கள். நான் என்றைக்குமே உங்கள் ஆர்வத்துக்கு ஊக்கப்படுத்தியதில்லை. ஒரு கலீக், ஒரு சினேகிதர் என்கிற முறையில்தான் உங்களுடன் நான் பழகியிருக்கிறேன். ஒரு ஆணும் பெண்ணும் வெறும் சினேகிதர்களாக இருக்க முடியாதா? அது காதலாகத்தான் இருக்க வேண்டுமா?"

"நீங்கள் கேட்பது சரிதான். நான்தான் தப்புக்கணக்குப் போட்டு ஆசையை வளர்த்துக் கொண்டேன். ஆனால் என் அன்பு தூய்மையானது. அதை என்னால் விளக்கிக் கூறமுடியாது."

அய்யோ பாவம் என்றிருந்தது அவளுக்கு.

"நான் அதைச் சந்தேகிக்கவேயில்லை ரமேஷ். நான் அதற்கு அருகதையில்லை என்றுதான் சொல்கிறேன். ஆனால் அதை நீங்கள் புரிந்துகொள்ள மாட்டீர்கள்."

அவன் முதுகைத் திருப்பாமலே சொன்னான்.

"எனக்கு அதிர்ஷ்டமில்லை என்று வைத்துக்கொள்கிறேன். அவ்வளவுதான். அதற்காக நான் உங்கள்மேல் கோபப்படுவது மடத்தனம் என்று புரிகிறது." அவன் திரும்பிப் பார்த்து,

“இப்பொழுதும் டிபன் சாப்பிட வரமாட்டீர்களா?” என்றான், சிரிக்க முயன்றபடி.

“எனக்கு நிஜமாகவே பசிக்கவில்லை ரமேஷ். நாளைக்கு வருகிறேன்” என்றாள் உஷா.

“அப்ப சரி; நான் வருகிறேன் உஷா. மீட் யூ லேட்டர்” என்றபடி அவன் வெளியே சென்றான்.

அவன் சென்றபிறகு வெகுநேரத்துக்கு அவனைப் பற்றிய சிந்தனை அவள் மனத்தை வாட்டிக்கொண்டிருந்தது.

அன்று மாலை அவள் வீட்டுக்குச் சென்று வழக்கம்போல் முகம் கழுவி வந்து டிபனும் டீயும் சாப்பிட்டதும் அவளுடைய அப்பா ஒரு தினத்தாளைக் கொண்டு வந்து கொடுத்தார்.

“இதைப் படித்துப் பார்” என்று அவர் சிவப்பு பென்சிலால் கட்டம் போட்டு வைத்திருந்த ஒரு பகுதியைக் காண்பித்தார்.

அது மாட்ரிமோனியல் காலத்தில் வந்த ஒரு விளம்பரம்.

✲ ✲ ✲

அத்தியாயம் 6

அந்தச் செய்தித்தாளைக் கையில் வைத்தபடி உஷா வெகுநேரம் பிரமை பிடித்து உட்கார்ந்திருந்தாள். அதில் இருந்த விளம்பரத்தைப் படிக்கச் சொல்லிவிட்டு அப்பா எழுந்தார்.

"அதில் இருப்பதைப் படித்துவிட்டு நிதானமாக யோசித்துப் பார்த்து உன் முடிவைச் சொல்லம்மா. இது சமய சஞ்சீவி மாதிரி வந்திருக்கிறதென்று படுகிறது எனக்கு."

அவர் போனபிறகு அவள் அதை நிதானமாகப் படித்தாள். அவளுக்கு வினோதமாக இருந்தது. அதன் முழு அர்த்தத்தையும் அவளால் புரிந்துக்கொள்ள முடியவில்லை.

"இந்திய அரசாங்கத்தில் க்ளாஸ் ஒன் ஆபீஸர். முப்பத்தாறு வயது. தற்சமயம் நேபாளத்தில் வேலை. மனைவியை இழந்தவர். மூன்று குழந்தைகள். அவருக்குப் படித்த மணமகள் தேவை. அவர் மேலும் குழந்தைகளை விரும்பவில்லை. அதற்கு உடன்படுபவர்கள் மட்டுமே விண்ணப்பத்துக்குப் பதில் போட வேண்டும்..."

இந்தக் கடைசி வரிகளைப் படித்துவிட்டு அப்பா கோட்டை கட்டுகிறாரா? குழந்தைகள் வேண்டாமென்றால் இச்சைகள் இல்லாதவர் என்று அர்த்தமா? பின் மனைவி எதற்கு...?

ஒரு வேலைக்காரி போதாதா? இந்த அப்பாவுக்கு ஏன் இதெல்லாம் தோன்றாமல் போய்விட்டது? திடீரென்று அவள் அவளது பெற்றோர்களுக்குப் பாரமாகிப் போனாற்போல் அவளுள் ஒரு எண்ணம் ஏற்பட்டது. கல்யாணம் செய்துவிட வேண்டும் என்கிற எண்ணம் வந்துவிட்டதால் எப்படியேனும் தட்டிக் கழித்துவிட்டால் போதும் என்று நினைக்கிறார்களா? அவள் சொல்லிக் கொண்டாள். ஐ ஆம் என் எம்பாரஸ்மன்ட் அண்ட் எ லயபிலிடி. ஒரு அவமானச் சின்னம். ஒரு சுமை. இரண்டையும் துடைத்துவிட ஒரே ஒரு வழிதான் அவர்களுக்குப் புலப்படுகிறது. ஒருத்தனுக்குக் கல்யாணம் பண்ணிக் கொடுத்துவிட்டால் உலகத்துக்கு முன்னால் அவள் ஒரு நார்மல் பிறவி என்று காட்டிக்கொள்ளலாம். தினமும் பார்த்துப் பார்த்து இப்படி ஒரு பெண்ணைப் பெற்றெடுத்தோமே என்கிற குற்ற உணர்விலிருந்து தப்பிக்கலாம். இவளுக்குத் துணையாக இருக்க வேண்டியது நம் பொறுப்பு என்கிற உணர்விலிருந்து தப்பிக்கலாம்.

உஷா திடுக்கிட்டாள், தன் புத்தி போகிற போக்கைப் பார்த்து. ஏன் இந்த மாதிரி விபரீத எண்ணங்கள் ஏற்படுகின்றன? அவள்மேல் அவர்களுக்கு எவ்வளவு பாசம் என்பது அவளுக்குத் தெரியாதா? அவளுக்காக அவர்கள் கவலைப்படுவது அவளுக்கு மறந்துவிட்டதா?

அவள் தலையை அசைத்துக் கொண்டாள். பாசமோ நேசமோ அவர்களது புத்தி பேதலித்துத்தான் போய்விட்டது. ஆண்பிள்ளைக்குச் சமமாய் அவளைப் படிக்க வைத்துவிட்டு அவள் தாம்பத்ய வாழ்வுக்கு அருகதையில்லாதவள் என்று தெரிந்தும் சமூகத்தின் ஏச்சுக்கும் அவமானத்துக்கும் பயந்து அவளுக்கு எப்படியாவது கல்யாணம் செய்துவிடப் பார்ப்பது என்ன விவேகம்?

கல்யாணமாகி தாம்பத்ய வாழ்வை அனுபவித்து மூன்று குழந்தைகள் பெற்றதனால் ஒருவன் சன்யாசியாகிவிடுவானா?

அவளால் நம்ப முடியவில்லை. அவள் பேசாமல் அந்தத் தினசரியை மடித்து மேஜைமேல் வைத்தாள். அன்று முழுவதும் அவள் யாருடனும் பேசாமலே தன் அலுவலைக் கவனித்தாள்.

மறுநாள் காலை எப்பொழுதும்போல் அவள் கோர்ட்டுக்குப் போகக் கிளம்புகையில் அப்பா கூப்பிட்டார்.

"என்னம்மா, ஒன்றுமே சொல்லாமல் போகிறாயே! அந்த விளம்பரத்தைப் பற்றி என்ன நினைக்கிறாய்? அதற்கு பதில் எழுதிப் பார்க்கலாம் என்று எனக்குத் தோன்றுகிறது."

அவள் அவற்றைப் பார்த்துக்கொண்டு வேதனையுடன் சிரித்தாள். அப்பாவின் முகத்தைப் பார்க்கவே திடீரென்று ஏதோ ஒரு கூச்சம் ஏற்பட்டது.

"என்னத்தைச் சொல்வதப்பா? இந்த விளம்பரம் எந்தவிதத்தில் எனக்குச் சாதகமாக இருக்கிறது என்று எனக்குப் புரியவில்லை."

"குழந்தைகள் வேண்டாதவர்கள் வேணும் என்று போட்டிருக்கிறதேம்மா!" அப்பாவின் குரல் பலஹீனமாக ஒலித்தது.

"அதற்காகத் தாம்பத்தியம் வேண்டாம் என்று அர்த்தமா? முப்பத்தாறு வயது ஆண்மகனுக்கு அத்தனை கட்டுப்பாடு இருந்துவிடும் என்று நம்புகிறீர்களா?"

அப்பா வியப்புடன் அவளைப் பார்த்தார். "என்னம்மா அப்படிச் சொல்லிவிட்டாய்? என் தம்பிக்கு அவன் பெண்டாட்டி சாகும்போது இருபத்து எட்டு வயது. மூன்று குழந்தைகள். அவன் பிறகு கல்யாணமே செய்துக்கொள்ளவில்லை. ஒரு பெண்ணையும் ஏறெடுத்துப் பார்க்கவில்லை."

உஷா சிரித்தாள்.

"சித்தப்பா கல்யாணம் செய்துகொள்ளவில்லை. மறுமணம் செய்துக்கொண்டு பிரும்மச்சாரியாக இருந்தாரா?"

அப்பாவுக்குக் கோபம் வந்த மாதிரி இருந்தது.

"வக்கீலுக்குப் படிக்க வைத்ததற்கு என்னிடமே நன்றாய் வாதாடக் கற்றிருக்கிறாய் உஷா! இந்த விளம்பரத்துக்குப் பதில் எழுதிப் பார்க்கிறது. மனசுக்கு ஒத்துபோனால்தான் மேற்கொண்டு நடவடிக்கை எடுப்போம். கண்டவனுக்கு உன்னைக் கட்டிக் கொடுத்துவிடுவேன் என்று நினைக்கிறாயா?"

அப்பாவின் கோபம் உஷாவுக்கு வருத்தமாக இருந்தது. சமீபத்தில்தான் பெரிய கண்டத்திலிருந்து பிழைத்தவர். ஏற்கனவே மனம் சோர்ந்திருப்பவர். அவருக்குக் கோபமூட்டுவதா? கல்யாணம் நிச்சயமாகிவிடவில்லையே!

அவள் சற்று நிதானத்துக்கு வந்தாள்.

"உங்கள் இஷ்டம்" என்றாள் மெல்ல. "ஒரு ஆணின் துணை எனக்கு வேண்டும் என்று நீங்கள் நினைப்பதே அபத்தம் என்று நான் நினைக்கிறேன். தனியாக என்னால் வாழ முடியும். படிப்பிருக்கிறது, உத்தியோகம் இருக்கிறது. ஊர் ஏதாவது வம்பு பேசினால் எனக்கு அக்கறையில்லை. நான் பொருட்படுத்த மாட்டேன். ஒரு கல்யாணம் என்று உலகத்தாருக்கு நான் ஒரு நார்மல் பிறவி என்று காண்பித்துக்கொள்ள வேண்டும் என்கிற ஆசை எனக்கில்லை. என் மனசிலிருப்பதை நான் சொல்லிவிட்டேன். அதற்குமேல் உங்கள் இஷ்டப்படி நீங்கள் செய்யுங்கள்."

அவள் பதிலை எதிர்பார்க்காமல் கோர்ட்டுக்குக் கிளம்பினாள். பஸ் ஸ்டாப்பில் காத்திருக்கையில் பஸ்ஸில் பிரயாணம் செய்கையில் மார்பு படபடத்துக் கொண்டேயிருந்தது காரணம் புரியாமல். நீதிமன்றத்தின் பெரிய கட்டடமும், வாயிலும், ஜன்னலும் கண்ணில் பட்டவுடன்தான் மனம் ஒரு நிலைக்கு வந்தது.

நீதிமன்றம். அவள் தன் கேசுக்கு வாதாட எந்த நீதிமன்றத்துக்குச் செல்வது? எந்தவகைத் தீர்ப்பும் விடிவும்

கிடைக்கும்? அவள் ஒருவகை வேதனை மனத்தைக் கவ்வ கட்டடத்தின் படிகளைக் கடந்து தன் அறைக்குச் சென்றாள்.

அன்றைய கேஸ் கட்டுகளைப் பிரித்துப் படிக்க ஆரம்பித்ததும் சில வினாடிகளில் அவள் அதில் ஆழ்ந்து போனாள். அன்றைக்கு ஒரு முக்கியமான கேஸ் ஹியரிங் இருந்தது. ஸெஷன்ஸ் தரப்பில் சுதர்ஸனம் வாதாடப் போகிறார். ப்ராஸிக்யூஷன் தரப்பில் ஒரு பிரபல வக்கீல் நியமிக்கப்பட்டிருந்தார். இருந்தும் கேஸ் ஜெயிக்காது என்று தோன்றிற்று. இ.பி.கோ. ஸெக்ஷன் 366, 376களின் கீழ் ஒரு ஆளைக் கைது செய்திருந்தார்கள். பதினெட்டு வயது முடியாத ஒரு மைனர் பெண்ணைக் கடத்திக்கொண்டு போனதற்காக, கற்பழித்ததற்காக. அந்த ஆளை நினைத்து உஷாவுக்குப் பரிதாபமாக இருந்தது. அந்தப் பெண்ணைப் பற்றித் துப்பு விசாரித்ததில் கோர்ட்டுக்கு பல விஷயங்கள் தெளிவாகத் தெரிந்திருந்தன. அந்தப்பெண் தெரிந்து இஷ்டப்பட்டுத்தான் அவனுடன் போனாள் என்று தெரிந்தது. பெரிய மனிதரின் பெண், பதினெட்டு வயதாகவில்லை என்கிற காரணத்தில்தான் ப்ராஸிக்யூஷனின் பலம் இருந்தது. சுதர்ஸனம் அதற்கெல்லாம் பயந்துவிட மாட்டார் என்று அவள் நினைத்துக் கொண்டாள். முன்பு இதே மாதிரி ஒரு கேஸை அவர் வெகுசாமர்த்தியமாகக் கையாண்டது நினைவுக்கு வந்தது.

பதினெட்டு வயதாகாவிட்டால் என்ன, படித்து விவரம் தெரிந்தப் பெண், தெரிந்தே குற்றம் பண்ணியிருக்கிறாள். ஆணுக்கு மாத்திரம் தண்டனையா என்று அவர் அன்று அவளிடம் சொன்னது இப்பொழுதும் நினைவிருக்கிறது. அந்தக் கேஸில் பலாத்காரத்திற்காகக் கிடைக்கக் கூடிய தண்டனை அந்த ஆளுக்குக் கிடைக்காமல் இருக்கும்படி செய்தார். மேஜர் ஆகாத பெண்ணை அவள் சம்மதப்பட்டாலும் பெற்றோர் அனுமதியில்லாமல் அழைத்துச் செல்வது சட்டப்படி குற்றமானதால் அதற்கு மட்டும் அவனுக்கு ஒன்றரை வருடம் கடுங்காவல் தண்டனை கிடைத்தது.

இப்பொழுது நினைத்துப் பார்க்கும்போது சுதர்ஸனம் சொன்னதில் நியாயமிருக்கிற மாதிரி உஷாவுக்குத் தோன்றிற்று. அந்தப் பெண்ணுக்கும் சட்டம் தண்டனை கொடுத்தால் என்ன என்று அவள் நினைத்துக் கொண்டாள். பெண்மையும் அதன் தாத்பர்யமும் தெரியாமல், அதை பொக்கிஷமாகக் கருதாத மனசையும் உடைய பெண்களுக்கு, அந்தப் பெண்மை எதற்கு என்று அவளுக்கு ஆத்திரமாக வந்தது. அது எத்தகைய அரிய சொத்து என்று அவளுடைய நிலையில் இருப்பவர்கள்தான் பரிபூரணமாக உணர்ந்துக் கொள்வார்கள் என்று அவள் நினைத்துக் கொண்டாள். அவளுடைய இழப்பு எத்தனை பயங்கர இழப்பு என்று அவள் ஒருவளால்தான் உணர முடியும். நினைக்கையிலேயே உஷாவின் நாடி நரம்புகள் எல்லாம் புடைத்து நெற்றியில் வியர்த்தது. மார்பு படபடத்தது... அவள் மட்டும் ஒரு இரண்டும் கெட்டானாக இல்லாமலிருந்தால்...! இந்த வயதில் அவள் இரண்டு மூன்று குழந்தைகளுக்குத் தாயாகிச் சமூகத்தில் ஒரு பெருமைக்குரிய ப்ரஜையாக வளைய வந்திருப்பாள். இப்பொழுது வாழ்க்கையே வியர்த்தமாக அர்த்தமில்லாததாக, குறிக்கோளில்லாததாகத் தோன்றிற்று... எதற்காக யாருக்காக இந்த அரைகுறை வாழ்வு வாழ வேண்டும்? எத்தனை நாட்களுக்கு இந்த மாதிரி ஒரு போலி வேஷம் போட்டுக்கொண்டு ரமேஷ் போன்றவர்களை ஏமாற்றிக் கொண்டிருப்பது? இந்தப் போலி வாழ்வும் அதன் உணர்வுமே அவளை பஸ்மமாக்கி விடாதா? இப்படியும் ஒரு அவல வாழ்க்கை வாழவேண்டும் என்று யார் அழுதார்கள்? மிகமிக நெருக்கமாக இருந்த அப்பா அம்மாவே அவளை ஒரு பாவச்சுமையாக நினைக்கும்போது இந்தச் சமூகத்தில் அவள் ஒரு மிஸ் ஃபிட், பொருத்தமில்லாத அச்சாணியால் யாருக்கு என்ன உபயோகம்?

மனத்தின் கொந்தளிப்பில் மண்டை வெடித்துவிடும் போலிருந்தது. அதைத் தணிக்க ரமேஷாவது வரமாட்டானா என்றிருந்தது. அவன் இனிமேல் அடிக்கடி வரமாட்டான்

என்று தோன்றுகையில் எதையோ இழந்துவிட்டாற்போல் ஒரு வேதனை ஏற்பட்டது. அவனுடன் இத்தனை நாள் பழகியதில் ஒரு தோழமை உணர்வு ஏற்பட்டிருந்தது. தோழமை என்பது அவளைப் போன்றவர்களுக்கு யாருடனும் ஏற்பட முடியாது என்று இப்பொழுது அவளுக்குத் தோன்றிற்று. அவள் ஒரு தனிமரம், மொட்டை மரம். யாருக்கும் உபயோகமில்லாத மொட்டை மரம்.

கண்களில் துளித்த நீரை அவள் சிரமப்பட்டு உள்ளே இழுத்துக்கொண்டு வேலையைத் தொடர்ந்தாள். அன்றைய கேஸைப் பற்றிய ஃபைலை சுதர்ஸனத்திற்குக் கொடுத்தனுப்பிவிட்டு வேறு கேஸ்களைப் பார்வையிட ஆரம்பித்தாள். எத்தனை விதமான கேஸ்கள்! தெரிந்தும் தெரியாமலும் செய்த குற்றங்கள், சொத்து விஷயமாகச் சச்சரவுகள், கணவன் மனைவியரிடையே உள்ள பேதங்கள்... மனிதனுக்கு எத்தனை அறிவீனம் என்று அவளுக்குத் தோன்றிற்று. கிடைக்க வேண்டியதெல்லாம் நியாயமாக இயற்கை அளித்தும் மனிதனின் பேராசைதான் எல்லாவித கேஸ்களிலும் அடிப்படைக் காரணம் என்று தோன்றிற்று. அந்தப் பேராசை மட்டும் இல்லாவிட்டால் நீதிமன்றத்துக்கு வேலையே இராது.

ஏதோ நிழல் தெரிந்தாற்போல் இருந்தது. அவள் நிமிர்ந்து பார்த்தாள். சுதர்ஸனம் உள்ளே நுழைந்துக் கொண்டிருந்தார். அவள் தன் மரியாதையைத் தெரிவிக்க எழுந்து "குட் மார்னிங்" என்றாள்.

"குட் மார்னிங், உட்கார்" என்றபடி உள்ளே வந்தார். அவர் குஷியாகத் தென்பட்டார். கேஸில் வாதாட வேண்டும் என்றாலே அவருக்கு ஒரு உற்சாகம் வருவதைக் கவனித்திருக்கிறாள்.

"அந்த கிட்நாப் கேஸில் நீ சரியாகக் குறிப்புக் கொடுத்திருக்கிறாய். இது முந்தி வந்த கேஸின் ஐடென்டிகல் கேஸ்தான். இன்று பிய்த்து வாங்கிவிடுகிறேன் பார்" என்றார் அவர்.

உஷா சிரித்தாள்.

"ஐ ஆம் வெயிட்டிங் ஃபார் இட்" என்றாள்.

அவருக்கு உச்சி குளிர்ந்துவிட்டது. "இந்த மாதிரி போகும் பெண்களைக் கட்டி வைத்து உதைக்க வேண்டும்" என்றார் அவர் சிரித்துக்கொண்டே. ஆனால் குரலில் தீவிரம் இருந்தது.

"இந்தப் பெற்றோர்களையும் சொல்ல வேண்டும் பெண்களுக்குக் கண்ணை மூடிக்கொண்டு சுதந்திரம் கொடுத்து விடுகிறது. அவள் என்ன செய்கிறாள், யாரோடு சுத்துகிறாள் என்று கவனிப்பதும் இல்லை. திடீரென்று அந்தப் பெண் ஒருநாள் ஓடிவிட வேண்டியது. அப்பொழுதுதான் இவர்களுக்குச் சுரணை வரும். மானம், அந்தஸ்து, கௌரவம் எல்லாம் ஞாபகம் வரும். தன் பெண் மகா சாதுவாக்கும், அவள் ஒரு மைனர், ஏமாற்றி எவனோ கடத்திக்கொண்டு போய்விட்டான் என்று சொல்லி அந்தப் பையன்மேல் கேஸ் போட்டு அவனுக்குத் தண்டனை வாங்கிக் கொடுத்துவிட்டால் இவர்களுக்கு நிம்மதி. கடத்திக்கொண்டு போய்விட்டான், பலாத்காரப்படுத்திவிட்டான் என்று இரண்டு குற்றத்துக்காக அவனுக்குத் தண்டனை. இத்தனைக்கும் அந்தப் பெண் எல்லாவற்றிற்கும் உடந்தை. அவளே அவனுக்குத் தைர்யமளித்தாலும் அளித்திருப்பாள். சே, பணம் இருந்தால் எதை வேண்டுமானாலும் செய்துகொள்ளப் பார்க்கிறார்கள். முதலிலேயே பெண்களை, பிள்ளைகளைக் கண்டித்து வளர்ப்பதுதானே?"

"நீங்கள் சொல்வது வாஸ்தவம்தான்" என்றாள் உஷா. "ஆனால் அவர்களால் பணத்தால் எல்லாம் சாதித்துக்கொள்ளவும் முடிகிறது. அந்தக் கேஸில் அந்தப் பெண்ணைப் பற்றி உண்மை விவரங்கள் பகிரங்கமாயிற்றே, அதனால் என்ன தலைகுனிவு ஏற்பட்டுவிட்டது? அதற்கடுத்த ஆறே மாதங்களில் அவளுக்கு வேறு ஒரு இடத்தில் ஜாம் ஜாம்

என்று கல்யாணமாகிவிட்டது. இப்பொழுது அமெரிக்காவில் ஜம்மென்று குடித்தனம் செய்கிறாள் குழந்தை குட்டியோடு.''

"அந்தப் பையன் ஜெயிலுக்குப் போய்விட்டு வந்து வேலையில்லாமல் திண்டாடுகிறான்.''

உஷா சிரித்தாள்.

"உங்கள் கோபம் நியாயமானதுதான். என்றாலும் ரொம்ப ஆண்வாடை வீசுகிறது. சரியான ஷாவினிஸ்ட் நீங்கள்!''

"பின்னே?'' என்றார் சுதர்ஸனம். "பெண்களும் சமுகத்தில் பொறுப்புத் தெரிந்து நடக்க வேண்டும். சமுதாயத்திலே இருக்கிற சட்டதிட்டங்களை மதிக்காமல் அவர்கள் நடந்துக்கொண்டால் எந்த மாதிரிக் குழந்தைகளைப் பெற்று எந்த மாதிரி சமுதாயத்தை உருவாக்குவார்கள்? எல்லாப் பெண்களுமே அப்படியெல்லாம் நடந்துக்கொள்கிறார்கள் என்று நான் சொல்லவில்லை. சில புல்லுருவிகளைப் பற்றித்தான் சொல்கிறேன். ஏன், நீ இல்லையா ஒரு நல்ல உதாரணத்துக்கு? உனக்கும்தான் ஆண்களோடு பழக நிறைய வாய்ப்பிருக்கிறது. நல்ல அழகியாகவும் இருக்கிறாய். உன்னைப் பற்றி யாரும் எதுவும் சொல்லிவிட முடியுமா?''

உஷாவுக்குக் குப்பென்று முகம் சிவந்தது. மார்பு படபடத்தது. அவள் கஷ்டப்பட்டுத் தன் உணர்ச்சிகளை மறைத்துக் கொண்டு "நான் ஒரு அப்நார்மல் கேஸோ என்னவோ?'' என்றாள்.

"அப்நார்மல் கேஸா, ஐடியல் கேஸ் என்று நான் சொல்வேன். பெண் என்றால் உன்னை மாதிரி இருக்கணும் என்று நான் நினைத்துக் கொள்வேன். பெண்மையின் இலக்கணத்தை அறிந்தவள் நீ.''

அதற்குமேல் உஷாவுக்குத் தாங்கவில்லை.

"ஓ, ப்ளீஸ் ஸார், உங்கள் புகழ்ச்சிக்கெல்லாம் எனக்குத் தகுதியில்லை'' என்றுவிட்டு,

ஒரு கேஸைப் பற்றிய தனது சந்தேகங்களை அவரிடம் விவாதிக்க ஆரம்பித்தாள்.

அடுத்த விநாடியே அவர் அதில் ஆழ்ந்துப்போனார். சிறிதுநேரம் கழித்து அவர் எழுந்தபோது,

"இன்றைய கேஸுக்கான ஆர்க்யூமெண்ட்ஸைக் கொஞ்சம் பார்த்துக் கொள்ளணும். நான் அன்றைக்குச் சொன்ன விஷயம் என்ன ஆயிற்று? யோசித்துப் பார்த்தியா?"

"எதைப் பற்றி சார்?" என்றாள் அவள் விளங்காமல்.

"உன் கல்யாணத்தைப் பற்றி."

"ஓ அதுவா?" என்றாள் அவள் சுவாரஸ்யமில்லாமல். "என் வாழ்க்கையில் என்வரையில் யோசிப்பதற்கு ஒன்றுமில்லை. நான் இப்படியே இருந்துவிட்டுப் போகிறேனே. உங்களுக்கு என்ன கஷ்டம்?"

"ரொம்பக் கஷ்டம்" என்றார் அவர் சிரித்துக்கொண்டு. "உங்கப்பாவை வந்து பார்க்கிறேன். ஏன் இப்படி அசிரத்தையாக இருக்கிறார் என்று கேட்கிறேன்" என்று ஆள்காட்டி விரலை ஆட்டியபடி அவர் பயமுறுத்திவிட்டு நகர்ந்தார்.

உஷாவுக்கு ஆத்திரமும் அவமான உணர்வும் ஏற்பட்டன. எத்தனை நாட்களுக்கு இந்த மாதிரி ஒரு ஹிம்ஸையைப் பொறுத்துக்கொள்வது? எவ்வளவு நாட்களுக்குச் சிரித்துக்கொண்டு வளைய வருவது? உள்ளுக்குள் அழுதுக்கொண்டு, செத்துக்கொண்டு... ஒரேடியாய் ஒரு முடிவைத் தேடிக்கொண்டுவிட்டால் என்ன?

ஒரு மணிக்கு ரமேஷ் வந்துவிட்டான், ஏதோ சத்தியத்துக்குக் கட்டுப்பட்டவன் மாதிரி. அவனைப் பார்க்க ஐயோ பாவம் என்றிருந்தது. அவன் மிகவும் ஜாக்கிரதையாகப் பேசினான். அவள் முகத்தை அதிகம் பார்க்காமலே பேசினான். அந்த மாதிரி சம்பாஷணை அவளுக்கு மிகவும்

சங்கடமாக இருந்தது. அவளது மறுப்பால் இத்தனை தூரம் பாதிக்கப்பட்டவனிடம் உண்மையைச் சொல்லிவிட்டால் என்ன என்றுகூடத் தோன்றிற்று. விஷயம் தெரிந்தபிறகு அவளைப் புரிந்துக்கொண்டு பழைய தோழமையைக் காட்ட மாட்டானா? அவள் சட்டென்று நத்தை மாதிரி உள்ளுக்குள் சுருங்கிக் கொண்டாள். விஷயம் தெரிந்தால் அவன் அருவருத்து ஓடிவிடுவான். கிட்ட வருவதற்குப் பதில் எட்ட நின்று தனது அனுதாபத்தைக் காட்டுவான். அந்த அனுதாபம் அவளுக்கு வேண்டவே வேண்டாம். இப்படியே பேசாமலிருந்துவிட்டால் கொஞ்சநாளில் சமாதானமானாலும் ஆகிவிடுவான். அவனிடம் போய் வலிய ஏன் தனது குறையைச் சொல்ல வேண்டும்? அவளிடம் எது இருக்கிறதோ இல்லையோ, தன்மானம் என்பது நிறைய இருக்கிறது. அது ஒன்றுதான் அவளிடம் இருக்கும் பொக்கிஷம். அதைச் சுலபத்தில் இழந்துவிட முடியாது.

அவர்கள் ஒரு வழியாகக் காப்பியைக் குடித்துவிட்டு வெளியே வந்தார்கள். அவன் சற்று தள்ளியே நடந்து வந்தது அவளுக்குச் சற்று திருப்தியாக இருந்தது. அவள் நினைத்துக் கொண்டாள். அவன் விரைவிலேயே ஒரு ஆரோக்கியமான பெண்ணை மணந்துக்கொள்வான். அதற்குப் பிறகு அவளிடம் இந்த ஈடுபாட்டை மறந்துவிட மாட்டானா? அவள் நிராகரித்ததால் அவனுடைய உலகம் ஸ்தம்பித்துவிடாது.

வீட்டில் அவளால் முன்போல் கலகலப்பாக இருக்க முடியவில்லை. அம்மாவும் அப்பாவும் தன்னை ஒரு பாரமாக நினைக்க ஆரம்பித்து விட்டார்கள் என்கிற எண்ணமே மனத்தை வெகுவாகப் பாதித்தது. இயந்திர கதியில் அவர்களுக்கு அவள் எப்பொழுதும் செய்யும் உதவிகளைச் செய்து வந்தாள்.

ஒரு நாளைக்கு அவள் கோர்ட்டிலிருந்து திரும்பிவந்து இளைப்பாறிக் கொண்டிருக்கையில் அப்பா ஒரு கடிதத்தைக் கொண்டுவந்து அவளிடம் நீட்டினார்.

ஒரு கேள்விக்குறியுடன் மட்டும் அவரைப் பார்த்துவிட்டு அவள் அந்தக் கடிதத்தைப் பிரித்துப் படித்தாள்.

ஆங்கிலத்தில் டைப் செய்யப்பட்டிருந்த கடிதம் தில்லியிலிருந்து வந்திருந்தது.

உங்கள் கடிதமும் போட்டோவும் கிடைத்தன. நீங்கள் எழுதியிருக்கும் விவரங்கள் எனக்குத் திருப்தியளிக்கின்றன. நான் சனிக்கிழமை உங்களை நேரில் வந்து சந்தித்து மேற்கொண்டு பேசுகிறேன். பெண்ணையும் சந்திக்க விரும்புகிறேன்.

சங்கர்.

உஷா திகைப்புடன் காலண்டரைப் பார்த்தாள். இன்று வியாழன். விஷயம் தன்னையும் மீறிக்கொண்டு போவதை அவள் அப்பொழுதுதான் உணர்ந்தாள்.

✲ ✲ ✲

அத்தியாயம்

7

சமையலறையிலிருந்து வந்த நெய் வாசனை ரேழிவரை வந்து மூக்கைத் துளைத்தது. அம்மா இரண்டு நாட்களாக ஏதோ பலகாரங்கள் செய்துக்கொண்டு உட்கார்ந்திருப்பது உஷாவுக்கு ஞாபகத்திற்கு வந்தது. எல்லோருக்கும் பித்தம் தலைக்கேறிவிட்டது என்று நினைத்துக்கொண்டு அவள் உள்ளே கால் கழுவச் சென்றாள்.

அம்மா ஏதோ பர்பியைக் கிளறித் தாம்பாளத்தில் கொட்டிக் கொண்டிருந்தாள். உஷாவுக்குச் சொல்லத் தெரியாத ஆத்திரம் ஏற்பட்டது. சமையலறை வாசலில் அவள் போய் நின்றுக்கொண்டாள். அம்மா நெற்றியில் வியர்வை வழிய பர்பியைக் கீறிக் கொண்டிருந்தாள். உஷாவைக் கண்டதும்,

"இதோ ஒரு நிமிஷம் இரு உஷா, காப்பி கலந்து கொடுக்கிறேன்" என்றாள்.

அதற்குப் பதில் சொல்லாமல் உஷா அவளைக் கோபத்துடன் பார்த்தாள்.

"என்னம்மா பட்சணமெல்லாம் ஒரே அமர்க்களப்படுகிறது? என்னை அனுப்பி வைப்பதில் உனக்கு அவ்வளவு சந்தோஷமா?"

அம்மா விக்கித்துப்போய் அவளைப் பார்த்தாள். அடுத்த விநாடி கண்ணிலிருந்து பொலபொலவென்று நீர் வடிந்தது.

“உஷா உனக்கே இப்படிப் பேசுவது நன்றாயிருக்கா? உன்மேல் எங்களுக்கு இருக்கும் பாசமும் அக்கறையும் உனக்குத் தெரியல்லியா? உனக்காகக் கவலைப்பட்டுக் கொண்டுதானே இந்த ஏற்பாடெல்லாம் செய்கிறோம்?”

“இதெல்லாம் பைத்தியக்காரத்தனமான ஏற்பாடு என்று உங்களுக்குத் தெரியவில்லையா?”

“ஏதோ முயன்று பார்ப்போம்.”

“விவரத்தைத் தெரிவிக்காமலே என்னைத் தள்ளிவிடலாம் என்று பார்க்கிறீர்களா?”

“அப்படியெல்லாம் நாங்கள் செய்வோமா உஷா?” அம்மா இன்னும் பெரிதாக அழ ஆரம்பித்தாள்.

அம்மாவுடன் பேசுவதில் ஒன்றும் லாபமில்லை என்று நினைத்தபடி உஷா அங்கிருந்து வராண்டாவுக்குச் சென்று ஒரு பத்திரிகையை வைத்துக்கொண்டு உட்கார்ந்தாள்.

அம்மா காப்பியைக் கலந்துக் கொண்டுவந்து ஒரு தட்டில் இரண்டு பர்பி வில்லைகளையும் வைத்து அவள் எதிரில் வைத்தாள்.

உஷா பர்பி தட்டைத் தள்ளி வைத்துவிட்டு காப்பியை மட்டும் குடித்தாள்.

அம்மா மூக்கை உறிஞ்சிக்கொண்டு உள்ளே செல்வது அவளுக்குத் தெரிந்தது.

காப்பி உள்ளே சென்றதும் ஏதோ தாகம் அடங்காத மாதிரி இருந்தது. ஏதோ ஒரு சூன்யம் நெஞ்சைக் கவ்வுகிற மாதிரி... தான் தனித்துவிடப்பட்டவள் மாதிரி... இவர்களுக்கு என்ன வந்துவிட்டது? அப்பாவுக்கு ஹார்ட் அட்டாக் வந்தாலும் வந்தது, ஏதோ நான் நடுத்தெருவுக்கு வந்துவிட்ட மாதிரியல்லவா பறக்கிறார்கள்?

அந்தச் சங்கர் வந்தால் என்ன செய்வது என்று அவளுக்குப் புரியவில்லை. ஒரு முன்பின் தெரியாத ஆளிடம் எப்படிப் போய்த் தன்னை பற்றிச் சொல்லிக்கொள்வது? அவன் விவரம் தெரிந்ததும் மறுத்துவிட்டுப் போய்விட்டால் அவனே மற்றவர்களிடம் அவளைப் பற்றிச் சொல்ல மாட்டானா? அவள் ரகசியமாகப் பாதுகாத்து வந்த ஒன்று அம்பலத்துக்கு வந்தால் அவளால் தாங்கிக்கொள்ள முடியுமா? ஆனால் சொல்லாமல்தான் எப்படி இருப்பது?

அவளுக்கு 'ஓ'வென்று கத்த வேண்டும்போல் இருந்தது. இந்தத் திடீர் ப்ரச்னைகள் வேண்டாத குழப்பங்கள் எல்லாம் எதற்கு? இவ்வளவு நாள் இருந்த மாதிரியே இருந்துவிட்டால் ஏதும் குழப்பமேயில்லையே! இந்த அப்பாவுக்கு யார் சொல்வது? அவர் எப்படி அவள் மனநிலையைக்கூடப் புரிந்துக்கொள்ள முடியாத அளவுக்குப் பிடிவாதமாகப் போய்விட்டார்? அவளால் தனியாக வாழ்க்கையை நடத்த முடியும் என்கிற நம்பிக்கையே அவருக்கு இல்லை என்று தெரிந்தது. அவரது பத்தாம்பசலித்தனத்துக்கு யார் காரணம், முராதாபாத்தா? அதில் ஊன்றிவிட்டிருக்கும் வேரைப் பிய்த்துக்கொள்வதும்தான் எப்படி சாத்தியம்? அவள் கடைசியில், நடப்பது நடக்கட்டும் என்று தன் அலுவல்களைப் பார்த்துக் கொண்டிருந்தாள்.

மாலை மெத்தென்று இறங்கின மாதிரி இருந்தது. சிலுசிலுவென்று காற்றடித்துக் கொண்டிருந்தது. பறவைகளின் ஆரவாரத்தைக் கேட்டபடி அவள் உட்கார்ந்திருந்தாள். ஒரு பறவையாகப் பிறந்திருந்தாலும் பிறவியெடுத்ததற்குப் பயன் இருந்திருக்கும் என்று தோன்றிற்று.

"என்ன, பெரிய தபஸில் உட்கார்ந்திருக்கிறாயா?" என்று குரல் கேட்டது.

உஷா திடுக்கிட்டுத் திரும்பிப் பார்த்தாள். அவளுடைய சினேகிதி வினோதினி நின்றிருந்தாள். அவளைப் பார்த்தது

அவளுக்குத் திடீரென்று ஒரு மலர்ச்சி ஏற்பட்ட மாதிரி இருந்தது. கிட்ட அவள் வருகையில் பர்ஃப்யூம் நெடி ஆளைத் தூக்கிற்று. உடம்பை ஒட்டின மாதிரி ஸாடின் ஸில்க் புடவை உடுத்தியிருந்தாள். நளினமும் பெண்மையும் குழைய அவள் எதிரில் நிற்கையில் உஷாவுக்கு மனத்தை மறுபடியும் ஒரு தாபம் நிறைந்தது.

அவள் சட்டென்று சமாளித்துக் கொண்டு அவளைப் பார்த்துச் சிரித்தாள்.

"வா வா! அத்தனை ஸெண்ட் போட்டுக்கொண்டு வந்தால் என் தபஸுக்கு ஏது சக்தி?" என்றாள்.

வினோதினி சிரித்தாள்.

"நீ தபஸெல்லாம் செய்ய வேண்டாம். நான் கொடுத்த இன்டிமேட்டைப் போட்டுக்கொள். உனக்கு இன்டிமேட்டாக ஒருத்தர் கிடைத்துவிடுவார்."

"உன்னுடைய விளம்பரம் நன்றாகத்தான் இருக்கிறது. காரியம் அவ்வளவு சுலபமானால், கல்யாணமாகாத பெண்களே யாரும் இருக்க மாட்டார்கள்!"

"உன்னை மாதிரி அதிசயப் பெண்கள்தான், அசடுகள்தான் இப்படி வாலிபத்தை வீணடித்துக் கொண்டு உட்கார்ந்திருப்பார்கள்."

உஷா பதில் சொல்லாமல் கிளைக்குக் கிளை தாவும் பறவைகளைப் பார்த்துக் கொண்டிருந்தாள். யார் வீட்டிலிருந்தோ ஸிதாரின் இசை இழைந்து இழைந்து வந்துக் கொண்டிருந்தது. விவரிக்க முடியாத ஒரு சோகம் அதில் ஒலித்த மாதிரி இருந்தது. எத்தனை விதமான சோகங்கள்! எத்தனை விதமான மகிழ்ச்சிகள்!

வினோதினி பக்கத்தில் வந்து உட்கார்ந்தாள். அவளிடமிருந்து வந்த மணம் மனோகரமாக இருந்தது. மனத்தின் மகிழ்ச்சி உடல் முழுவதும் வியாபித்து நிற்கிற மாதிரி இருந்தது.

அந்த மாதிரி ஒரு நிறைவையும் மகிழ்ச்சியையும் தன்னால் முழுமையாக அனுபவிக்கவே முடியாது என்று தோன்றிற்று.

அவள் பேச்சை மாற்ற எண்ணி,

''சரி, எங்கே போய்விட்டு வருகிறாய் சொல்லு. உன் கணவர் எங்கே?'' என்றாள்.

''அவர் டில்லிக்குப் போயிருக்கிறார்'' என்றாள் வினோதினி. ''சாயந்திர வேளையில் அவர் இல்லையானால் என்ன செய்வது என்றே புரிவதில்லை. இன்றைக்கு ரொம்பப் பொழுது போகவில்லை. சரி, உன்னைப் பார்த்துவிட்டுப் போகலாம் என்று வந்தேன்.''

''அப்பொ பொழுது போகவில்லையானால்தான் என்னுடைய ஞாபகம் வருகிறது இல்லையா? ஒரு காலத்தில் என்மேல் உயிரையே வைத்திருப்பதாகச் சொல்வாய்!'' என்று சிரித்தாள் உஷா. ''உன்னுடைய உயிர் கிளைக்குக் கிளை தாவுகிறது. அந்தப் பட்சி மாதிரி!''

வினோதினி கலகலவென்று சிரித்தாள்.

''இனிமேல் தாவாது! அழுத்தமாய் அவரிடம் போய் ஒட்டிக் கொண்டிருக்கிறது. குழந்தைகள் பிறந்தால் அவர்களிடம் ஒரு பங்கு போகும். உஷா இதன் முழு அர்த்தம் உனக்குப் புரியவே புரியாது, நீ கல்யாணம் செய்துக் கொள்ளும்வரை. அன்பைப் பெறுவதைவிட அன்பைச் செலுத்துவதில்தான் அதிக நிறைவு ஏற்படுகிற மாதிரி இருக்கிறது எனக்கு. நாம் நமக்காக வாழவில்லை மற்றவர்களுக்காக வாழ்கிறோம் என்ற நிறைவு. கல்யாணமாகாமல் நீ கழிக்கும் நாட்கள் எல்லாம் உன்னையே நீ அழித்துக்கொள்ளும் நாட்கள். நீ ஏன் இதைப் புரிந்துகொள்ள மாட்டேன் என்கிறாய்?'' வினோதினியின் கண்கள் கனவில் மிதந்தன. குரலில் கரிசனம் தொனித்தது.

இவளுக்கு எப்படிப் பதில் சொல்வது என்று உஷாவுக்குத் திகைப்பாக இருந்தது.

"நான் எனக்காக வாழ்கிறேன் என்று யார் சொன்னது? வயசானக் காலத்தில் என்னுடைய அப்பா அம்மாவைப் பார்த்துக்கொள்வேன். ராஜீ இன்னும் சின்னவன். மோகன் வீட்டைவிட்டே போய்விட்டான். நான் அவர்களைக் கவனித்துக்கொள்வதில் என்ன தவறு?"

வினோதினி உஷாவின் சிவந்த கைகளை வருடியபடியே சொன்னாள்.

"நீ இப்படியெல்லாம் சொல்லி உன்னையே ஏமாற்றிக்கொள்ளப் பார்க்கலாம். உலகம் ஒப்புத்துக்கொள்ளாது. உங்கம்மா அப்பாவுக்கே பிள்ளையிடம் ஏற்றுக்கொள்ளும் உதவி நியாயமாகப்படுகிற மாதிரி உன்னிடமிருந்து ஏற்றுக்கொள்வது நியாயமாகப்படாது. நீ தனிமரமாக நிற்கிறாயே என்று அவர்களுக்கு உறுத்திக் கொண்டேயிருக்கும். நீ ஏன் இதைப் புரிந்துக்கொள்ளவில்லை?"

உனக்குப் புரியாத விஷயங்கள் எவ்வளவோ இருக்கின்றன. என்று சொல்ல வேண்டும்போல் இருந்தது உஷாவுக்கு. நான் தனிமரம் மட்டும் இல்லை. ஒரு மொட்டை மரம், ஒரு கனியோ பூவோ துளிர்க்க முடியாத மரம். எப்படிச் சொல்வது?

அவள் ஒரு பெருமூச்சுவிட்டாள். பிறகு சிரித்துக்கொண்டே, "போனால் போகிறது விடு. என் வாழ்க்கை விரயமாகிப் போனால் போகிறது. கேவலம் திருமண வாழ்வுக்காக இல்லாமல் வேறு ஏதாவது பெரிய விஷயத்துக்காக, பொதுநலச் சேவைக்காக நான் பிறந்திருக்கிறேனோ என்னவோ! அதனால்தான் எனக்குத் திருமண ஆசையே இல்லாமல் இருக்கிறதோ என்னவோ! என்னைப் பற்றிய பேச்சை விடு. அம்மா இன்றைக்கு பர்பி பண்ணியிருக்கிறாள் சாப்பிட்டுப் பார்!" என்றபடி உள்ளே சென்று, தட்டில் பர்பி வில்லைகளை வைத்துத் தேநீரையும் கலந்துக்கொண்டு வந்தாள். பிறகு சிறிதுநேரம் அவர்கள் பொதுவாகவும் தங்கள் பள்ளி நாட்களைப் பற்றியும் பேசிக்கொண்டும் சிரித்துக்கொண்டும்

இருந்தார்கள். இருட்டிவிட்டது என்று வினோதினி கிளம்பிப் போனதும் உஷாவின் மனத்தில் மறுபடி ஒரு ஏக்கம் புகுந்துக்கொண்டது. அவள் சற்றுநேரம் வானத்தையும் நட்சத்திரங்களையும் பார்த்தபடி உட்கார்ந்திருந்தாள்.

வாசலில் ஒரு டாக்ஸி வந்து நின்றது. அவள் திகைப்புடன் எழுந்தாள். யாரோ உயரமாகச் சிவப்பாக வண்டியிலிருந்து இறங்குவது தெரிந்தது. நல்ல எடுப்பான உருவம். கைப்பெட்டியைப் பிடித்தபடி அவள் அருகில் வந்து,

"கோபால் சர்மாவின் வீடு இதுதானே?" என்றான்.

"ஆமாம்" என்றாள் அவள்.

அவன் அவளை ஒரு சுவாரஸ்யத்துடன் பார்ப்பது அவளுக்குத் தெரிந்தது.

"நான் டில்லியிலிருந்து வருகிறேன்" என்று இழுத்தான் அவன்.

அவள் புரிந்துக்கொண்டாள். அவளுக்கு லேசாக முகம் சிவந்தது அவளையும் அறியாமல்.

"உள்ளே வாருங்கள்" என்றபடி அவள் சட்டென்று உள்ளேப் போனாள்.

அவள் உள்ளேப்போய் அப்பாவிடம் சொன்னாள்.

"அப்பா, அவரிடம் நீங்கள் எதையும் ஒளிக்கக்கூடாது" என்றாள்.

அப்பா மண்டையையாட்டிவிட்டு எழுந்தார். அப்பா வாயிலுக்குச் சென்றதும் அவளுக்கு விவரம் புரியாமல் மார்பு படபடத்தது. பிறகு அவள் தன்னையே சமாதானப்படுத்திக் கொண்டாள். இப்பொழுது என்ன நடந்துவிட்டது? ஆள் வாட்டசாட்டமாக சினிமா நடிகன் மாதிரி இருக்கிறான். அவன், அப்பா சொல்லும் விவரங்களைக் கேட்ட பிறகு எங்கே ஒப்புக்கொள்ளப் போகிறான்? கூடத்தில் அப்பாவும்

அவனும் தாழ்ந்த குரலில் பேசிக் கொண்டிருந்தார்கள். தனக்கும் அவர்களது சம்பாஷணைக்கும் சம்பந்தம் இல்லை என்கிற மாதிரி அவள் ஒரு பத்திரிகையை வைத்துக்கொண்டு உட்கார்ந்தாள். மனசு அதில் லயிக்காமற் போயிற்று. அரைமணி நேரம் கழித்து அப்பா அவளிடம் வந்தார். அவள் பத்திரிகையிலிருந்து கண்ணை எடுக்கவேயில்லை.

"உஷா!" என்றார் அவர்.

அவள் திரும்பிப் பார்த்தாள், என்ன என்கிற மாதிரி.

அவர் தயங்கிக்கொண்டே சொன்னார்.

"உஷா, உன்னை அவர் பார்க்க வேண்டும் என்கிறார்."

அவள் முகத்தில் கடுகடுப்பு ஏற்பட்டது.

"நான் சும்மா ஒரு மியூஸியம் பீஸ் மாதிரி வந்து உட்காரமாட்டேன். அவரிடம் என்ன சொன்னீர்கள் என்னைப்பற்றி என்று சொல்லுங்கள்."

அவர் அவசரமாக ஆரம்பித்தார்.

"நான் எல்லாவற்றையும் சொல்லியிருக்கிறேன். நீ கவலைப்படாதே. அவர் அதையெல்லாம் பொருட்படுத்த மாட்டார் என்று தோன்றுகிறது. உன்னைப் பார்க்கணும் என்கிறார். நீ சும்மா வந்து பொதுவாகப் பேசிக் கொண்டிறேன். அவரைப் பற்றி உனக்கே ஒரு அபிப்பிராயம் ஏற்படுமே!"

உஷா மறுபடியும் பத்திரிகையைத் தூக்கிப் பிடித்துக்கொண்டாள்.

"நான் பார்க்க வேண்டிய அவசியமில்லை" என்றாள்.

அப்பாவின் குரல் கம்மிய மாதிரி இருந்தது.

"என்னம்மா இது பிடிவாதம்? நான் உனக்கு எங்கேயாவது கெடுதல் நினைப்பேனா? என்மேல் உனக்கு அவ்வளவுகூட அபிமானமும் மரியாதையும் இல்லாமற் போய்விட்டதா?"

அவள் சட்டென்று பணிந்து போனவள் மாதிரி பத்திரிகையைக் கீழே போட்டுவிட்டு எழுந்தாள்.

அப்பா மறுபடி ஞாபகப்படுத்துகிற மாதிரி அவளிடம் சொன்னார்.

"அவரிடம் நான் எல்லாம் சொல்லியிருக்கிறேன். நீ ஏதும் சொல்ல வேண்டிய அவசியமில்லை" என்றார்.

உஷா தலைப்பைப் போர்த்தியபடி கூடத்துக்குச் சென்றாள்.

அவன் அங்கே அப்படி வாட்டசாட்டமாகக் கால்மேல் கால் போட்டுக்கொண்டு உட்கார்ந்திருப்பதைப் பார்த்ததும் அவளுக்கு இனம் புரியாமல் அடி வயிற்றில் ஒரு ஜில்லிப்பு ஏற்பட்டது. இவனா? இவனா அவளை ஏற்கச் சம்மதிப்பான்? அவனுக்கு என்ன தலையெழுத்து? நல்ல ஆரோக்கியமான பெண்ணே அவனுக்குக் கிடைப்பாளே! ஒரு ஏழைப் பெண் கிடைக்காமல் போய்விடுவாளா? அவளைக் கண்டதும் அவன் எழுந்து நின்று கையைக் கூப்பி நமஸ்கரித்தான். அவளும் கையைக் கூப்பினாள். இருவரும் சற்றுநேரம் எதிர்எதிரே உட்கார்ந்திருந்தார்கள். என்ன பேசுவது என்று தெரியாத மாதிரி; அந்த இடைவெளியில் ஒருவரையொருவர் எடை போடுகிற மாதிரி.

அவன் மெல்லப் பேச்சை ஆரம்பித்தான். அவளது உத்தியோகத்தைப் பற்றி விசாரித்தான். எவ்வளவு நாட்களாக உத்தியோகம் பார்க்கிறாள் என்று கேட்டான்.

அவள் சாதாரணமாக அவன் கேட்டதற்குப் பதில் சொன்னாள்.

அவன் சிரித்துக்கொண்டே பேசுகையில், சிரித்துக்கொண்டே அவள் பேச்சைக் கேட்கையில் அவள் மனத்தில் சந்தேகக் கேள்வி எழுந்து கொண்டேயிருந்தது. இவன் எதற்காக இங்கே உட்கார்ந்துக்கொண்டு நேரத்தை வீணடித்துக் கொண்டிருக்கிறான்?

அவன் தன்னைப் பற்றிச் சொல்லிக் கொண்டிருந்தான்.

"நான் ஒரு என்ஜினியர். நேபாளத்துக்கு இப்பொழுது மாற்றியிருக்கிறார்கள். இன்னும் ஒரு பதினைந்து நாட்களில் நான் ரிப்போர்ட் செய்ய வேண்டும். நேபாளத்துக்குக் குந்தைகளை அழைத்துக்கொண்டு போக வேண்டும் என்று நினைக்கிறேன். அவர்களைப் பார்த்துக்கொள்ள என்னை விட்டால் வேறு யாருமில்லை."

உஷா அவன் பேச்சை மௌனமாகக் கேட்டுக்கொண்டிருந்தவள் மெல்லக் கேட்டாள்.

"உங்கள் மனைவி இறந்து எவ்வளவு நாளாகிறது?"

"ஒரு வருஷமாகிறது. இந்த ஒரு வருஷமாக நான் திண்டாடுவது அந்த ஆண்டவனுக்குத்தான் தெரியும்."

அவளுக்குப் பாவமாக இருந்தது கேட்க. இருந்தாலும் பேசாமல் இருந்தாள். ஏதேனும் பேசினால் அவனுக்கு உற்சாகமூட்டுவதாக இருந்துவிடுமோ என்று நினைத்து.

அவன் சட்டென்று எழுந்தான். "நான் வருகிறேன், நாளைக் காலை நான் மறுபடி வருகிறேன். உங்கள் முடிவைச் சொல்லுங்கள்!" என்றான்.

அவள் அதிர்ந்தவள்போல் அவனைப் பார்த்தாள். அப்படியானால் அவன் முடிவைத் தீர்மானம் பண்ணிவிட்டானா? அவளைத் திருமணம் செய்துக்கொள்ள அவனுக்குச் சம்மதமா? அவளுக்குக் கண்களை இருட்டிக்கொண்டு வந்த மாதிரி இருந்தது. இப்படிக்கூட ப்ரக்ருதிகள் இருப்பார்களா?

அவன் பார்ப்பதற்கு நன்றாக இருந்தான். ஆரோக்கியமானவனாகத் தென்பட்டான். அதிகம் வயதுக்கூட ஆகவில்லை. அப்படியென்ன வேறு பெண் கிடைக்காதா அவனுக்கு? அவள் மனத்தில் எழுந்த குழப்பத்தில் திக்குமுக்காடிப் போனாள்.

அவளுடைய முகத்தில் தெரிந்த குழப்பத்தைக் கண்டு அதை லேசாக்க முயன்ற மாதிரி அவன் சிரித்தான்.

"உங்களை மணந்துகொள்ள எனக்குச் சம்மதம். என் குழந்தைகளை உங்கள் குழந்தைகளாக ஏற்றுக்கொள்ள நீங்கள் சம்மதித்தால்..."

அவளுக்கு முகம் சிவந்தது. என்ன சொல்வது என்று தெரியாமல் அவள் ஒரு விநாடி திகைத்தாள். முதலிலிருந்தே கல்யாணம் என்கிற எண்ணத்துக்கு அவள் உடந்தை இல்லை. அதில் அவளுக்கு நாட்டமில்லை என்கிற காரணத்தை அவனிடம் எப்படித் தெரிவிப்பது? அதை இப்பொழுது சொன்னால் அவளுடைய தந்தையை ஏசிவிட்டுப் போகமாட்டானா? எண்ணமில்லையென்றால் விளம்பரத்துக்கு ஏன் பதில் போட்டீர்கள் என்று கேட்க மாட்டானா?

அவள் தன்னைச் சமாளித்துக்கொண்டு அவனைப் பார்த்து மெல்லக் கேட்டாள்.

"உங்களிடம் என்னுடைய அப்பா என்னைப் பற்றி விவரமெல்லாம் சொல்லியிருப்பார் என்று நம்புகிறேன்."

"சொன்னார்."

அவள் அவனை ஏறிட்டுப் பார்த்தாள்.

"பின் எப்படி என்னைக் கல்யாணம் செய்துக்கொள்ளச் சம்மதிக்கிறீர்கள்? உங்களுக்கு எவ்வளவோ பெண்கள் கிடைப்பார்களே!"

"எவ்வளவோ பெண்களைப் பார்த்துவிட்டேன். ஒன்று பார்த்தால் ஒன்று இருப்பதில்லை. எனக்கு என் குழந்தைகளை நல்லபடியாய் வளர்க்க, படித்த பொறுப்பு தெரிந்த, மனத்தளவில் முதிர்ச்சியடைந்த ஒரு பெண் வேணும். உங்களிடம் எல்லாம் இருக்கிற மாதிரி தோன்றுகிறது."

"என்னிடம் குறையும் இருக்கிறது."

அவன் அவளை ஒரு விநாடி ஆழமாகப் பார்த்துவிட்டுச் சொன்னான்.

"எனக்கு அது ஒரு பெரிய பொருட்டாகத் தெரியவில்லை. நான் வாழ்க்கையை நன்றாக அனுபவித்தாகிவிட்டது. என்னுடைய கவலையெல்லாம் என் குழந்தைகளைப் பொறுப்பாக வளர்க்க வேண்டும் என்பதுதான்..."

அவனுடைய உருவத்துக்கும் பேச்சுக்கும் சம்பந்தம் இல்லாத மாதிரி இருந்தது அவளுக்கு.

"அதற்கு ஒரு நல்ல வேலைக்காரி போதுமே, ஒரு மனைவி எதற்கு?"

இதென்ன அசட்டுக் கேள்வி என்கிற மாதிரி அவன் அவளை வியப்புடன் பார்த்தான்.

"போதும்தான். அவ்வளவு நல்ல வேலைக்காரி கிடைக்கமாட்டாள். கிடைத்தாலும் மிஸ் உஷா எனக்கு வேலைக்காரியோடு ஆயுளுக்குத் தோழமை ஏற்படுத்திக்கொள்ள முடியுமா?"

அவள் அதிர்ந்துப் போனவளாய் அவனைப் பார்த்தாள். இப்படிக்கூட ஒரு அதிசயப் புருஷன் இருப்பானா என்று திகைத்த மாதிரி.

"நீங்கள் யோசித்து நாளைக்கு உங்கள் முடிவைச் சொல்லுங்கள்" என்று சிரித்தபடி சொல்லிவிட்டு அவன் வெளியேறினான்.

நாளை என்பது வெகுதூரத்தில் இல்லை என்று அவள் உணர்ந்தபோது அவள் மனத்தில் ஒருவகைத் திகைப்பும் அதிர்ச்சியும் ஏற்பட்டன.

✲ ✲ ✲

அத்தியாயம் 8

புடைவையை எடுக்க உஷா பீரோவைத் திறந்தாள். அந்த ஸெண்ட் பாட்டில் கண்ணில் பட்டது. இன்டிமேட். வினோதினி சொன்னது நினைவுக்கு வந்ததும் அவளது இதழ்களில் புன்னகை அரும்பிற்று. இன்று அந்த ஸெண்ட்டை மேலே பூசிக்கொண்டால் என்ன என்று தோன்றுகையில் அவள் திடுக்கிட்டாள். இன்றைக்கு என்ன திடீரென்று உல்லாச உணர்வு? மனசு ஏதேனும் பேதலித்துப் போய்விட்டதா?

பேதலித்துத்தான் போயிருக்க வேண்டும் என்று தோன்றிற்று.

"வேலைக்காரியோடு என்னால் ஆயுளுக்குத் தோழமையை ஏற்படுத்திக்கொள்ள முடியுமா?" என்று நேற்று அவன் சிரித்துக்கொண்டே கேட்டுவிட்டுப் போனது இன்னும் மனத்தில் தட்டாமாலை ஆடிற்று. இரவு முழுவதும் அவளைத் தூங்கவிடாமல் அலைக்கழித்தது. அவன் சிரிப்புக்கும் வார்த்தைக்கும் என்ன அர்த்தம் என்று புரியாமல் அவள் கலங்கினாள். நிஜமாகவே வெறும் தோழமைக்காக அவன் மணக்க விரும்புகிறானா? ப்ளேட்டானிக் ரிலேஷன்ஷீப். அது சாத்தியமா? அவனைப் பார்த்தால் உல்லாச புருஷன் மாதிரி தெரிந்தது. அவனுள் அத்தகைய கட்டுப்பாடு இருக்குமா? அவள் தனக்குள் சிரித்துக் கொண்டாள். ஆண் வர்க்கம் மொத்தமே உல்லாசப் பிரியர்கள் என்றுதான் எண்ணிக்

கொண்டிருப்பதாக அவளுக்குத் தோன்றிற்று. அதில் புலனை அடக்கத் தெரிந்தவர்களும் இருப்பார்கள் என்று அவளுக்கு ஏன் தோன்றாமல் போய்விட்டது? தன்னுடைய இயலாமையே காரணம் என்று அவள் தன்னையே சமாதானப்படுத்திக் கொண்டாள்.

திருமணம் என்று ஒன்று செய்துக்கொண்டால் அவளுடைய வாழ்வு எப்படியிருக்கும்? அவளால் அதைப் பற்றி நினைத்துப் பார்ப்பதுகூட கஷ்டமாக இருந்தது. திருமணமாகாமல் தனியாக வாழ்வது உன்னையே அழித்துக்கொள்கிற மாதிரி என்றாள் வினோதினி. அர்த்தமற்ற வாழ்வு என்றுதான் எண்ணி வருத்தப்பட்டுக் கொண்டிருந்த வாழ்வுக்கு ஒரு அர்த்தம் கிடைக்குமா? அவளுக்கும் ஒரு ஆடவன்மேல், அவனது குழந்தைகள்மேல் ஒரு சராசரிப் பெண்ணைப்போல் அன்பு செலுத்த வாய்ப்புக் கிடைத்தால் அந்த வாழ்வுக்கு அர்த்தமிருக்காதா? அன்பைப் பெறுவதைவிட அன்பைச் செலுத்துவதில்தான் அதிக நிறைவு ஏற்படும் என்றாளே வினோதினி, அதற்கு அவளுக்கு ஒரு சந்தர்ப்பம் கிடைத்தால்...! அவள் மனத்தில் இருக்கும் ஏக்கங்கள், சூன்யங்கள், பயங்கள் எல்லாம் விலகி தெளிவு ஏற்படாதா? அவளையும் அவளது மனப்பக்குவத்தையும் மதித்து, வெறும் தோழமைக்காகவே அவளை மணம் செய்துக்கொள்ள முன்வந்திருக்கும் ஒருவன் அவளுக்குப் புதிய வாழ்வையே கொடுக்க முன்வந்திருக்கும்போது அவளுக்கு ஏன் தயக்கம்?

உஷாவுக்குத் தயக்கமாகத்தான் இருந்தது. சிந்திக்கச் சிந்திக்கக் குழப்பமாக இருந்தது. இத்தனை நாள் சீராகப் போய்க்கொண்டிருந்த பாதையிலிருந்து விலகித் தெரியாத பாதையில் காலடி வைக்கப் பயமாக இருந்தது. அத்தகைய விஷப்பரீட்சை அவளுடைய வாழ்க்கைக்கு அவசியமா என்று தோன்றிற்று. எல்லாப் பெண்களுக்குமே இந்த மாதிரி சந்தேகம் தோன்றாதா? என்றிருந்தது. எதிர்காலமே ஒரு பெரிய

கேள்விக்குறியாக நிற்கும்போது ஒவ்வொரு பெண்ணும் எப்படிக் கண்ணை மூடிக்கொண்டு திருமணத்துக்குச் சம்மதிக்கிறாள் என்று அவளுக்கு ஆச்சரியமாக இருந்தது. எந்த உணர்வு அவர்களைச் சம்மதிக்க வைக்கிறது? ஆ! அது இனச்சேர்க்கையின் கவர்ச்சியல்லவா? அவளுக்கு அதில் என்ன கவர்ச்சியிருக்கிறது?

இருந்தும் இத்தகைய சந்தர்ப்பம் எப்பொழுது வரப்போகிறது? அவளைப்பற்றி உண்மையை அறிந்துக்கொண்டும் எவன் அவளை மணக்கச் சித்தமாய் வருவான்? தோழமைக்காகக் கல்யாணம் செய்துகொள்கிறேன் என்று அவளுக்கு வாழ்வளிக்க எவன் முன் வருவான்? அவளைப் பற்றிக் கவலைப்பட்டுக் கொண்டிருக்கும் அப்பா அம்மாவுக்கு விடுதலையைக் கொடுக்க இதைவிட நல்ல சந்தர்ப்பம் கிடைக்குமா?

அவள் தனது சிந்தனை செல்லும் ஓட்டத்தைக் கண்டு அதிர்ந்துப் போனாள். சட்டம் படித்து உத்தியோகம் பார்க்கும் பெண் இப்படி நினைக்கத் தொடங்கிவிட்டால் புத்தி வக்கரித்துப் போய்விட்டது என்றுதான் அர்த்தம். வாஸ்தவத்தில் நேற்று வந்தவனைப்பற்றி ஒன்றுமே அவளுக்குத் தெரியாது. ஒருசில நிமிஷ நேரங்களே அவனுடன் பேசியிருப்பவளுக்கு மீதமுள்ள வாழ்வை அவனுடன் கழிக்க நினைப்பது, எத்தனை முட்டாள்தனம்! அவன் அழகாய்ச் சிரிக்கிறான் என்பதைத் தவிர அவனுடைய குணத்தைப் பற்றி அவளுக்கு என்ன தெரியும்? ஆனால் நல்லவனாக இல்லாவிட்டால் குழந்தைகள்மேல் அவ்வளவு பாசத்தை வைத்திருப்பானோ? குழந்தைகளுக்காக வெறும் தோழமைக்குக் கல்யாணம் செய்துகொள்வானா?

இந்த மாதிரி குழப்பமான எண்ணங்களில் உஷாவுக்குத் தலையைச் சுற்றிற்று. அவள் தலையைச் சிலிர்த்துக்கொண்டாள். அவளுக்குப் புதிய ப்ரச்னைகள் வேண்டியதில்லை. இத்தனை வருஷங்கள் தனியே வாழ்க்கையை ஓட்டிவிட்டவளுக்கு இனிமேலும் வாழ முடியும் யாருடைய துணையும் இல்லாமல்.

அவன் மறுபடியும் வந்தானானால் இஷ்டமில்லை என்றுவிட வேண்டும். வேறு வழியில்லை. ஒரு சராசரி பெண்ணின் வாழ்வு அவளுக்கில்லை. அம்மா கண்ணீர் சிந்தினாலும் அப்பா கோபித்தாலும் அவளது வாழ்க்கை புதிதாக மலர முடியாது.

அவள் மளமளவென்று கோர்ட்டுக்குப் போவதற்கு ஆயத்தமானாள். இன்டிமேட் பாட்டில் கண்ணுக்குப் படாமல் பின்பக்கம் மறைத்து வைத்தாள். வெறும் வாசனைக்கே இவ்வளவு சக்தியென்றால் உடல் கவர்ச்சிக்கு எத்தனை சக்தி இருக்க வேண்டும் என்று நினைத்துக்கொண்டாள். அத்தகைய எண்ணங்களே தனக்கு ஒவ்வாத எண்ணங்கள் என்று தோன்றிற்று. அவள் செருப்பை மாட்டிக்கொண்டு கிளம்புகையில் அப்பா எதிர்ப்பட்டார்.

"என்னம்மா உஷா, அவர் வந்தால் என்ன சொல்லட்டும்?"

அவள் அவரை நேரிடையாகப் பார்க்காமல் எங்கேயோ பார்த்துக்கொண்டு பதில் சொன்னாள்.

"அதெல்லாம் எனக்கு இனிமேல் சரிப்பட்டு வராதப்பா. எனக்கு இஷ்டமில்லை!"

அவர் அதிர்ந்தவர்போல் அவளைப் பார்த்தார்.

"என்னம்மா! இந்த மாதிரி ஒரு இடம் எங்கே நமக்குக் கிடைக்கும்? பகவானாகப் பார்த்து அனுப்பியிருக்கார்னு நான் நினைக்கிறேன்."

"உங்கள் பகவானுக்கு வேறு வேலையில்லை. இந்த மாதிரியெல்லாம் அனுப்பி நம்ம புத்தியைச் சோதிக்கிறார், அவ்வளவுதான். விவேகமா நடந்துக்கொள்கிறமா என்று பார்க்கிறார்."

அம்மா உள்ளேயிருந்து வருவது தெரிந்தது. அவள் சாதாரணமாக பெரிய விஷயங்களைப் பற்றி உஷாவிடம்

பேசமாட்டாள். எதனால் இந்தத் தயக்கம்? ஏதாவது குற்ற உணர்விலா என்று உஷாவுக்குத் தோன்றும். அவள் கண்கள் இப்பொழுது சிவந்திருந்தன. அழுதிருக்கவேண்டும். உஷாவைக் கெஞ்சுகிறமாதிரி பார்த்தாள்.

"உஷா, தயவுசெய்து செய்துக்கமாட்டேன்னு சொல்லிவிடாதே. உனக்கும் ஒரு கல்யாணமாகாதா என்று நான் வேண்டாத தெய்வமில்லை. அந்தக் கவலையே என்னை உருக்கிக் கொண்டிருக்கு. ஒரு நல்ல சந்தர்ப்பம் வந்திருக்கு. நாங்கள் போய்விட்டாலும் உன்னைப் பார்த்துக்கறதுக்கும் உன்மேல் பிரியம் வைக்கறதுக்கும் ஒரு நல்ல மனுஷன் தயாரா இருக்கிற மாதிரி தெரியறது. எங்க கவலையைப் பத்தி நீ யோசிக்க வேண்டாமா?"

அம்மாவின் கண்ணீர் இன்னும் எரிச்சலைத் தந்தது.

"என் மனசு எப்படியிருக்குதுன்னு நீங்க யோசித்தேளா? அவர் நல்ல மனுஷன்னு ஒரு அரைமணி பழக்கத்திலே சொல்ல முடியுமா?" அவளுக்குக் கோபம் வெடித்தது.

"நீ பேசறது குதர்க்கமாயிருக்கு உஷா. என்னைக் கல்யாணம் செய்துகொள்ளறப்போ நான் நல்லவனா கெட்டவனான்னு உங்கம்மாவுக்குத் தெரியுமா? இதில் எல்லாம் ஒரு ரிஸ்க் இருக்கத்தான் இருக்கும்" என்றார் அப்பா.

"நான் அந்த ரிஸ்க் எடுத்துக்கொள்ளணும்னு என்ன அவசியம் வந்துவிட்டது இப்ப? என்னாலே தனியாக இருக்க முடியாதா? நீங்கள்தான் இல்லையா துணைக்கு. இல்லை நான் பாரமாய்ப் போய்விட்டேனா?"

அம்மா பதில் சொல்லாமல் 'ஓ'வென்று அழுதாள். அப்பாவுக்கு முகம் ஜிவு ஜிவு என்று ஆகிவிட்டது.

"உன் மேலே அக்கறை உள்ளவர்களிடம் உன்னைவிடப் பெரியவர்களிடம் நீ இந்த மாதிரி பேசுவது கொஞ்சம்கூட நன்றாயில்லை உஷா. ஏதோ அவன் பார்க்க டீஸண்டாக

இருக்கான். கவர்மென்ட் உத்தியோகம் பார்க்கிறான். உன்னுடைய குறையைப் பொருட்படுத்தாமே கல்யாணம் செய்துக்கிறேன் என்றான். இந்த மாதிரி ஒரு சந்தர்ப்பம் மறுபடி வருமான்னு நானும் உன் அம்மாவும் நினைக்கிறோம். நாங்க அப்படி நினைக்கிறது தப்புன்னு நீ நினைச்சாயானால் அப்புறம் உன் இஷ்டம்.'' அப்பா படபடப்புடன் அங்கிருந்த நாற்காலியில் உட்கார்ந்துக் கொண்டார்.

உஷாவுக்கு வேதனையாக இருந்தது. இந்த மாதிரி அம்மா அப்பாவுடன் கோபமாகப் பேசியோ வாதாடியோ அவளுக்குப் பழக்கமில்லை. அன்பையும் பணிவையும்தான் இதுநாள் வரை காட்டியிருக்கிறாள். இப்பொழுது எந்தச் சைத்தான் வந்து மனத்தில் புகுந்துக்கொண்டு ஆட்டம் போடுகிறது? அவள் மனத்தில் மட்டுமா சைத்தான் புகுந்திருக்கிறது? எல்லார் மனத்திலும் அல்லவா புகுந்துக்கொண்டு பார்வையினையே திசை திருப்பிவிட்டது?

அவள் மேலும் தர்க்கிக்க விரும்பாமல் பர்ஸைத் தூக்கிக்கொண்டு கிளம்பினாள்.

ரேழியில் காலை வைத்துக்கொண்டே சொன்னாள்.

''எனக்கு யோசிக்க அவகாசம் வேணும். அப்படிச் சட்டென்று ஒரு தீர்மானத்துக்கு என்னால் வரமுடியாது.''

அப்படிச் சொல்லும்போதே தான் தோற்றுப்போன மாதிரி இருந்தது அவளுக்கு.

''உன்னை நான் அவசரப்படுத்தவில்லை அம்மா. நிதானமாக யோசிச்சுச் சொல்லு.''

அப்பாவின் படபடப்பு வெகுவாக அடங்கிவிட்ட மாதிரி இருந்தது.

அவள் சட்டென்று ஒரு சோர்வு மனசை அழுத்த பஸ் ஸ்டாப்பை நோக்கி நடந்தாள். ஏதோ ஒரு சக்தி அவளைக்

கண்ணைக் கட்டி எங்கோ அழைத்துப் போகிற மாதிரி ஒரு பிரமை ஏற்பட்டது. கல்லூரியில், ஷேக்ஸ்பியரின் ஜூலியஸ் ஸீஸர் பாடத்துக்கு இருந்தது. அதைப் படிக்கும்போது அவள் நினைத்துக்கொள்வாள், எப்படி தலைவிதி என்பது என்ன தடங்கலிலும் ஒரு மனிதனை அதன் முடிவுக்கு அழைத்துச் செல்கிறது என்று.

'What can be avoided whose end is purposed by the mighty Gods?' என்ற ஸீஸரின் வார்த்தைகள் ஞாபகத்திற்கு வந்தன. அவளுடைய வாழ்வும் அப்படித்தான் செயல்படப் போகிறதோ? ஆண்டவன் முன்பே அவளுக்காகத் தீர்மானித்து வைத்த முடிவைத்தான் இப்பொழுது அப்பாவும் அம்மாவும் செயல்படுத்த முனைகிறார்களோ?

அது எதுவாக இருந்தாலும் கலங்கிப் பயப்படுவதில் அர்த்தமில்லை என்று தோன்றிற்று. ஸீஸரின் வார்த்தைகள் மறுபடி ஞாபகத்திற்கு வந்தன.

'உலகத்தில் இருக்கும் விந்தைகளில் எல்லாம் விந்தையானது எது தெரியுமா? மனிதனின் மனத்தில் தோன்றும் பயம்தான். கோழைகள்தான் தங்கள் சாவுக்கு முன் பலமுறை செத்துப்போவார்கள்.'

அவள் சொல்லிக்கொண்டாள். நான் கோழையாக இறக்க மாட்டேன். வருவது வரட்டும். ஒரு திருப்பத்தில் 'நான் திரும்ப வேண்டும் என்றால் திரும்பித்தான் ஆக வேண்டும். பாதை புதியதாக இருக்கிறதே என்று தயங்குவதில் என்ன லாபம்?'

பஸ்ஸில் பிரயாணம் செய்கையில் ஆணும் பெண்ணுமாகப் பலபேர் தெருவில் போவது தெரிந்தது. தானும் இந்த மாதிரி ஒரு துணையைப் பற்றிக்கொண்டு போக முடியாதா என்று முன்பெல்லாம் அவள் ஏங்கியிருக்கிறாள். இப்பொழுது ஒருவன் துணை வருகிறேன் என்னும் போது அவளுக்குத்

தயக்கம் ஏற்படுவது அவளுக்கே ஆச்சரியமாக இருந்தது. அந்த ஏக்கம் இப்பொழுது எங்கே போய்விட்டது?

கோர்ட் வாசலையடையும்போது ரமேஷும் சேர்ந்துக் கொண்டான். அவளைக் கண்டதும் அவன் கண்களில் மறுபடியும் சுவாரஸ்யம் தெரிவதை அவள் உணர்ந்தாள். அவள் அவன் எதிரில் இருக்கும்வரை, அவள் திருமணம் ஆகாமல் இருக்கும்வரை அவன் இப்படித்தான் இருப்பான் என்று அவளுக்கு அந்த நிமிஷத்தில் தோன்றிற்று.

அவன் அவளைப் பார்த்தபடியே சொன்னான்.

"இன்றைக்கு உங்களுக்கு முன்னால் வந்துவிட்டேன் பார்த்தீர்களா?"

"குட்" என்று அவளும் சிரித்தாள். "லைஃபில் மாறுதல் ஏற்படத்தான் வேண்டும். இல்லாவிட்டால் சுவாரஸ்யம் ஏது?"

அவன் ஒரு விநாடி அவளைத் தீர்க்கமாகப் பார்த்தான்.

"அதை நீங்களே புரிந்துகொள்ளவில்லை போலிருக்கிறதே!" என்றான்.

அவன் சொல்ல நினைப்பதை அவள் புரிந்துக்கொண்டாள். இவன் என்ன பேசினாலும் தனக்குச் சாதகமாக... எடுத்துக்கொள்ளப் பார்க்கிறானே என்றிருந்தது.

அவள் தன்னைச் சமாளித்துக்கொண்டு பேசினாள்.

"எனக்கு ஒவ்வொரு நாளும் ஒரு மாறுதல்தான். நேற்று இருந்த மாதிரி இன்று இல்லை."

அவன் மெல்லப் பரிவு தொனிக்க நெருக்கத்தில் வந்து கேட்டான்.

"அப்பொ மனசும் மாறும் என்று நான் எதிர்பார்க்கலாமா?" அவள் திடுக்கிட்டாள். சம்பாஷணை டேஞ்சர் ஸோனில் போகிற மாதிரி இருந்தது. அவள் பட்டும்படாமலும் பதில் சொன்னாள்.

"மாறலாம். ஆனால் எந்தத் திசையில் மாறும் என்று சொல்ல முடியாது."

அவர்கள் நடந்துக்கொண்டே அவனது அறைக்கருகில் வந்துவிட்டார்கள். அவன் உள்ளே எட்டிப் பார்த்தான். யாருமில்லை என்று உணர்ந்தவனாய் அவளைச் சட்டென்று கையைப் பற்றி உள்ளே அழைத்துக்கொண்டு போனான்.

அவன் படபடப்புடன் கேட்டான்.

"உஷா, தயவுசெய்து எனக்குக் காரணத்தைச் சொல்லுங்கள். மூன்றுநாட்களாக எனக்குத் தூக்கமேயில்லை. என்னை மணம் செய்து கொள்வதில் உங்களுக்கு என்ன தடை?"

அவள் திணறிப் போனாள். இதென்ன இவனிடம் தொல்லையாகப் போய்விட்டது என்று எரிச்சல் வந்தாலும் அவனது பைத்தியக்காரத்தனத்தைக் கண்டு அநுதாபமாகவும் இருந்தது. அவனது மூச்சுக்காற்று வெகுஅருகில் உஷ்ணமாகப்பட்டது. அவள் கஷ்டப்பட்டுத் தன்னை விடுவித்துக் கொண்டாள். அவனைப் பார்த்துப் பரிதாபமாகச் சிரித்தாள்.

"ரமேஷ் உண்மையாகச் சொல்கிறேன், உங்களைப் பார்க்கும்போது எனக்கு ஒரு சகோதரனைப் பார்க்கிற மாதிரிதான் இருக்கிறது. வேறு எண்ணமே தோன்றவில்லை ரமேஷ். நான் என்ன செய்யட்டும்?"

அவள் பேச்சு புரியாத மாதிரி அவன் அவளைப் பார்த்தான்.

"அந்த எண்ணத்தை உங்களால் மாற்றிக்கொள்ள முடியாதா?" அவள் தலையசைத்தாள்.

"என்னால் முடியாது ரமேஷ், ஸாரி. நீங்கள் உங்கள் எண்ணத்தை மாற்றிக்கொள்ள முடியாதா?"

"முடியாது. ஸாரி" என்றான் அவன் விறைப்பாக.

"நான் உங்கள் எதிரில் இருக்கும்வரை உங்கள் மனம் மாறாது என்றால் நான் விலகிக்கொள்வதுதான் வழி என்று நினைக்கிறேன், ரமேஷ்."

ரமேஷ் திடுக்கிட்டு அவளைப் பார்த்தான்.

"வாட் டு யூ மீன்?"

அவள் விரக்தியுடன் சிரித்தாள்.

"நாளைக்குச் சொல்கிறேன்."

அவள் வெளியே வரும்போது யார் மீதோ மோதிக்கொண்டாள்.

அவள் கலவரத்துடன் "ஸாரி" என்றாள்.

கோர்ட்டின் இரண்டு மகாவம்பர்கள் நின்றிருந்தார்கள். அவளுக்கு முகம் சிவந்தது. அவள் விடுவிடென்று தன் அறைக்கு நடையைக் கட்டுகையில்,

"வர வர இந்தக் கோர்ட் கட்டடம் ஒரு மரியாதைப்பட்ட இடமாகவே இல்லாமல் போய்விட்டது" என்று அவர்களில் ஒருவர் சொல்வது கேட்டது. அவளுக்குச் சுரீரென்று கோபம் வந்தது. இருந்தும் அதைச் சட்டை செய்யாமல் நடந்தாள். மார்பு படபடவென்று அடித்துக்கொண்டது. அவர்கள் என்ன அர்த்தத்தில் அப்படிப் பேசிக்கொண்டார்கள் என்று மறுபடி நினைத்துப் பார்க்கும்போது கோபத்துக்கு பதில் ஒரு அவமான உணர்ச்சி ஏற்பட்டது.

'உன்னைப் பற்றி எவன் வம்பு பேசிவிட முடியும்?' என்று அன்று சுதர்ஸனம் கேட்டார். அவர் மனசு, நல்ல மனசு என்று அவளுக்குத் தோன்றிற்று. வம்பு அவர்வரை போகாவிட்டாலும் அவளையும் ரமேஷையும் இணைத்து வம்பு பேசுகிறவர்கள் நிறையப்பேர் இருப்பார்கள் என்று தோன்றிற்று. முராதாபாத்தில் ஒரு விசேஷம். இந்த மாதிரி வம்புகளில் ஆண்கள்மேல் யாருமே குற்றம் சொல்ல மாட்டார்கள். அவர்கள் வம்பில்

சிக்குவதெல்லாம் பெண்கள்தான். பெண்கள் ஒழுங்காக இருந்தால் ஆண்கள் வாலைச் சுருட்டிக் கொண்டிருப்பார்கள் என்று எண்ணம்.

யார் என்ன பேசினால் என்ன என்று சும்மா இருக்க முடியவில்லை. பலவகைப்பட்ட மனிதர்களுக்குப் பலவகைப்பட்ட நாக்குகள் இருக்கும் என்று சமாதானப்படுத்திக்கொள்ள முடியவில்லை. ரமேஷை ஒரு நிலைக்கு எப்படிக் கொண்டு வருவது என்று புரியவில்லை. அவள் தலையை அழுத்திப் பிடித்துக் கொண்டாள். ஓ அவளை ஏன் எல்லோரும் அவள் வழியில் போக, தன்னிச்சைப்படி இருக்க விடமாட்டேன் என்கிறார்கள்? இதற்கெல்லாம் ஒரு முடிவு காண முடியுமா?

“எனக்குத் தோழமை வேண்டும்.” அந்த வார்த்தைகளை நினைக்கும்போது அவளுக்கு ஒரு சிலிர்ப்பேற்பட்டது. அவனுக்கு அந்தத் தோழமையைக் கொடுக்க, அவள் முன்வந்தால் அவளது இந்த அன்றாடப் ப்ரச்னைகளுக்கு ஒரு முடிவேற்படும். அவனது குழந்தைகளுக்கு ஒரு தாயின் அன்பை அவளால் கொடுக்க முடிந்தால் வாழ்வை எடுத்ததற்கு ஒரு அர்த்தம் ஏற்படும். அவளுடைய புற இழப்பை அந்தராத்மாவின் ஏக்கத்தைச் சமனப்படுத்தும் நானும் ஒருத்தனின் மனைவி, குழந்தைகளின் அம்மா என்று பெருமையோடு வளைய வரலாம், நார்மல் பெண் மாதிரி. பிறகு எந்த ரமேஷும், மஹேஷும் என்னைத் திருமணம் செய்துகொள் என்று தொந்தரவு செய்ய வாய்ப்பிருக்காது. வம்பர்கள் நாக்கை வளைத்துப் பேச சந்தர்ப்பம் இருக்காது. ரமேஷ் இப்படித் தொந்தரவு செய்துக்கொண்டே இருந்தால் ஒருநாள் தன்னையும் மீறி அவனிடம் உண்மையைச் சொல்லிவிடுவோமோ என்று அவளுக்குப் பயமாக இருந்தது. யோசனை செய்யச்செய்ய மூளை வெடித்துவிடும்போல் இருந்தது. லஞ்ச் ப்ரேக்குக்கு முன்பே தலையை வலிக்கிறது என்று அரைநாள் லீவு போட்டுவிட்டு அவள் வீட்டுக்குச் சென்றாள்.

அம்மாவிடம் கேட்டுச் சூடாகக் காப்பி வாங்கிக் குடித்துவிட்டுத் தன்னறைக்குச் சென்று தாழிட்டுக்கொண்டு படுத்தாள்.

வெகுநேரம்வரை மனத்தில் சிலந்திக் கூடுகளாகப் பின்னிக் கொண்டிருந்தன. அவளது வாழ்வே பெரிய சிலந்திக் கூடாய், அதில் அவளே மாட்டிக்கொண்டுவிட்ட மாதிரி இருந்தது. ஒன்று மட்டும் அவளுக்கு நிச்சயமாகத் தெரிந்தது. இந்த உலகத்தில் தன்னந்தனியாக யாரும் அவரவர் இச்சைப்படி வாழ முடியாது. எதற்காவது, யாருக்காவது எந்த ஏற்பாட்டுக்காவது பணிந்துதான் ஆக வேண்டும். இதில் எந்த முரண்பாட்டையும் சமூகம், முக்கியமாக அவளுக்குத் தெரிந்த முராதாபாத் சமூகம் ஒத்துக்கொள்ளாது.

அவள் கதவைத் திறந்துகொண்டு வெளியில் வந்தபோது வராந்தாவில் இறங்கிய சூரியனின் ஒளிக்கீற்றுகள் சக்தியற்றுக் கிடந்தன. பறவைகளின் ஆரவாரமும், சிலுசிலுவென்று அடிக்க ஆரம்பித்த காற்றும் இன்றையப் பொழுது முடியப் போகிறது என்கிற மாதிரி இருந்தது. அவளது வாழ்க்கையின் முதல் பாகம் முடியப் போகிறது என்கிற மாதிரி.

அவள் வராந்தாவின் படிகட்டில் உட்கார்ந்து கொண்டாள், பறக்கும் பறவை, ஓடும் மேகங்களைப் பார்த்தபடி. அப்பா வராந்தாவில் இருந்த ஈஸிச் சேரில் வந்து உட்கார்ந்தார்.

அந்த ஸிதாரின் இசை மறுபடி பக்கத்து வீட்டிலிருந்து கேட்டது, சோகத்தை இழைத்து இழைத்து வினியோகிக்கிற மாதிரி.

அவளுடைய முடிவுக்காக அப்பா காத்திருக்கிறார் என்கிற உணர்வோடு அவள் வெட்டவெளியைப் பார்த்தபடி சொன்னாள்.

"அவர் வந்தால் எனக்குத் திருமணத்துக்குச் சம்மதம் என்று சொல்லிவிடுங்களப்பா."

அவளது குரல் அவளுக்கே வித்தியாஸமாக இருந்தது. நெற்றியில் வியர்வை துளிர்த்து. மார்பு படபடத்தது.

✲ ✲ ✲

அத்தியாயம்

9

எதிரே அம்மா கடையை விரித்துவிட்டாள். வாரணாசிப் பட்டு, காஞ்சிபுரம், ஸாட்டின் பட்டு, ஜரிகை வேலைப்பாடு செய்த அமெரிக்கன் ஜார்ஜெட், நகைப்பெட்டிகள்.

எல்லாவற்றையும் பார்க்கையில் உஷாவுக்கு வயிற்றை என்னவோ செய்தது. தனக்கும் இந்த அலங்காரப் பொருள்களுக்கும் ஏதும் சம்பந்தம் இருக்கிற மாதிரி தெரியவில்லை. யோசிக்க யோசிக்க இந்தக் கல்யாணத்திற்கு எப்படி ஒப்புதல் கொடுத்தோம் என்று புரியவில்லை. அவளுடைய மனநிலையைக் கொஞ்சம்கூடப் புரிந்துகொள்ளாமல் அம்மா ஏதோ சின்ன வயசில் ஒரு நார்மல் பெண்ணுக்குத் திருமணம் செய்கிற மாதிரி ஏற்பாடுகள் செய்ய ஆரம்பித்திருந்தாள். இந்த மாதிரியெல்லாம் அமர்க்களம் செய்தால் எங்கேயாவது ஓடிப் போய்விடுவேன் கல்யாணத்திற்கு முன்பு, என்று ஒருநாள் அவள் அதட்டல் போட்ட பிறகுதான் அம்மா சற்று ஓய்ந்தாள். சே, என்ன புத்திகெட்ட ஜனங்கள் என்று அவளுக்கு அலுப்பாக வந்தது. அவளுக்கும்தான் புத்தி எங்கே போய்விட்டது? இனிமேல் அலுத்துக்கொண்டு பிரயோஜனமில்லை என்று தோன்றிற்று. ஏதோ ஒரு உணர்ச்சிக் கொந்தளிப்பில் கல்யாணத்திற்கு சம்மதம் தெரிவித்தாகிவிட்டது. அவள் எந்தக் காரணத்தினால், எந்த உணர்வின் உந்தலினால் அதற்கு உடன்பட்டிருந்தாலும்

அவளால் இனி அதை மீறிக்கொண்டு செயல்படமுடியாது என்று தோன்றிற்று. ஏதோ புலன்களுக்குப் புலப்படாத ஒரு சக்தி அவளை இழுத்துக்கொண்டு போகிற மாதிரி... அது நல்லதிற்கா கெட்டதிற்கா என்று அவளுக்கே புரியவில்லை.

அவளுக்குச் சம்மதம் என்ற விஷயத்தைச் சங்கருக்குத் தெரிவித்ததும், அவன் பூரித்துப் போனவன் மாதிரி தென்பட்டதாக அப்பா சொன்னார். இன்னும் பத்து நாட்களில் கல்யாணம் நடக்க வேண்டும், பதினைந்து நாட்களில் நேபாளத்துக்குக் கிளம்ப வேண்டும் என்றானாம்.

அமையப்போகும் புதிய வாழ்வு எப்படியிருக்குமோ என்றிருந்த அவள் மனத்தில் எந்தவிதக் கிளுகிளுப்பும் ஏற்படவில்லை. அலுவலகத்தில் ஏதோ ட்ரான்ஸ்ஃபர் ஆர்டர் கிடைத்த மாதிரி இருந்தது.

அன்றைக்கு அந்த மாலைப்பொழுதில் பட்சிகளின் ஆரவாரத்தைக் கேட்டபடி, ஓடும் மேகங்களைப் பார்த்தபடி அவள் "திருமணத்துக்கு எனக்குச் சம்மதம் என்று அவரிடம் சொல்லிவிடுங்களப்பா" என்று சொன்னதும், அவளுக்கே தான் சொன்னது அதிர்ச்சியாக இருந்தது. எந்த பலவீனத்தில் அந்த வாக்கியத்தைச் சொன்னோம் என்று அவள் அதிர்ந்து போனாள்.

ஸிதாரின் இசை மேலும் மேலும் சோகமாய் இழைந்து வந்தது. மிதமிஞ்சிய சோகத்தை அனுபவித்தவர்கள்தான் அப்படி இசையில், இலக்கியத்தில், உள்ளத்தை உருக்கும்படியாகச் சோகத்தை இழைக்க முடியும் என்று தோன்றிற்று. சோகத்தை அனுபவித்தவர்தான் அதை அவற்றில் உணரவும் முடியும்...

அதற்குமேல் தாங்க முடியாதவள் மாதிரி அவள் உள்ளே சென்று கதவைத் தாழிட்டுக்கொண்டாள். சங்கர் வந்தது தெரியும். ஆனால் அவள் வெளியில் வரவில்லை. அப்பாவே பேசிக்கொள்ளட்டும் என்று திடீரென்று ஒரு ஆயாசம் ஏற்பட்டது. தூக்கு மேடைக்குத் தயாராகிவிட்ட கைதி மாதிரி

ஒருவித விரக்தியுடன் மோட்டு வளையத்தைப் பார்த்தபடி படுத்திருக்கையில், அவளுக்கு ஒரு பக்கம் இனம்புரியாத ஒரு சீற்றமும் ஏற்பட்டது. எதற்கு இந்தப் பரிதவிப்பு என்று புரியவில்லை. தானாக ஒரு விலங்கை மாட்டிக்கொண்டு எதற்காக இப்படித் திண்டாட வேண்டும் என்று புரியவில்லை. ஆனால் ஒரு சுழற்சியில் மாட்டிக்கொண்டுவிட்ட மாதிரி இருந்தது. அதிலிருந்து மீளுவது அசாத்தியம் என்று தோன்றிற்று. இத்தனை நாளும் அம்மாவுக்கும் அப்பாவுக்கும் ஒரு கேள்விக்குறியாக இருந்தது போதும். ஒரு லயபிலிடியாக எம்பாரஸ்மன்டாக இருந்தது போதும்... ரமேஷ் போன்றவர்கள் நிலைதடுமாறி நிற்பதற்குக் காரணமாய் வளைய வந்தது போதும்... அந்த வம்பர்களின் புகையிலைப் பேச்சைக் கேட்டுக்கொண்டு சுரணை கெட்டு இருந்தது போதும்... ஒரு நார்மல் பெண் மாதிரி கணவன் குழந்தைகள் புடைசூழத் தெருவில் நடக்க மாட்டோமா என்று ஏங்கினது போதும்.

இந்தத் திருமணம் என்பது பல யுகங்களாக மனத்தில் இருந்த தாபங்களுக்கெல்லாம் வடிகால். அதன் விளைவு எப்படிப்பட்டதாக இருந்தாலும் சமாளிப்பது அவள் கையில்தான் இருக்கிறது.

அவளிடம் மிகவும் ஜாக்கிரதையாகப் பேசுகிறவர் மாதிரி அப்பா அவன் வந்து போனதைப் பற்றிச் சொன்னார். இன்னும் பத்து நாளில் முகூர்த்தம் வைக்க வேண்டும். கோர்ட் வேலையை ராஜினாமாச் செய்வதற்கு ஆவணம் செய்ய வேண்டும் என்று சொன்னார். அவள் மோட்டு வளையத்திலிருந்து பார்வையை அகற்றவில்லை. அவள் அதற்குபிறகு யாருடனும் பேசவில்லை. மறுநாள் வழக்கம்போல் அவள் கோர்ட்டுக்குப் போனாள்.

கோர்ட் கட்டடத்தையும் அதன் பெரிய ஜன்னல்களையும் கதவுகளையும் பார்க்கும்போது மனத்தில் ஒரு சூன்யம் படருகிற மாதிரி இருந்தது. இன்னும் பத்து நாட்களில் அவள் முப்பது வருஷங்களாகப் பழகிய இடங்களை விட்டுவிட்டுப்

போகப் போகிறாள். ஒரு கண்காணாத தேசத்துக்கு. முக்கியமாக அவளோடு ஒரு அங்கமாகிப் போனாற்போலிருந்த இந்த நீதிமன்றத்துக்குத் தினமும் வாராமல் தன்னால் வாழ முடியுமா என்று ஒரு தயக்கம் ஏற்பட்டது... ஒவ்வொரு தூணுக்கும் ஜன்னலுக்கும் அந்த குல்மொஹர் மரத்துக்குங்கூட ஒரு காரக்டர் இருந்தது. மறக்க முடியாத காரக்டர்கள்...

அவள் அன்று பார்க்க வேண்டிய வேலையை எப்பொழுதும்போல் பார்க்கத் தொடங்கினாள். வேலையை முடித்ததும் ராஜினாமா கடிதத்தை எழுதலாம் என்று அவள் நினைத்தாள்.

"உஷா!"

சற்று உரத்துவந்த அந்தக் குரலைக் கேட்டு அவள் தலைநிமிர்ந்தாள்.

ரமேஷ் கதவண்டை நின்றிருந்தான். முகம் ஜிவுஜிவு என்று சிவந்திருந்தது.

அவள் யோசனையுடன் அவனைப் பார்த்தாள்.

"உஷா, நான் கேள்விப்படுவது உண்மையா?"

அவள் திடுக்கிட்டாள். அதற்குள் அவனுக்கு யார் சொன்னது?

அவள் சாதாரணமாக இருக்க முயன்றாள்.

"அது உண்மையா?"

அவன் எதையோ அடக்கிக்கொள்கிற மாதிரி சிரமத்துடன் கேட்டான்.

"உங்களுக்குக் கல்யாணமாமே?"

அவள் கண்களைத் தாழ்த்திக்கொண்டாள்.

"உங்களுக்கு யார் சொன்னது?"

"யாரோ சொன்னார்கள்! உண்மையா இல்லையா?"

''உண்மைதான்.'' அவள் குரல் கம்மிப் போய்விட்டது.

ரமேஷ் அருகில் வந்து மேஜைமேல் கையை ஊன்றியபடி எதிரில் நின்றான்.

''உஷா, உங்களுக்கென்ன பைத்தியம் பிடித்துவிட்டதா? நான் தினமும் கெஞ்சிக் கொண்டிருக்கிறேன். என்னை உதறிவிட்டு யாரோ முன்பின் தெரியாதவன், மூணு குழந்தைகள் இருப்பவன், அவனுக்கு இரண்டாந்தாரமாகப் போக ஒப்புக் கொண்டிருக்கிறீர்களே இது என்ன நியாயம்?''

உஷா சோகத்துடன் சிரித்தாள்.

''என் வாழ்க்கையில் நடந்திருப்பது எல்லாமே அநியாயம்தான் ரமேஷ்.''

''கட் த ட்ராமாடிக்ஸ்'' (Cut the dramatics) என்றான் அவன் ஆத்திரத்துடன்.

''இந்த மாதிரி ஒரு கல்யாணத்திற்கு எதற்கு ஒப்புக் கொண்டீர்கள். என்ன நிர்ப்பந்தம் அப்படி?''

''ஏதோ ஒருவகை நிர்ப்பந்தம்தான்.''

அவன் சட்டென்று உடைந்த குரலில் சொன்னான்.

''உஷா, உங்களது விபரீத முடிவுக்கு நான் காரணம் என்றால் நான் விலகிக்கொள்கிறேன். உங்கள் முடிவை மாற்றிக்கொள்ளுங்கள்.''

அவள் நெகிழ்ந்துப்போனாள். கண்களில் நீர் துளிர்த்தது.

''இல்லை ரமேஷ், நீங்களும் காரணமில்லை.''

''பின் என்ன காரணம்?''

அவள் எழுந்து ஜன்னலண்டை சென்றாள். வெளியே குல்மொஹர் மரம் தனது ரத்தச் சிவப்புப் பூக்களைப் பரப்பியபடி நிழலை விரித்திருந்தது.

"என்னுடைய விதி என்று வேண்டுமானால் சொல்லலாம் ரமேஷ்."

"விதியா? நான்ஸென்ஸ்! வாட் இஸ் ராங் வித் யூ?"

"நத்திங் இஸ் ரைட் வித் மீ, தட் இஸ் த ட்ரபிள்."

அவன் அருகே வந்து, அவளது தோளைப் பற்றித் திருப்பினான்.

"இத பாருங்கள் உஷா, இது விளையாட்டு சமாச்சாரமில்லை. நீங்கள் ஏதோ ஒரு உணர்ச்சி வேகத்தில் இந்தக் கல்யாணத்துக்கு ஒப்புக்கொண்டிருக்கிற மாதிரி இருக்கிறது. ஒரு வக்கீல் இந்த மாதிரி பத்தாம்பசலித்தனமாக தீர யோசிக்காமல் ஒரு காரியத்தில் இறங்கலாமா, என்னதான் ஒரு பெண்ணாக இருந்தாலும்?"

அவள் அவனது பிடியிலிருந்து விலகிக்கொண்டாள்.

"நான் நன்றாக யோசித்தாகிவிட்டது ரமேஷ். எனக்கு இதிலிருந்து தப்ப முடியாது."

"ஏன் முடியாது? கல்யாணமாகி விடவில்லையே! இட் இஸ் நெவர் டூ லேட்!"

அவள் முடியாது என்கிற மாதிரி நாற்காலியில் வந்து உட்கார்ந்தாள்.

"என் செய்கை உங்களுக்குப் புரியாது. கோபமும் வரலாம். ஆனால் என்றைக்காவது என் மனத்தைத் திறந்து அதில் இருப்பதையெல்லாம் யாரிடமாவது கொட்ட வேண்டும் என்று தோன்றினால் உங்களிடம்தான் வருவேன்!"

"பட்!" என்று ரமேஷ் ஏதோ சொல்ல ஆரம்பிக்கையில் அவள் மேஜைமேல் முகத்தைக் கவிழ்த்துக்கொண்டு விசித்து விசித்து அழுதாள்.

அவன் விக்கித்துப்போனவன் மாதிரி சிறிதுநேரம் அவள் அழுவதைப் பார்த்துக்கொண்டு நின்றான்.

அவன் தயங்கியபடி சொன்னான், அவளை எப்படித் தேற்றுவது என்று புரியாதவன் மாதிரி.

"உஷா, ஐ ஆம் ஸாரி. எனக்கு நிஜமாகவே உங்கள் போக்குப் புரியவில்லை. எதற்காக இப்படி முடிவு எடுத்தீர்கள் என்று புரியவில்லை. ஒரு நண்பன் என்கிற முறையில் சொல்கிறேன். இந்தக் கல்யாணம் நடக்காமல் இருப்பது நல்லது என்று நினைக்கிறேன்."

அவள் பதில் பேசாமல் விம்மிக் கொண்டிருந்தாள். அவன் தொடர்ந்தான்.

"இரண்டாந்தாரமாகப் போய் மாட்டிக்கொள்ள வேண்டும் என்கிற நிர்ப்பந்தம் என்ன என்று எனக்குப் புரியவில்லை. என்னை நீங்கள் கல்யாணம் செய்துக்கொள்ள வேண்டாம். வேறு யாரும் உங்களுக்குக் கிடைக்க மாட்டார்களா?"

உஷா தலைநிமிர்ந்தாள். முகத்தைக் கர்சிப்பால் அழுத்தித் துடைத்துக்கொண்டாள்.

"ரமேஷ் நான் சொல்வதை நம்புங்கள். காரணத்தை உங்களுக்கு இப்பொழுது சொல்ல எனக்குத் தைரியமில்லை. என்றைக்காவது ஒருநாள் உங்களுக்குச் சொல்வேன். ஒரு டெஸ்பரேட் மூடில்தான் இந்தக் கல்யாணத்திற்கு ஒப்புக் கொண்டிருக்கிறேன். இதன் விளைவு எப்படியிருந்தாலும் அதற்கு நான்தான் பொறுப்பு."

ரமேஷ் தோளைக் குலுக்கிக் கொண்டான், பெருமூச்சுவிட்டபடி.

"அப்பொழுது விதி, சதி என்று சொல்லிக் கொண்டிருக்காதீர்கள். நீங்களே தெரிந்து கண்ணைத் திறந்துக்கொண்டு கழுத்தை நீட்டுகிறீர்கள்."

அவள் விரக்தியுடன் சிரித்தாள்.

"ஆமாம். ஆனால் அதில் விழப்போவது மாங்கல்ய சூத்திரமா, இல்லை சுருக்குக் கயிறா என்று விதிதான் தீர்மானிக்கும்."

அவன் யோசனையுடன் அவளைப் பார்த்தான்.

"உங்கள் மனசு சரியாகத்தான் இல்லை. இல்லாவிட்டால் இப்படி அபத்தமாகப் பேசமாட்டீர்கள். இனிமேல் என் காதுபட இந்த மாதிரியெல்லாம் பேசாதீர்கள். எனக்கு மிகவும் வருத்தமாக இருக்கு."

அவன் உண்மையாகவே வருத்தப்படுவது அவளுக்குத் தெரிந்தது.

"ஐ பிராமிஸ்" என்றாள் அவள்.

அவன் அவளுடைய கைகளைத் தன் கைகளில் வைத்துக் கொண்டான்.

"உங்கள் முடிவு எதுவாக இருந்தாலும் ஐ விஷ் யூ ஆல் த பெஸ்ட்" என்றான்.

அவன் கண்கள் பனித்த மாதிரி இருந்தது. அது அவனது பிரமை என்று அவள் நினைத்துக்கொண்டாள்.

வெளியே ஏதோ அரவம் கேட்கவே அவன் சட்டென்று உணர்வு பெற்றவன்போல் எழுந்தான்.

"நான் உங்களைப் பிறகு சந்திக்கிறேன்" என்று அவன் கிளம்பினான்.

அவன் சென்றதும் அவள் மனத்தை இழுத்துப் பிடித்துக்கொண்டு வேலையில் ஆழ்ந்தாள். காலையில் பார்க்க வேண்டியது ஒரு வழியாக முடிந்ததும், அவள் ராஜினாமா கடிதம் எழுதுவதற்கு முன் சுதர்ஸனத்தைப் பார்க்கலாம் என்று கிளம்பினாள்.

ஆள் அரவத்தைக் கேட்டு அவர் தலைநிமிர்ந்தார். அவளைக் கண்டதும் உற்சாகத்துடன் "வா வா, என்ன சமாச்சாரம்? இன்றைய கேஸில் ஏதாவது சந்தேகமா?"

அன்றைய கேஸ் அவளுக்கு மறந்தே போயிருந்தது. அவர் கேட்ட பிறகுதான் ஞாபகத்திற்கு வந்தது. அது ஒரு கள்ளக்கடத்தல் கேஸ், அவர் வழக்காடப் போகிறார் என்று.

"ஒன்றும் சந்தேகமில்லை சார். நான் ஒரு பர்ஸனல் விஷயமாக வந்தேன்."

அவர் கேள்விக்குறியுடன் அவளைப் பார்த்தார்.

"என்ன?"

அவள் தலையைக் குனிந்துக்கொண்டே சொன்னாள்.

"எனக்குக் கல்யாணம் ஸார்." அந்த வாக்கியத்தைச் சொல்லும் போதெல்லாம் மனசு அதிர்ந்துபோகிற மாதிரி இருந்தது.

"குட்!" என்றார் அவர் உற்சாகத்தோடு. "அதை ஏன் என்னவோ துக்க சமாச்சாரத்தைச் சொல்கிற மாதிரி தலையைத் தொங்கப் போட்டுக்கொண்டு சொல்கிறாய்?"

அவள் சிரிக்க முயன்றாள்.

"ஏனென்றால் எனக்குத் திருமணத்திலேயே இஷ்டமில்லை. அப்பா அம்மாவின் கட்டாயத்துக்காக கல்யாணத்திற்கு ஒப்புக் கொண்டிருக்கிறேன்."

"சுத்தப் பேத்தல்!" என்றார் அவர் அலட்சியமாக. "உன் யோசனையை யார் கேட்டார்கள்? உங்க அம்மா அப்பா நினைப்பதுதான் சரி. அது கிடக்கட்டும், யு வில் பீ ஆல் ரைட் ஆஃப்டர் மேரேஜ். யார் பையன்? என்ன செய்கிறான்?"

இரண்டாந்தாரம் என்று சொல்லாமல் அவள் மற்ற விவரங்களைச் சொன்னாள். சொல்கையிலேயே ரமேஷுக்கு விவரம் எப்படித் தெரிந்தது என்று கேட்டுக்கொள்ளாமல் போனோமே என்று நினைத்துக் கொண்டாள்.

சுதர்ஸனம் எல்லாம் கேட்டுவிட்டு "குட் குட்!" என்றார். அப்ப சீக்கிரமே இந்தியாவை விட்டு நேபாளத்துக்குப்

போய்விடுவாய் என்று சொல்லு! நேபாளத்துக்குப் போக பாஸ்போர்ட் எல்லாம் வேண்டாமே?''

''வேண்டாம். என்னுடைய ரெஸிக்னேஷன் லெட்டரை இன்று மத்தியானம் கொடுக்கலாம் என்று நினைக்கிறேன்'' என்றாள் அவள்.

அவர் யோசனையுடன் புருவத்தை உயர்த்தினார்.

''என்ன அவசரம் அதுக்கு? நீ லீவே எடுத்துக்கொண்டதில்லையே! இரண்டு மாதம் லீவுக்கு அப்ளை பண்ணு. நான் ஸாங்ஷன் பண்ணுகிறேன். அப்புறம் ரிஸைன் பண்ணினால் போகிறது.''

அவர் அதை யதார்த்தமாகச் சொன்னாலும், யாருக்குமே அவளது கல்யாணத்தில் நம்பிக்கையில்லாத மாதிரி அவளுக்குத் தோன்றிற்று.

''சரி, லீவுக்கே அப்ளை செய்கிறேன். அதுவும் நல்ல யோசனைதான்'' என்று சொல்லிக்கொண்டே அவள் எழுந்தாள்.

லஞ்ச் ப்ரேக்கின்போது அவள் சங்கரைப் பற்றி அவனுக்கு எப்படித் தெரியும் என்று ரமேஷைக் கேட்டாள்.

''மிஸ்டர் குப்தா சாப்பிடுகிற லாட்ஜில்தான் அந்த சங்கர் தங்கியிருக்கிறாராம். குப்தா ஒரு வக்கீல், இங்குதான் வேலை பார்க்கிறார் என்று தெரிந்ததும் உங்களைப் பற்றி விசாரித்தாராம். குப்தா என்னிடம் சொன்னார். எனக்குத் தெரிய வேண்டியது அவசியம் என்று குப்தா நினைத்தாரோ என்னவோ?''

உஷாவுக்கு லேசாக முகம் சிவந்தது. தன்னைச் சுற்றியிருந்தவர்களை, அந்த அழுக்குப் படிந்த காண்டின் சுவர்களை அவள் ஒரு ஏக்கத்துடன் பார்த்தாள்.

''நாளையிலிருந்து நான் கோர்ட்டுக்கு வரமாட்டேன் ரமேஷ்.''

"என்னால் அதை இன்னும் நம்ப முடியவில்லை" என்றான் அவன்.

அவள் விரக்தியுடன் சிரித்தாள்.

"நிஜங்கள் எப்பவுமே மனத்திற்குத் திருப்தியாக இருப்பதில்லை நமக்கெல்லாம் கற்பனையிலேயே வாழத்தான் ஆசை. நிஜத்தை ஒப்புக்கொள்ள மனத்திற்குத் தெம்பில்லை."

"ஃபிலாஸபி நன்றாகப் பேசுகிறீர்கள். ஸைக்காலஜி படித்தீர்களானால் உபயோகமாக இருக்கும். மற்றவர்கள் மனசைப் புரிந்துக்கொள்ளலாம்."

அவள் தன்னை மறந்து சிரித்தாள்.

பல தலைகள் திரும்புவதைக் கண்டு அடக்கிக்கொண்டாள். கான்டினில் தன்னுடைய கணக்கையெல்லாம் தீர்த்துவிட்டு வரும்போது அவளையுமறியாமல் கண்கள் பனித்தன.

ரமேஷிடம் மாலையில் சொல்லிக்கொள்ளும்போது, கோர்ட் கட்டடத்தைவிட்டு வெளியே வரும்போது, குல்மொஹர் மரத்தைத் தாண்டும்போது, கண்களில் நீர் நிறைந்த வண்ணமாகவே இருந்தது. நான் போகிறேன், என்னுள் ஒரு அங்கமாகிவிட்டிருந்த உங்களையெல்லாம் விட்டுவிட்டுப் போகிறேன்... முன்னால் இருக்கும் பாதை தெரியாமல் போகிறேன்...

வீட்டிலும் சாதாரணமாகக் கல்யாண காலங்களில் இருக்கும் கலகலப்பு இல்லாமல் இருந்த மாதிரி, ஒரு இறுக்கம் நிலவுகிற மாதிரி அவளுக்குப்பட்டது. எல்லோரும் ஏதோ ரகஸியம் பேசுகிற மாதிரி பேசிக் கொண்டார்கள். மோகனும்கூட வந்துவிட்டான் மாலாவுடன். மாமனார் எதிரில் இல்லாத சமயத்தில் எல்லாம் மாலா தலைப்பையே மூட மறந்துவிடுபவள்போல் இருந்தாள். அதைக்கண்டு தனக்கு ஏன் இப்படி ஆத்திரம் வருகிறது என்று உஷா நினைத்துக்கொண்டாள். தனக்கு ஆத்திரம் மூட்டுவதற்காகவே மாலா அப்படிச் செய்கிறாளோ?

மோகன் இரவில் அவளைத் தனியாகக் கூப்பிட்டுக் கேட்டான்.

"உஷா, உனக்கு இந்தத் திருமணத்தில் பரிபூரண சம்மதமா?"

அவன் கேட்டதே அவளுக்கு ஆறுதலாக இருந்தது. இருந்தும் இந்த ஏற்பாட்டினால் அவனுக்கு நிம்மதி என்று அவளுக்குப் புரிந்திருந்தது.

அவள் எவ்வித உணர்ச்சியையும் காட்டிக்கொள்ளாமல் சொன்னாள்.

"சம்மதம்தான் மோகன், உனக்கு இதில் என்ன சந்தேகம்?"

"அப்ப சரிதான்" என்றான் அவன்.

அவளுக்கு உள்ளுக்குள் சுரீரென்று ஆத்திரம் வந்தது. சுயநலவாதிகள். எல்லாருமே சுயநலக்காரர்கள்தான். பிரியத்துக்காகச் செய்கிறோம் கடமையைச் செய்கிறோம் என்று சொல்லிக்கொண்டு வளையவரும் அம்மாவும் அப்பாவும்கூட சுயநலக்காரர்கள்தான் என்று தோன்றிற்று. அவள் அவர்களது நாடகத்துக்கு இப்பொழுது வேண்டாத கதாபாத்திரம். அவளைக் காட்சியிலிருந்து அகற்றிவிட்டால் அவர்களுக்கு நிம்மதி.

ராஜு ஒருத்தன் தான் என்னவோ நினைத்து நினைத்து கண்ணைக் கசக்கிக் கொண்டிருந்தான். அவனுக்கு அவள்மேல் அப்படி ஒரு ஒட்டுதல் இருந்தது. அவளுக்கே அதிசயமாக இருந்தது...

வீட்டில் உறவுக்காரர்கள் குழுமிவிட்டார்கள். அவர்களது அசட்டுப் பேச்சும், பரிகாசமும் அவளுக்கு வேண்டியிருக்கவில்லை. இவர்களது உலகம் எவ்வளவு குறுகியது என்று அவளுக்கு முதல்முறையாக உறைக்க ஆரம்பித்தது.

நாட்கள் விரைந்தோடிவிட்டன, அவளைக் கல்யாணப் பெண்ணாய் அலங்கரித்து நிறுத்த. அலங்கரித்த நிலையில்

தன்னைக் கண்ணாடியில் பார்த்துக்கொள்ளும்போது ஓவென்று அழவேண்டும்போல் இருந்தது.

சங்கரின் தூரத்து உறவுக்காரர்கள் யாரோ இரண்டுபேர் வந்திருந்தார்கள். அவன் குழந்தைகளைக் கூட்டி வரவில்லை. ப்ரோகிதர் ஸம்ஸ்க்ருத ஸ்லோகங்களைச் சொல்லியபடி அவளது கையையும் சங்கரின் கையையும் இணைக்கையில், அக்னி குண்டத்தை அவளும் அவனும் வலம் வருகையில், அவனது தர்மபத்தினி நீ என்ற வாக்கியத்தை கேட்கையில், எல்லாமே ஒரு பெரிய கேலிக்கூத்து என்று அவளது உள்ளம் கூவிக்கொண்டேயிருந்தது.

✲ ✲ ✲

அத்தியாயம்

10

அம்மா ஒவ்வொன்றாக மடித்துக் கொடுத்துக் கொண்டிருந்தாள். ஒவ்வொன்றாக எல்லாவற்றையும் பெட்டியில் வைத்துப் 'பாக்' செய்கையில் உஷாவுக்கு பிரமிப்பாக இருந்தது. நிஜமாகவே இந்தச் சூழலைவிட்டுப் போகப் போகிறோம் என்று ஒவ்வொரு விநாடியும் உணர்த்துகையில் மனத்தில் இனம்புரியாத கலக்கம் ஏற்படுகிற மாதிரி இருந்தது. அம்மாவின் கண்களுடன் மனமும் கலங்கியிருப்பது, அவள் புடைவையை ஏறுமாறாக மடிப்பதிலிருந்து தெரிந்தது.

"அம்மா நானே மடித்துக்கொள்கிறேன், நீ போயேன் ப்ளீஸ்!" என்றதும் அம்மா ஒரு பெருமூச்சு விட்டுக்கொண்டே கண்ணைத் துடைத்துக் கொண்டு எழுந்துப்போனாள். அவள் அப்படி ஜீவனில்லாமல் போன மாதிரி போவதைப் பார்க்கையில் ஏன் அப்படிச் சொன்னோம் என்றிருந்தது உஷாவுக்கு. அவள் நினைத்துக் கொண்டாள், அவளுடைய கல்யாணப் பிரச்னையை எழுப்பியதிலிருந்து தன்னுடைய முகத்தில் புன்னகையும் வாக்கில் நயமும் இனிமையும் போய்விட்டன. எல்லாரையும் தூண்டித் துருவிப் பார்க்கும் குணம் வந்துவிட்டது. நிஷ்டூரமாக எதையும் நினைத்துக்கொள்ளும் மனச்சூன்யம் ஏற்பட்டுவிட்டது. ஒரு சராசரிப் பெண்ணுக்கு இதே நிகழ்ச்சி எத்தனை மாறுபட்ட

மாறுதல்களை விளைவித்திருக்கும்? வினோதினிக்குக் கல்யாணமாகி ஒரு வருஷமாகிவிட்டது. இன்னமும் கண்களில் ஒரு மயக்கம் தெரிகிறது. மாலை மயங்கியதும் உடலிலே மையலும் கள்ளமும் புகுந்துவிடுகின்றன. உஷாவின் அழகு வழியும் பொம்மைக் கல்யாணத்தில்கூட வினோதினி என்ன பாடுபடுத்திவிட்டாள்! சொல்லச் சொல்லக் கேட்காமல் கைகளில் மருதோன்றியைக் கோலமாக வரைந்தாள். உடல் முழுவதும் மணக்கிறது இன்னமும், அவள் தெளித்த ஸென்டினால். 'இன்னும் நெருங்கி உட்காரு. இதென்ன பட்டிக்காடாய் இருக்கிறாய்' என்று நையாண்டி செய்தாள். தனக்கு இந்த மாதிரி ரம்யமான உணர்வுகள் எல்லாம் கிடையாது என்று சொன்னால் யார் நம்புவார்கள்?

நினைத்துப் பார்க்கையில் அவளுக்கு ஒரே ஒரு விஷயம்தான் புரியாமல் இருந்தது. அவளைவிட அம்மாவும் அப்பாவும்தான் அதிகம் கலவரமடைந்திருந்த மாதிரி இருந்தது. முகத்தில் சுரத்தேயில்லாமல் ஏதோ கிலிபிடித்துப் போனவர்கள் மாதிரி... அவர்களுக்கோ இப்பொழுது பயம் தோன்ற ஆரம்பித்துவிட்டதா? தங்களது முடிவைப் பற்றி அவர்களுக்கே சந்தேகம் தோன்ற ஆரம்பித்துவிட்டதா? அவள் எதையுமே கவனிக்காத மாதிரி, இது வேறு யாருடைய கல்யாணமோ என்கிற மாதிரி பட்டும்படாமலும் வளைய வந்தாள்.

கல்யாணச் சந்தடியினால் அப்பா சோர்ந்து போயிருந்தார். காலையிலிருந்து படுத்துக் கொண்டேயிருந்தார். உஷா அவருடைய அறைக்குள் நுழைந்தாள். போர்வையைப் போர்த்தியபடி படுத்திருந்த அவரது நிலையைக் கண்டதும் பரிதாபமாக இருந்தது.

"அப்பா!" அவளுக்குத் தொண்டையை அடைத்த. மாதிரி இருந்தது.

அவர் திடுக்கிட்டுக் கண்ணைத் திறந்தார். அவள் கையில் மருந்தை ஏந்தியபடி நின்றாள்.

"மருந்தைச் சாப்பிடுங்கள் அப்பா. என் கையால் கொடுக்கும் கடைசி மருந்து."

அவர் எழுந்து உட்கார்ந்தார். அவருக்கு சௌகர்யமாக அவள் தலையணைகளைச் சாய்த்து வைத்தபடியே கண்களில் துளிர்த்த நீரை விழுங்கிக்கொண்டு,

"நான் போய்விட்டாலும் வேளை தவறாமல் நீங்கள் மருந்தைச் சாப்பிட்டுக் கொண்டிருக்க வேண்டும். பத்தியமாக இருக்க வேண்டும். இருப்பீர்களா அப்பா?" என்றாள்.

அப்பா திடீரென்று முகத்தைக் கைகளால் மூடிக்கொண்டு விசித்து விசித்து அழுதார்.

குலுங்கும் அவரது முதுகையே பார்த்தவண்ணம் அவள் திகைத்துப்போய் ஒரு விநாடி நின்றாள். அவளுக்குத் தூணாய் அரணாய் இத்தனை நாட்கள்வரை இருந்தவர் அப்படி உடைந்துப்போன மாதிரி குலுங்குவதைப் பார்க்கையில் அவள் கண்களிலிருந்தும் நீர் வழிந்தது. தன்னைச் சமாளித்துக்கொண்டு, "என்னப்பா இது?" என்றாள்.

அவர் ஒரு வழியாக முகத்தைத் துடைத்துக்கொண்டு பேசினார்:

"உஷா! நீயில்லாமல் நாங்கள் எப்படி இருக்கப் போகிறோம் என்று என்னால் நினைத்துப் பார்க்கவே முடியல்லே. நீ எங்களுக்கு பாரமா போயிட்டேன்னு நினைச்சு உனக்குக் கல்யாணம் பண்ணினேன்னு தயவுசெய்து நினைக்காதேம்மா. உனக்கு வயசுக் காலத்திலே ஒரு துணை வேணும்னு நினைச்சுத்தான் இந்த ஏற்பாடு பண்ணினேன். நல்லதை நினைச்சுத்தானம்மா பண்ணினேன். இப்போ பண்ணினது விவேகமா இல்லையான்னு சந்தேகம் வரது. நீ எதையும் சமாளித்துக்கொள்வேன்னு தோணினாலும் இரண்டு நாளா என்னவோ கலக்கமா இருக்கு."

அப்பாவின் புலம்பலான தயக்கமான பேச்சு அவர் எவ்வளவு கலங்கிப் போயிருக்கிறார் என்று காட்டிற்று. அவர் பயத்தைப் போக்கி அவரைச் சமாதானப்படுத்த வேண்டும் என்று அவளுக்குத் தோன்றிற்று.

"அப்பா, இனிமேல் கலங்கி பிரயோஜனமில்லை. ஆனது ஆகிவிட்டது. இனிமேல் என் பொறுப்பு. ஒன்று மட்டும் நிச்சயம். என்ன ஆனாலும் நானே சமாளித்துக்கொள்வேன். அங்கிருந்து திரும்பிவந்து உங்களுக்கு அவமானத்தைத் தேடித் தரமாட்டேன். இந்த முராதாபாத்தில் வளர்ந்தவள் நான். மான அவமானம் என்கிற உணர்ச்சி உங்களுக்கு எவ்வளவு இருக்கிறதோ அவ்வளவு எனக்கும் இருக்கு. தயவுசெய்து நான் கிளம்புகிற சமயத்திலே கலங்காதீர்கள்."

அதற்குபிறகு அவர் அவள் எதிரில் தம்முடைய உணர்ச்சிகளைக் காட்டாமல் மறைத்துக் கொண்டார். ஆனால் அவள் சங்கருடன் ரயிலுக்குக் கிளம்பும்போது மட்டும் அவரால் தம்மைக் கட்டுப்படுத்திக்கொள்ள முடியவில்லை. சங்கரின் கைகளைப் பிடித்துக் கொண்டு மறுபடியும் அழுதார்.

"முப்பது வருஷம் கோழிக்குஞ்சைக் காப்பாத்துகிற மாதிரி அவளைக் காத்தேன். இனிமேல் நீங்கள்தான் பொறுப்பு."

சங்கர் அவர் முதுகில் தட்டிவிட்டு,

"கவலையேபடாதீர்கள்" என்றான்.

அம்மா ஒன்றுமே சொல்லத் தெரியாமல் அழுது கொண்டிருந்தாள்.

ரயில் கிளம்புகையில் எல்லாருடைய சோகத்தையும் சேர்த்து இழுத்துக்கொண்டு போகிற மாதிரி இருந்தது. ராஜீ அழுதுக்கொண்டே விடை கொடுத்தது அவளுக்கு ஆச்சரியமாக இருந்தது. மோகனை மாதிரி ராஜீவும் உணர்ச்சிவசப்படாதவன் என்று நினைத்திருந்தாள். அவனுக்குள் இத்தனை மெல்லிய உணர்ச்சிகளா?

பெட்டியில் இன்னும் நான்குபேர் இருந்தார்கள். அவள் கண்களில் பொங்கிய நீரைக் கஷ்டப்பட்டு அடக்கிக்கொண்டாள். அவளுடைய தோள்களைப் பற்றி அவளை உள்ளே அழைத்துச் சென்று சங்கர் உட்கார்த்தி வைத்தான். அவள் ஜன்னலோரமாக உட்கார்ந்ததும் அவன் பக்கத்தில் அவளது முதுகைச் சுற்றியபடி ஜன்னல் கம்பிகளைப் பிடித்தபடி உட்கார்ந்தான்.

"எல்லோருக்கும் உன்மேல் கொள்ளை ஆசை போலிருக்கிறது, உம்?" என்றான் அவள் காதருகில் மெல்லிய குரலில். அவளால் பதில் பேச முடியவில்லை. துக்கம் தொண்டையை அடைத்தது. அவர்களையெல்லாம் பிரிந்ததனால் துக்கமா, இல்லை வேறு காரணத்திற்காகவா என்று புரியாமல் அவள் திகைத்தாள்.

அவனுடைய லேண்டர் மணம் மிகஅருகில் மூக்கைத் துளைத்தது. அந்த வாசனை பழக்கமில்லாமல் அவளுக்கு வயிற்றை என்னவோ செய்தது. ஜன்னலின்மேல் சாய்ந்துக்கொண்டு உட்காரலாம் என்றால் அவனுடைய கை அங்கு இருந்தது. ஆண்மை மிகுந்த, ரோமங்கள் அடர்ந்த சிவந்த கை. கவனமாக வெட்டப்பட்ட நகக்கணுக்கள் விரல்களுக்கிடையே நீலக்கல் பதித்த மோதிரம். இவனுக்குத் தான் ஏற்றவளில்லை என்று அவள் நினைத்துக் கொண்டாள். வினோதினி மாதிரி ஒரு பெண் தேவை இவனுக்கு.

அவள் திடுக்கிட்டு சுயநினைவுக்கு வந்தாள். இனிமேல் இதைப்பற்றியெல்லாம் சிந்தித்து லாபமில்லை. திருமணமாகிவிட்டது. அவளுடைய தோழமைக்காக அவன் கல்யாணம் செய்து கொண்டிருக்கிறான். இத்தனை பெருந்தன்மையுடன் அவளை ஏற்றுக் கொண்டிருப்பவனுக்கு அவள் ஏமாற்றத்தைக் கொடுக்கமாட்டாள். அவள் தீர்மானித்துக்கொண்டாள். அவளது தனிப்பட்ட உள்ளத்தின் உணர்வுகளுக்கெல்லாம் இனி அர்த்தமில்லை. அவனுக்காக

அவள் வாழக் கற்றுக்கொள்ள வேண்டும். உலகத்தார் முன் பகிரங்கமாக அவளைத் தன் மனைவி என்று சொல்லி அவளது அர்த்தமற்ற வாழ்வுக்கு ஒரு அர்த்தம் ஏற்படுத்திக் கொடுத்தவனுக்கு அவள் தகுந்த விசுவாசத்துடன் இருப்பாள். எந்தவித துயரத்தையும் காட்டாமல் சிரித்த முகத்துடன் அவனுடைய குழந்தைகளைத் தன் குழந்தைகளாக ஏற்றுக் கொண்டு...

அவள் மெல்ல அவனைக் கேட்டாள்.

"நீங்கள் குழந்தைகளைப் பற்றி அதிகம் சொல்லவேயில்லையே!"

அவன் கனவிலிருந்து விழித்துக் கொண்டவன்போல் அவள் பக்கம் திரும்பினான். அவளைப் பார்க்கும்போது ஒரு சுவாரஸ்யம் அவன் கண்ணில் தென்படுவதை அவள் உணர்ந்தாள்.

அவன் சிரித்துக்கொண்டே சொன்னான்.

"நீ கேட்கவில்லையே என்று நினைத்தேன். முதல் பெண் பாமா நான்காவது படிக்கிறாள். இரண்டாவது ரவி இரண்டாவது படிக்கிறான். கடைக்குட்டி மகேஷ், கே.ஜி.யில் இருக்கிறான்."

அந்த இளம் குருத்துக்கள் தன்வசத்தில் இருக்கப் போகின்றன என்று நினைத்ததும் அவள் மேனி சிலிர்த்தது.

"நீங்கள் ஏன் குழந்தைகளை அழைத்து வரவில்லை?" என்றாள் அவள்.

"அப்பா இரண்டாம் கல்யாணம் செய்துகொள்வதைப் பார்ப்பது குழந்தைகளின் மனநிலையைப் பாதிக்கும் என்று நான் நினைத்தேன்."

"நீங்கள் சொல்வது வாஸ்தவம்தான்" என்றாள் அவள். கே.ஜி.யில் படிக்கிறான் கடைசிப் பையன் என்றால் ஐந்து வயது இருக்குமா?"

"நாலரை."

"ஐயோ பாவம்!" என்றாள் அவள், உண்மையான அனுதாபத்துடன். "அப்போ மூணரை வயதில் அம்மாவை இழந்துவிட்டானா குழந்தை?"

அவன், "ஆமாம்" என்று பெருமூச்சு விட்டான். "உன்னுடைய இந்த அனுதாபம் என்றும் இருக்கவேண்டும் உஷா!" என்றான்.

அவள் தன்னையறியாமல் அவனது துடைமேல் தன் கையை வைத்தாள்.

"என்றைக்கும் இருக்கும். இது சத்தியமான வார்த்தை. நீங்கள் கவலைப்படவேண்டாம்" என்று அவனைப் பார்த்துக்கொண்டு சிரித்தபடியே சொன்னாள். வெள்ளைப் பற்கள் பளீரென்று மின்னிற்று. கன்னம் குழைந்தது.

அவன் ஒரு விநாடி அவள் முகத்தைப் பார்த்தபடி உட்கார்ந்தான். தன் துடைமேல் இருந்த அவளது கையைத் தனது வலது கையினால் வருடினான். அவன் கை உஷ்ணமாகிப் போயிருந்தது அவளுக்குத் தெரிந்தது. பெட்டியில் மற்ற பிரயாணிகள் பேப்பர் படிக்கிற பாவனையில் இருந்தாலும் தங்களைக் கவனித்துக் கொண்டிருப்பதை உணர்ந்து அவள் மெல்லத் தன் கையை விடுவித்துக் கொண்டாள்.

"விமலாவும் ரொம்ப அழகாயிருப்பாள்" என்றான் அவன் திடீரென்று, அவளுக்கு மட்டும் காது கேட்கும்படி. "பத்து வருஷம் ரொம்ப சந்தோஷமாக இருந்தோம். விதிக்குப் பொறுக்கவில்லை!"

அவன் கண்களில் நீர் நிறைந்த மாதிரி இருந்தது... அவளுக்கு மிகவும் பரிதாபமாக இருந்தது. அந்த விமலாவின்மேல் இருந்த அவனது உண்மையான அன்பினால்தான் இப்பொழுது இந்த மாதிரி ஒரு கல்யாணத்தைச் செய்து கொண்டிருக்கிறான். குழந்தைகளின் பராமரிப்புக்காக, அவனுக்கு வெறும் ஒரு

கம்பேனியன்ஷிப்புக்காக. எத்தனை பண்புள்ளவனாக இருக்க வேண்டும் இவன்? வெறும் தாதியென்றால் சம்பளம் வாங்கிக்கொள்பவள், குழந்தைகளைச் சரியாகப் பார்த்துக்கொள்ள மாட்டாள் என்று, அதற்காக ஒருத்தியை, அவனுக்குப் பிரயோஜனப்படாத ஒருத்தியை, மணம்புரிந்து கொண்டிருக்கிறான். எத்தனை அன்புள்ளம் இருக்க வேண்டும் இவனுக்கு?

அவளும் அவளது பெற்றோரும் இந்தக் கல்யாணத்தை. நினைத்துப் பயந்தது எத்தனை அசட்டுத்தனம் என்று அவள் நினைத்துக் கொண்டாள்.

ரமேஷ்கூட கல்யாணத்தன்று வந்தவன் வேதனையும் கவலையும் தோன்றும் முகத்துடன்தான் தென்பட்டான். அவனைத் தனியே சந்திக்கும் சமயத்தில், "நல்லவேளை இரண்டாம் தாரம் என்றால் ரொம்ப வயசு வித்தியாசமோ என்று நினைத்திருந்தேன். அப்படியொன்றும் அதிகமில்லை" என்றான்.

அவள் சிரித்துக்கொண்டே, "என் வயசு மறந்துவிட்டதா உங்களுக்கு?" என்றாள்.

"இருந்தும் மூன்று ப்ராப்ளம்ஸ் இருக்கிறதாமே!"

"ப்ராப்ளம்ஸ் இல்லை. வரங்கள் என்று நான் நினைக்கிறேன்."

ரமேஷை நினைக்கும்போது வருத்தமாக இருந்தது. அவள் மட்டும் மற்ற பெண்களைப்போல் நார்மலாக இருந்திருந்தால் அவனை மறுக்க என்ன காரணம் இருந்திருக்கும்? அவர்கள் இருவரும் திருமணப் பிணைப்பில் லட்சிய தம்பதியாக இருந்திருக்க மாட்டார்களா? அவன் அவளை உத்தியோகம் தொடர்ந்து பார்க்க அனுமதித்திருப்பான். 'ஐடியல் கபிள்'ளாக எல்லோரும் பெருமைப்படும்படியாக வாழ்ந்திருப்பார்கள்...

அவள் திடுக்கிட்டாள். இது என்ன வேண்டாத சிந்தனை, பக்கத்தில் தாலிகட்டிய கணவனை வைத்துக் கொண்டு?

ரயில் டில்லி போய்ச் சேர்ந்ததும் அவளுக்கு ஒரு விவரம் புரியாத பரபரப்பு ஏற்பட்டது. ஒன்றுவிட்ட விதவைத் தங்கையின் பாதுகாப்பில் அவன் குழந்தைகளை விட்டுவிட்டுப் போயிருந்ததாக அவன் சொன்னான்.

சின்ன வீடு. டாக்ஸி வந்து நின்ற ஓசை கேட்டதும் மூன்று குழந்தைகளும் ஒரு கூச்சப் பார்வையுடன் வந்து நின்றன. உஷா வியப்புடன் அவர்களைப் பார்த்தாள். எத்தனை அழகிய குழந்தைகள்! அவளுக்கு இயற்கையாக ஒரு மகிழ்ச்சி ஏற்பட்டது, அவர்களைப் பார்த்ததும். அவள் சிரித்துக் கொண்டே அவர்கள் அருகில் சென்றாள். கடைக்குட்டி ஒருவகை பயத்துடன் அக்காவின் கவுனைப் பிடித்துக்கொண்டு நின்றான். இரண்டாமவன் அவளை அளக்கிற மாதிரி சந்தேகத்துடன் பார்த்தான். பெரியவள் ஒருவித சுவாரஸ்யத்துடன் பார்த்தாள்.

சங்கர் அதற்குள் பக்கத்தில் வந்து நின்றான்.

“பாருங்கள், உங்களுக்கு ஒரு அம்மாவை அழைத்து வந்திருக்கேன்!”

மூன்றும் திடீரென்று உள்ளே திரும்பி ஓடிவிட்டன. அவள் விக்கித்து நின்றாள். சங்கர் சிரித்துக்கொண்டே, “பயப்படாதே... பழகப் பழக சரியாகி விடுவார்கள்” என்றான்.

அவள் பதில் பேசாமல் உள்ளே சென்றாள். அந்த விதவைத் தங்கை அவளைக் கண்டதும் விமலாவின் பெயரைச் சொல்லி ஒரு குரல் அழுதாள். சங்கர் ஓர் அதட்டல் போட்டதும் வாயை மூடிக்கொண்டு காப்பியைக் கலந்துக்கொண்டு வந்தாள்.

வீடு கும்மென்று நிசப்தமாக இருந்த மாதிரி இருந்தது. குழந்தைகள் இருக்கும் வீடு மாதிரியே இருக்கவில்லை. சங்கர் அவளுடைய சாமான்களைத் தன் அறையில் வைக்கச் சொன்னான். அறையில் இரட்டைக் கட்டில்கள் போட்டு

அலங்கரிக்கப்பட்ட மாதிரி இருந்தது. அந்த அறையில் கால் வைக்கவே அவளுக்குத் தயக்கமாக இருந்தது.

இரவு வந்தது. சாப்பாடானதும் அவள் குழந்தைகளுடன் படுத்துக்கொள்வதற்காகக் கிளம்பினாள். அவள் கிளம்புவதைப் பார்த்து சங்கர் கேட்டான் அவளது கையைப் பற்றியபடி.

"எங்கே போகிறாய்?"

"குழந்தைகளுடன் போய்ப் படுத்துக்கொள்கிறேன்" என்றாள் அவள் தயக்கத்தோடு.

அவன் உல்லாசமாகச் சிரித்தான். "அவர்களுடன் படுத்துக்கொள்ளத்தான் உன்னைக் கல்யாணம் செய்துக்கொண்டேனா?"

சொல்லிக்கொண்டே அவன் அறைக் கதவைத் தாழ்போடுவதைக் கண்டு அவள் ஒன்றும் புரியாமல் வியப்பும் அதிர்ச்சியுமாய் அவனைப் பார்த்தாள்.

✲ ✲ ✲

அத்தியாயம்

11

உஷா, ரொட்டிக்கு அப்பளங்கள் இட்டுக் கொண்டிருந்தாள். கை இயந்திர கதியில் வேலை செய்கையில் மனசு பேயாட்டம் ஆடிக்கொண்டிருந்தது. குழந்தைகள் ஸ்கூலுக்குப் போயிருந்தார்கள். சங்கரும் அவர்களுடன் கிளம்பிப் போயிருந்தான். அவர்களுடைய டி.ஸி.யை வாங்கப் போயிருப்பான் என்று அவள் அனுமானித்தாள்.

நேற்று இரவு நடந்த அந்தப் பயங்கர அனுபவத்துக்குப் பிறகு அவள் இரவு முழுவதும் தூங்காமலே கழித்தாள். மனத்தில் ஏற்பட்ட அதிர்ச்சியில் கண்களில் நீர்கூட வரவில்லை...

அவன் தாழ் போட்டுவிட்டு அவளருகில் வந்தபோது அவளுள் ஒருவகை பீதி படர்ந்தது. அவள் பின்னால் விலகிக் கொண்டாள்.

"என்ன சொல்கிறீர்கள் நீங்கள்?"

அவன் சிரித்தான்.

"உனக்கு ஒன்றும் சின்ன வயசில்லை. இதெல்லாம் நான் சொல்லித்தான் தெரியணுமா?"

அவள் கலவரத்துடன் அவனைக் கேட்டாள். "என்னுடைய அப்பா உங்களிடம் என்னைப் பற்றிச் சொல்லவில்லையா?"

"எதைப் பற்றி?"

அவள் தயங்கினாள்.

"என்னுடைய குறையைப் பற்றி?"

"சொன்னார்" என்றான் அவன் பொறுமையில்லாமல். "உனக்குக் குழந்தைகள் பிறக்காது, ஏதோ கோளாறு ஏற்பட்டதால் கர்ப்பப்பையை எடுக்க வேண்டி வந்தது. மற்றபடி நீ நார்மல் என்றார்" என்றான்.

அவள் அதிர்ந்துப்போனாள்.

"என்னது? அவர் அப்படியா சொன்னார்?"

அவளுடைய விழிகள் பிதுங்கிப் போயிற்று. அவமானத்திலும் அதிர்ச்சியிலும் கன்னங்கள் சூடேறிப்போயிற்று.

அவன் முகத்தில் கோபத்தின் ரேகை தெரிந்தது.

"வாட்டு யூ மீன்? இன்னும் வேறு ஏதாவது இருக்கா? என்னிடமிருந்து எதையேனும் மறைத்திருக்காரா?"

அவளுக்கு வார்த்தைகளே வரவில்லை. தொண்டை காய்ந்து போயிற்று. கண்கள் இருட்டிக்கொண்டு வந்தது. அவள் விழுந்து விடுவோமோ என்கிற பயத்தில் பக்கத்திலிருந்த மேஜையைப் பிடித்துக் கொண்டாள்.

"என்னுடைய அப்பா மிகப்பெரிய தப்பைச் செய்திருக்கிறார். அதற்காக நீங்கள் மன்னிக்கணும்" என்றாள் அவள் மெல்ல.

அவனுக்குச் சுரீரென்று கோபம் வந்தது. "எனக்கு இந்த டிராமா எல்லாம் வேண்டாம். என்ன விஷயம்னு சொல்லு."

அவள் எச்சிலை விழுங்கிக் கொண்டாள், தொண்டையை நனைத்துக்கொள்கிற மாதிரி. பிறகு அவள் நிதானமாகத் தன் குறையைப் பற்றி அவனைத் திருப்திபடுத்த முடியாத தன் நிலையைப் பற்றி விளக்கினாள்.

அவனுக்கு முகம் ஜிவு ஜிவு என்று ஆகிவிட்டது. ''உங்கப்பா என்னிடம் சொல்லாதது உனக்குத் தெரியாது. என்கிறாயா?''

''சத்தியமாகத் தெரியாது.''

அவன் மிக ஆத்திரத்துடன் அவளருகில் வந்தான். 'பளார்' என்று அவள் கன்னத்தில் ஒன்று கொடுத்தான். அவள் நிலைகுலைந்துப் போனாள். ஒருவிதச் சீற்றமும் அவமானமும் அவளுள் எழுந்தன. இந்த மாதிரி ஒரு சந்தர்ப்பம் வரும் என்று சற்றும் எதிர்பாராத ஒரு அதிர்ச்சியோடு ஒரு கையாலாகாத்தனத்தோடு அவனைப் பார்த்தபடி. நின்றாள்.

அவன் முகம் கோரமாகிப் போயிற்று.

''நீயும் உன் அப்பாவும் சேர்ந்து என்னை மோசம் செய்திருக்கிறீர்கள். நீ படித்தவள்; வக்கீல். உனக்குத் தெரியாமல் உங்கப்பா இப்படி ஏற்பாடு செய்துவிட்டார் என்கிறாயா?''

''என்னை நம்புங்கள்'' என்றாள் அவள் பலஹீனமாக. ''உங்களிடம் எல்லாவற்றையும் சொல்லிவிட்டதாகச் சொன்னார். அதற்காகத்தான் நான்கூட உங்களைக் கேட்டேன். என்னைப் பற்றித் தெரிந்தும் என்னை எதற்குக் கல்யாணம் செய்துகொள்ளச் சம்மதித்திருக்கிறீர்கள் என்று...''

அவன் கோபத்துடன் அவளைப் பார்த்தான். ''நான் கண்டேனா நீ எந்த அர்த்தத்தில் கேட்டாய் என்று?''

அவனது கேள்வியில் நியாயம் இருக்கிற மாதிரி இருந்தது அவளுக்கு. அவள்தான் அவனைத் தவறாகப் புரிந்துக்கொண்டிருக்கிறாள். அவனை, ஏன் பெற்றோரையே அவளால் புரிந்துகொள்ள முடியவில்லை. அப்பா இத்தனை அசட்டுத்தனமாக அவளுடைய வாழ்க்கையோடு விளையாடியிருப்பார் என்று அவள் எதிர்பார்க்கவில்லை. அப்படி டெஸ்பரேட்டாகப் போவதற்கு என்ன காரணம் என்று புரியவில்லை. சங்கர் ஒரு விவேகாநந்தராக, ராமகிருஷ்ண பரமஹம்ஸராக இருப்பான், அவளது இயலாமையைப்

பொருட்படுத்தமாட்டான் என்று அப்பா நினைத்தாரா? அவள் ஒரு வக்கீலாக இருந்துக்கொண்டு எப்படி எல்லாவற்றையும் சந்தேகிக்காமல் கேள்வி கேட்காமல் இருந்தாள்?

“நான் இதற்காக உங்கப்பாவின்மேல் கேஸ் போடமுடியும், தெரியுமா?”

அவனது இந்தக் கேள்வியை கேட்டு அவள் அதிர்ந்துப் போனாள். கேஸ் போட்டால் அவளது பெயரும் இரகஸியமும் எப்படி சந்திசிரிக்கும் என்று நினைக்கையில் அவமானத்தில் உடல் கூசிற்று. அவன் வாதத்தில் இருந்த நியாயத்தை உணர்ந்து அவள் பேசாமல் நின்றாள்.

அவன் குரூரத்துடன் அவளைப் பார்த்தான். இப்பொழுது அவனை அந்த நிலையில் அந்தப் பார்வையில் தெறித்த குரூரத்தைப் பார்க்கும்போது வெறும் தோழமைக்காக இவன் கல்யாணம் செய்துக்கொள்வான் என்று எப்படி நம்ப முடிந்தது நம்மால், என்று அவளுக்கு ஆச்சரியமாக இருந்தது. ஒரு ஏமாற்றப்பட்ட வேங்கைப் புலி மாதிரி இருந்தது அவனைப் பார்க்கையில்.

அவளது. மௌனம் அவனது ஆத்திரத்தை இன்னும் கிளப்பியிருக்க வேண்டும். அவளை மேலும் கீழுமாக ஒரு வெறியுடன் அவன் பார்த்தான்.

“பின் ஏன் இந்த மாதிரி வேஷம் போடுகிறாய்? ஆளை ஏமாற்றவா? அது எப்படிப்பட்ட வேஷம் என்று நான் பார்க்க வேண்டாமா?”

அவள் பயந்துப்போய் பின்னுக்கு நகர்ந்தாள். அவன் வேங்கை மாதிரி அருகில் வந்தான்.

“ப்ளீஸ் நோ! நோ!” அவள் பயத்துடன் மெல்லிய குரலில் கூவினாள். அவன் அதைச் சட்டை செய்யவில்லை.

அவள் ஒரு சாதாரண, எல்லோரையும் போன்ற ஒரு பெண் என்று இத்தனை நாள் உலகத்தை நம்ப வைத்த சாதனங்கள்

அவளது காலடியில் விழுந்தன. அவள் அவமானம் தாங்காமல் கைகளால் உடலை மூடிக்கொண்டு கீழே உட்கார்ந்தாள்.

அவன் அருவருப்புடன் அவளது ஆடைகளை அவள்மேல் விட்டெறிந்தான். "Get lost, you bloody cheat!" அவன் அடிக்குரலில்தான் அந்த வார்த்தைகளை, வெளியே யாருக்கும் கேட்காத வண்ணம் சொன்னான். இருந்தும் அதன் கொடூரம் அவளது எலும்புக்குள் ஊடுருவிச் சென்று அவளை நடுங்க வைத்தது.

அவன் அதன்பிறகு ஏதும் பேசாமல் கோபத்துடன் கட்டிலுக்குச் சென்று படுத்துக் கொண்டான். அன்று இரவு முழுவதும் அவள் ஒரு அநாதை மாதிரி, பெரிய குற்றம் புரிந்துவிட்டவள் மாதிரி அந்த அறையின் ஒரு மூலையில் உட்காருகையில் இதுவரை உணர்ந்தறியாத ஒரு துக்கமும், அவமானமும், பயமும் அவளை வியாபித்தன. இத்தனை பயங்கரமாக ஆரம்பித்த அவளது புதிய வாழ்வு எப்படியிருக்கப் போகிறது? இத்தனை நாளும் கௌரவமாக, மிதப்பாக, படித்த படிப்பு தந்த தைரியத்தில், வக்கீல் என்கிற தோரணையில் வளைய வந்தவள், இப்பொழுது இரண்டே நாட்களில் அதெல்லாம் பழம் கதையாகி மூலையில் உட்கார்ந்துகொண்டு, வருங்காலம் எப்படியிருக்குமோ, என்ற பயத்தில் ஆழ்ந்திருப்பது அவளுக்கே புரியாத ஒன்றாக இருந்தது. எத்தனை வகையாக ஒரு சிக்கலில் மாட்டிக் கொண்டுவிட்டோம் என்ற பரிதவிப்பு மனத்தை வதைத்தது. இப்பொழுது அவள் இருப்பது இருமுனைக் கத்தியில். எந்தப் பக்கம் திரும்பினாலும் வெட்டு கிடைக்கும். திரும்பி முரதாபாத் போய்விடவும் தன்மானம் இடம் கொடுக்கவில்லை. பெற்றோருக்கு அவமானம் மட்டுமில்லை, பழைய ப்ரச்னைகள் எல்லாம் இன்னும் விசுவரூபத்தோடு தலைதூக்கும். சங்கருடனேயே தங்கினால் அவனது கோபத்துக்கும் அவன் அவளை அவமானப்படுத்துவதற்கும் ஈடு கொடுக்க வேண்டும். அவள் கண்களிலிருந்து முதல்முறையாகச் சரம்சரமாய் நீர்

வழிந்தது. இப்படியும் ஒரு பிறவி எடுக்கவில்லையென்று யார் அழுதார்கள்?

அவள் தீவிரமாகச் சிந்திக்க ஆரம்பித்தாள். சிந்திக்க சிந்திக்க ஒரு விஷயம் அவளுக்குத் தெளிவாகப் புரிந்தது. சங்கருக்குக் கோபம் ஏற்பட்டதென்றால் அது நியாயம் என்று தோன்றிற்று. அவனிடம் பூரா விஷயமும் சொல்லாமல் மறைத்தது அப்பாவின் மிகப்பெரிய குற்றம் என்று தோன்றிற்று. அவன் கோபத்தில் தாறுமாறாக நடந்து கொண்டால் அதைப் பற்றியும் கேள்வி கேட்கத் தனக்கு உரிமையில்லை என்று தோன்றிற்று. ஒவ்வொருத்தருக்குக் கோபம் ஒவ்வொரு மாதிரி வரும். மிதமிஞ்சிய கோபத்தில், ஏமாற்றத்தில் சராசரி மனிதன் மனிதனாக நடந்துக்கொள்வான் என்று எப்படி எதிர்பார்க்க முடியும்? சராசரி மனிதன்! அவள் தனக்குத்தானே சொல்லிக் கொண்டாள், ஞாபகப்படுத்திக்கொள்கிறவள் மாதிரி. சங்கர் ஒரு சராசரி மனிதன். அவனிடமிருந்து மிகஉயர்ந்த பண்புகளை அவள் எதிர்பார்த்தாளானால் அவளுக்கு ஏமாற்றம்தான் மிஞ்சும். அவனைப் பற்றி ஏதேனும் அசட்டுத்தனமான கற்பனையை அவள் வளர்த்துக் கொண்டிருந்தால் அவளுடைய ஏமாற்றத்திற்கு அவளே பொறுப்பாளி.

அவள் ஒரு தீர்மானத்துக்கு வந்தாள். கலங்கிக்கொண்டு உட்கார்ந்திருப்பதிலோ நான் தோற்றுப் போனேன் என்று புலம்பிக்கொண்டு மறுபடி முரதாபாத் சமூகத்துக்கெதிரில் நிற்பதிலோ அர்த்தமில்லை. திரும்பிப்போவது தோல்வியை ஒப்புக்கொள்கிற மாதிரி... அவள் சங்கரின் மனைவி என்கிற முறையில் தனது மற்ற கடமைகளில் கவனமாக இருப்பாள். வீட்டைப் பராமரிப்பதிலும் "குழந்தைகளை அன்புடன் வளர்ப்பதிலும் புத்தியைச் செலுத்தினால் என்றைக்காவது ஒருநாள் சங்கர் அவளது உள்ளக் கிடக்கையைப் புரிந்துக்கொண்டு மன்னிக்கமாட்டானா? அன்பைக் கொடுத்தால் அன்பு கிடைக்காதா? அவளுடைய ஆயுதம் அவனுடைய

குழந்தைகள். அந்தக் குழந்தைகளுக்குத் தனது முழுக் கவனத்தையும் செலுத்தி அவனது கோபத்தைப் போக்க வேண்டும். பெண்மை அவளுள் மலரவில்லையே தவிர பெண்மையின் இலக்கணங்களிலிருந்து சிறிதும் பிறழாதவள் அவள் என்று அவன் புரிந்துக்கொள்ள வேண்டும். ஒரு சராசரி மனிதனைத் தனது பண்புகளால் ஒரு லட்சிய புருஷனாக்க வேண்டும்...''

அவள் தனது தீர்மானத்தைச் செயல்படுத்துகிறவள் மாதிரி ஒரு முடிவுடன் முந்தைய தினம் எதுவுமே நடக்காத மாதிரி, விடிவதற்குமுன் எழுந்து குளித்துவிட்டுச் சமையலறைக்குள் நுழைந்தாள்.

சீக்கிரமே எழுந்துவிட்ட குழந்தைகளுக்குச் சிரித்தமுகத்துடன் பல் தேய்க்க வைத்துப் பாலைக் குடிக்க வைத்தாள். பாலைக் குடித்ததும் அவளுக்கும் அவர்ளுக்குமிடையே இருந்த இறுக்கம் சற்று குறைந்தமாதிரி இருந்தது. பெரியவளுக்குக் குளிக்க வெந்நீரைக் கொடுத்துவிட்டு அவள் டீயைக் கோப்பையில் ஊற்றிச் சங்கருக்கு கொண்டுப்போனாள். அவள், நுழைகையில் சங்கர் விழித்துக்கொண்டு விட்டத்தை வெறித்துப் பார்த்தபடி படுத்திருந்தான். ஆளரவம் கேட்டு அவன் சட்டென்று திரும்பினான். ஈரத் தலைமயிர் தோளிலே புரளக் குளித்துப் புதுமலர்போல் அவள் உள்ளே வருவதை அவன் நம்ப முடியாதவன் மாதிரி பார்த்தான். அவள் அவன் பார்வையைச் சந்திக்காமல் கட்டிலின் பக்கத்தில் இருந்த ஸ்டூலின்மேல் டீ கோப்பையை வைத்தாள்.

''இந்தாருங்கள் டீ'' என்றாள் மெல்லிய குரலில்.

''குட்! இதற்குத்தான் நீ லாயக்கு!'' என்றான் அவன் எகத்தாளமாக.

மறுபடி ஒரு அவமான உணர்வு அவளுள் படர்வதை அவள் உணர்ந்தாள். முகம் லேசாகச் சிவந்தது. அவள் பதில்

பேசாமல் நின்றாள். அவன் அவளை மேலும் கீழுமாகப் பார்த்தான்.

"கடவுள் உனக்கு இத்தனை அழகைக் கொடுத்திருப்பது அநியாயம்; அக்கிரமம்" என்றான் அவன்.

அவள் சுவரைப் பார்த்துக்கொண்டு பதில் சொன்னாள்.

"முக்கியமானதைக் கொடுக்காமல் அழகை மட்டும் கொடுத்திருப்பது அநியாயம்தான்."

"சாமர்த்தியமாகப் பேசுகிறாய். ஆனால் உன்னைவிடச் சாமர்த்தியமாக என்னால் இருக்க முடியும்" என்றபடி அவன் கோப்பையைக் கீழே வைத்தான்.

அவள் பதிலே பேசாமல் அந்தக் கோப்பையை எடுத்துக்கொண்டு வெளியே போனாள். மார்பு படபடவென்று அடித்துக்கொண்டது. இவனை ஆயுசுக்கும் எப்படிச் சமாளிக்கப் போகிறோம் என்று மனதில் ஒரு பீதி படர்ந்தது...

ரொட்டிகளை இட்டுக் கொண்டே நினைவுகளில் லயித்துப்போன நிலையில், நாத்தனாரின் குரல் அவளைத் திகைக்க வைத்தது.

"பிறந்தகத்து நினைவு போகவில்லையா உனக்கு? கூப்பிடக் கூப்பிடக் காதிலேயே விழவில்லையே!"

உஷா கூச்சத்துடன் சிரித்தாள்.

"அது லேசில் போய்விடுமா? நீங்கள் எதற்காகக் கூப்பிட்டீர்கள்?"

"ரொட்டி இட்டது போதும், நீயும் நானும்தானே சாப்பிடுவதற்கு இன்னும் பாக்கி என்று சொன்னேன். நீபாட்டுக்குக் காதிலேயே போட்டுக்கொள்ளாமல் செய்து கொண்டேயிருக்கிறாய்!"

அவள் வெட்கத்துடன் சிரித்துக்கொண்டே அங்கிருந்தவைகளை அப்புறப்படுத்தினாள். இருவரும் சாப்பிட உட்கார்ந்தார்கள்.

அம்மாவின் சாப்பாட்டையே சாப்பிட்டுப் பழகிய நாக்குக்குப் புதிய இடத்தின் ருசி திருப்தியாகப்படவில்லை. முந்தைய இரவு தூக்கமில்லாமல் போனதால் ஒருவித ஆயாசமும் சோர்வும் சேர்ந்து பசியேயில்லாமல் இருந்தது. அவளையே பார்த்துக்கொண்டிருந்த நாத்தனார் சிரித்துக்கொண்டே சொன்னாள்.

''சங்கருக்கு நல்ல ரஸனைதான்.'' உஷாவுக்கு லேசாக முகம் சிவந்தது. பேசாமல் இருந்தாள்.

''அவனுடைய முதல் பெண்டாட்டி விமலாவும் ரொம்ப அழகாக இருப்பாள். பாவி அல்பாயுசிலே போயிட்டாள்'' என்றுவிட்டு உஷா ஏதேனும் கேட்கப் போகிறாளோ என்று ஊடுருவுகிற மாதிரி பார்த்தாள்.

உஷாவுக்கும் அதைப்பற்றி இன்னும் தெரிந்துக்கொள்ள வேண்டும் என்று ஒரு ஆர்வம் எழுந்தது அவளையறியாமல்.

''பாவம், அத்தனை சின்ன வயசில் பெண்டாட்டி செத்தது அவருக்கு ரொம்ப அதிர்ச்சியாக இருந்திருக்கும், இல்லையா?''

''நன்றாய்க் கேட்டாய்! இருக்காதா பின்னே? நீயாவது ஒல்லியாய் இருக்கே. விமலா பட்டாணிச்சி மாதிரி இருப்பாள். அதுவும் எப்படிப்பட்ட சாவு!''

உஷா பதில் பேசாமல் நாத்தனார் பேசுவதையே பார்த்துக்கொண்டிருந்தாள். அவள் தன் பேச்சை நிறுத்திவிட்டு ஒரு விநாடி உஷாவைப் பார்த்தாள்.

''சங்கர் சொன்னானா, உனக்கு அவளைப் பற்றி?''

''ஆமாம் சொன்னார்'' என்றாள் உஷா மெல்லிய குரலில். ''அவளுடன் ரொம்ப சந்தோஷமாக வாழ்ந்ததாகச் சொன்னார். திடீரென்று காய்ச்சலில் இறந்ததுவிட்டதாக வருத்தப்பட்டுக் கொண்டார்'' என்றாள். அவன் என்ன சொன்னான் என்று அவளுக்கு விரிவாக நினைவில் தங்காமல் போனது மாதிரி இருந்தது.

நாத்தனார் சட்டென்று முகத்தைக் கவிழ்த்துக்கொண்டு சாப்பிட ஆரம்பித்தாள், உஷாவின் பார்வையைத் தவிர்க்கிற மாதிரி.

"ஆமாம் அப்படித்தான் இறந்து போனாள்" என்றாள் சற்றுநேரம் பொறுத்து.

அவள் அப்படிச் சொன்னது உஷாவுக்கு ஏதோ செயற்கையாகப்பட்ட மாதிரி இருந்தது.

உஷா பேசாமல் சாப்பிட ஆரம்பித்தாள்.

எங்கோ பாதி வாக்கியத்தில் நிறுத்திவிட்டுத் தொடர்கிற மாதிரி நாத்தனார் மறுபடி ஆரம்பித்தாள்.

"ஆனால் உன்னளவு அவள் படித்தவள் இல்லை. நீ நிறையப் படித்திருக்கிறாயாமே?"

"ஏதோ கொஞ்சம்" என்றாள் உஷா. "இந்தக் காலத்தில் யார்தான் படிக்கவில்லை?"

"ஆமாமாம்" என்றாள் நாத்தனார். கும்பலோடு கோவிந்தா போடும் கேஸ் இது என்று நினைத்துக் கொண்டாள் உஷா.

"சங்கரிடம் நீ ரொம்ப ஜாக்கிரதையா இருக்கணும்." அவள் திடுக்கிட்டுப் பார்த்தாள்.

"ஏன்?"

உடனே நாத்தனார் சமாளித்துக்கொண்டாள்.

"எனக்கு அவனோடு ரொம்பப் பழக்கமில்லை. ஒன்றுவிட்ட தங்கையானதாலே கேள்விப்பட்டிருக்கேன், ரொம்பக் கோபக்காரன் என்று. குழந்தைகள்கூட அவன்கிட்ட ரொம்ப ஒட்டாம இருக்கு, கவனிச்சியா?"

அது நிஜம்தான் என்று தோன்றிற்று உஷாவுக்கு. குழந்தைகள்மேல் தனக்கிருந்த பாசத்தை அவன் வார்த்தைகளில் இங்கு வருவதற்கு முன் காட்டியதோடு சரி.

இங்கு வந்தபிறகு அவனுக்கும் அவர்களுக்குமிடையே ஒரு நெருக்கம் இருந்தமாதிரியே தெரியவில்லை.

நாத்தனாரின் வம்புப் பேச்சுக்குத் தெம்பளிக்க அவளுக்கு இஷ்டமில்லை.

"ஒவ்வொருத்தர் சுபாவம் ஒவ்வொரு மாதிரி. நான் சமாளித்துக்கொள்வேன். குழந்தைகள் தன்னைப்போல் சரியாகிவிடுவார்கள்."

அவள் பேச்சை வளர்க்க விரும்பாமல் அகன்றாள். நாத்தனார் பதில் பேசாமல் தன் காரியங்களைக் கவனிக்கச் சென்றாள்.

உஷா படுக்கையறைக்குச் சென்றாள். அந்த இரட்டைக் கட்டிலைப் பார்க்கையில் மறுபடி முந்தைய இரவின் நிகழ்ச்சியெல்லாம் மறுபடி நினைவுக்கு வந்தது. அவமானம் நெஞ்சை நிறைத்தது. சங்கரின் கோபம் நிறைந்த முகம் எதிரில் நிழலாடிற்று. அந்த நாத்தனார் சொன்ன மாதிரி அவன் சுபாவத்திலேயே கோபக்காரனாகவும் முரடனாகவும் இருந்தானானால் இப்பொழுது அவன் இன்னும் அசுரனாகவல்லவா போய்விடுவான்? அசுரனாப் போனாலும் சமாளிக்கலாம்; இவன் விலங்காக இருப்பவன் என்று தோன்றிற்று. இந்த விலங்கை எப்படிச் சமாளிப்பது? இவனை மனிதனாக்க முடியுமா? அவள் கதைகளில் படித்திருக்கிறாள், அன்பு என்னும் உணர்வுக்கு இருக்கும் சக்தியைப் பற்றி. அன்பைக் காட்டினால் பாறையாக இருக்கும் இருதயம்கூட உருகும் என்று படித்திருக்கிறாள். அப்படிப்பட்ட அன்பை இவனுக்குக் காட்டினால் மெல்ல மெல்ல அவன் அவளைப் புரிந்துக்கொள்ள மாட்டானா?

அவளுக்கு ஒரே அசதியாக இருந்தது, எதிரே இருந்த கட்டில் படுத்துக்கொள்ள அழைத்தது. அவள் சுயநினைவே இல்லாதவள் மாதிரி படுத்துக் கொண்டாள். சங்கரை எப்படிச் சரிப்படுத்துவது என்பதே மனத்தில் சிந்தனையில் போராட்டமாக இருந்தது.

அவனை மெல்ல மெல்ல...

அவள் அப்படியே உறங்கிப்போனாள்.

"உஷா!"

"உஷா!"

யாரோ அவளைத் தொட்டு உலுக்குகிற மாதிரி இருக்கவே அவள் திடுக்கிட்டு விழித்துக் கொண்டாள்.

சங்கர் அவளை உலுக்கிக் கொண்டிருந்தான். தூக்கிவாரிப் போட்டு அவள் எழுந்தாள், சங்கர் அவளைக் கோபத்துடன் பார்த்தான்.

"என்ன தூக்கம் இந்த மாலை வேளையில்? போய் முகத்தைக் கழுவிக் கொண்டு வா. என் சினேகிதர்கள் வந்திருக்கிறார்கள் உன்னைப் பார்க்க" என்றான்.

அவள் சட்டென்று முகம் கழுவிக்கொள்ளப் போனாள். பாதித் தூக்கத்தில் எழுப்பிவிட்டது தலையை என்னவோ செய்தது. அடுப்பில் டீக்கு ஜலம் வைத்துவிட்டு அவள் வெளியே வந்தாள்.

அவளைப் பார்த்ததும் மூன்று பேர்கள் எழுந்தார்கள். கையைக் குவித்தபடி. அவளும் கையைக் குவித்துப் புன்னகையுடன் நமஸ்கரித்தாள்.

அவர்கள் சிறிதுநேரம் பேசாமல் இருந்தார்கள். என்ன பேசுவது என்று தெரியாத மாதிரி அவளைப் பார்த்துக்கொண்டு கடைசியில் ஒருத்தன் சொன்னான்.

"சங்கரை நன்றாக அடக்கி வையுங்கள். அவனுடைய முரட்டுத்தனமும், கோபமும் பிரசித்தி பெற்றவை!"

"ஷட் அப்!" என்றான் சங்கர் சிரித்துக்கொண்டே. "அவளை நீ பயமுறுத்த முடியாது! அவள் ஒரு வக்கீல்!"

அவன் இவ்வளவு சகஜமாகப் பேசுவது உஷாவுக்கு ஆச்சரியமாக இருந்தது. அவள் பேசாமல் இருந்தாள்.

"அப்படிப்பட்ட ஆள்தான் உனக்கு வேணும்!"

"ஓ ஷட் அப்!"

அவள் உள்ளே எழுந்துப் போனாள். டீ போட்டுக் கொண்டுவர.

"பிடிச்சாலும் நீ நல்லாத்தான் பிடிக்கிறே" என்று அவர்களில் யாரோ சொல்வது அவளுக்குக் கேட்டது.

சங்கர் சட்டென்று வேறு ஏதோ பேச்சை மாற்றினதும் அவளுக்குப் புரிந்தது.

அவர்கள் டீயைச் சாப்பிட்டுவிட்டுச் சிறிதுநேரம் கழித்துக் கிளம்பிப் போனார்கள்.

அவள் மறுபடி உள்ளே சென்று உட்கார்ந்துக் கொண்டாள்.

சங்கர் உள்ளே வந்தான்.

"யார் பார்த்தாலும் மயங்குகிற மாதிரி – ஏமாறுகிற மாதிரி – இருக்கிறாய்! அந்த மட்டில் நான் பிழைத்தேன்" என்றான் எகத்தாளமாக. அவள் பதில் பேசவில்லை.

"என்னை அடக்கி வைக்கச் சொல்கிறான் அந்த மடையன். யார் யாரை அடக்குகிறார்கள் என்று பார்க்கலாம்! நான் கேட்ட வரதட்சணையிலும் பாதிதான் கொடுத்திருக்கிறார் உன் அப்பா. இனிமேல் எப்படிப் பணம் கறக்கிறேன் என்று பார்!"

அவன் சிரித்தான்.

அவள் அதிர்ந்துப்போய் அவனைப் பார்த்தாள்.

✲ ✲ ✲

அத்தியாயம் 12

எதிரே இல்லஸ்ட்ரேடட் வீக்லி விரித்தபடி கிடந்தது. அரைமணி நேரமாக ஒரே பக்கத்தைப் பார்த்துக் கொண்டிருப்பது உஷாவுக்குப் புரிந்தது. எழுத்துக்கள் கண்களில் பதியவில்லை. மனசு எதை எதையோ நினைத்துக் குழம்பிக் கொண்டிருந்தது. இடையிடையே அவள் ரயிலின் வேகத்துக்குத் தகுந்தபடி எதிரே ஓடும் மரங்களை, வயல்களைப் பார்த்தபடி உட்கார்ந்திருந்தாள். இந்தப் பரந்த மண்ணில் அவளுக்கென்று ஒதுங்க இடம் கிடைக்காமற் போனது எத்தனை பரிதாபம் என்று தோன்றிற்று. தன்னைச் சுற்றி வேய்ந்துக்கொண்ட வேலிகளைத் தகர்த்தெறிய தைர்யமில்லாமல் போனது எத்தனை கேவலம் என்று தோன்றிற்று. அவள் கடைக்கண்ணால் சங்கரைப் பார்த்தாள்.

அவன் ஃபிலிம் பேருக்குள் மூழ்கிப் போயிருந்தான்.

அவள் அவனுடைய மனைவி... அதை நினைக்கும்போதே அவளுள் ஒரு ஜில்லிப்பு ஓடிற்று. அது எப்படிச் சாத்தியமாயிற்று? விதியின் வக்கிர விளையாட்டுக்கு ஒரு எல்லையில்லை போலிருந்தது. இவனோடு மீதிக் காலத்தை எப்படி ஓட்டப் போகிறோம் என்று நினைக்கையில் மனத்தில் ஒரு நிராசை எழுந்தது.

அன்று அவன் அத்தனை அலட்சியமாக எந்தவிதக் கூச்சமும் இல்லாமல் அவள் தந்தையிடமிருந்து பணம் வாங்கிக்

கொண்டதைப்பற்றி அவளிடம் சொன்னபோது அவள் அதிர்ந்து அருவருத்துப் போனாள். வரதட்சணை வாங்குவது சட்டப்படி குற்றமானாலும் எல்லோரும் இன்னும் வாங்கிக்கொண்டும் கொடுத்துக்கொண்டும் இருப்பது அவளுக்குத் தெரியாமல் இல்லை. இருந்தும் அவளுடைய தந்தையே அவளுக்குத் தெரியாமல் கொடுத்திருக்கிறார் என்று தெரிந்தப்போது அவள் அதிர்ச்சியடைந்தாள். சட்டம் படித்து நியாய தர்மங்களைச் சொல்லி வாதாடியவளின் வாழ்க்கையை அப்பா எத்தனை அலட்சியப்படுத்தி விட்டார்! அவளுக்கு வீக்லியில் பார்வை பதியாமல் கண்களில் நீர் நிறைந்தது. அப்பா! நீங்கள் செய்தது கொஞ்சங்கூட நியாயமில்லை... அப்படி நான் வேண்டாமற் போகுமளவுக்கு என்ன ஆகிவிட்டது? நீங்கள் ஒரு மட்ட ரகமான வியாபாரி. ஒரு விற்பனையாக முடியாத சரக்கைப் பொய் சொல்லி விற்றிருக்கிறீர்கள். சட்டப்படி நீங்கள்தான் குற்றவாளி. நீங்கள் செய்த பாவத்துக்குச் சிலுவையை நான்தான் சுமக்க வேண்டும்... சுமக்கப் போகிறேன்... வேறு வழியில்லை.

மறைத்து வைத்த விஷயத்தையெல்லாம் பெருந்தன்மையோடு எடுத்துக்கொள்ளப் போகிறவனாகத் தெரியவில்லை, இந்தச் சங்கரைப் பார்த்தால். இதைச் சாக்காக வைத்து மேலும் மேலும் பணம் பறிக்க அவன் முயன்றால் அவளுக்கு ஆச்சரியமேற்படாது...

அவளுக்கு ஒரு பக்கம் சிரிப்பு வந்தது. எத்தனை மோசமான கேஸ் இது! ஒரு வக்கீல் இப்படிப்பட்ட இக்கட்டான நிலைமையில் மாட்டிக்கொள்வது எத்தனை கேவலம்! நிலைமையைச் சமாளிக்க என்ன வழி என்று அவள் தீவிரமாகச் சிந்தித்தாள். திரும்பி முராதாபாத் போவதானால் ஒருவித லாபமும் இல்லை என்று தோன்றிற்று. திரும்பிப் போவது தோல்வியைப் பகிரங்கமாக ஒத்துக்கொள்கிற மாதிரி. எத்தனையோ காலமாக மறைத்து வைத்திருந்த ரகசியம் பொது விஷயமாகி அவள் ஒரு அனுதாபத்துக்கு உரிய பாத்திரமாக

இருக்க நேரிடும். அதைவிடக் கேவலமான நிலைமை வேறு என்ன இருக்க முடியும்? அவள் தனக்குள் தீர்மானித்துக் கொண்டாள். ஒரு ப்ரச்னையிலிருந்து ஓடிவிடுவதனால் ஒரு லாபமும் இல்லை. புதிய ப்ரச்னைகள்தான் முளைக்கும். அதனுடனேயே இருந்தால் சமாளிக்கும் வழிகள் கிடைக்கும். ஒரு மனைவியாக, தாயாக இருப்பது என்று நினைத்து வந்தாயிற்று. அது நடிப்பாகவே இருந்தாலும் அந்த நடிப்பில் நிஜமாக ஆழ்ந்துப் போக வேண்டியது அவள்வரை அவசியம்.

யாரோ அவள் துடையைத் தொடுகிற மாதிரி இருந்தது. அவள் வீக்லியிலிருந்த பார்வையை அகற்றிப் பார்த்தாள். மகேஷ் என்னமோ கேட்கிற மாதிரி அவளைப் பார்த்தான். அவளையறியாமல் அவள் உதடுகளில் புன்னகை அரும்பிற்று.

"என்ன வேணும் கண்ணு?"

அவளது அன்பான கனிவான பேச்சைக் கேட்டு வியப்படைந்த மாதிரி மகேஷ் அவளைப் பார்த்தான். பிறகு கண்களைத் தாழ்த்திக் கொண்டு.

"அதைச் சொல்றியா?" என்றான்.

"எதை?"

அவன் காமிக்ஸ் பகுதியைக் காண்பித்தான்.

அவள் சிரித்துக்கொண்டே சொல்ல ஆரம்பித்தாள் ஃபான்டம்மின் கதையை. துஷ்டர்களையெல்லாம் அடக்கிய ஃபான்டம், துஷ்ட மிருகங்களையெல்லாம் அன்பினால் ஒன்றுபடுத்திய ஃபான்டம், நல்லவர்களுக்கு எப்பவும் ஜயம் உண்டு என்று நிரூபிக்கும் ஃபான்டம்.

கதை கேட்ட திருப்தியில் ஒரு தோழமையுடன் மகேஷ் தன் கையை அவளது துடைமேல் போட்டபடி உட்கார்ந்துக்கொண்டு வெளிப்புறக் காட்சிகளைப் பார்த்துக் கொண்டிருந்தான். அந்தப் பிஞ்சு முகத்தைப் பார்த்து

அவள் தனக்குள் தீர்மானித்துக் கொண்டாள். அவள் அந்த ஃபான்டம்மைப் போலத்தான் நடந்துக்கொள்ள வேண்டும். இப்பொழுது அந்தக் கதையைச் சொல்லும்போது அன்பினால் சாதிக்க முடியாதது ஒன்றுமேயில்லை என்று தோன்றிற்று. அவளுடைய இழப்புக்கெல்லாம் அன்பைச் செலுத்தித்தான் கள்ளமில்லாத இந்த குழந்தைகளின் மேல் ஈடுகட்டமுடியும். சங்கரின் மனம் ஒருநாள் புரிந்துகொள்ளாதா? மனத்தளவில் அவள் ஒரு பெண்தான் என்று அறிந்துகொள்ளாதா?

சங்கரின் மேல் அவளுக்குக் கோபமே ஏற்படாததைக் கண்டு அவளுக்கு ஆச்சரியமாக இருந்தது. அப்பா அவனை ஏமாற்றிவிட்டார் என்கிற குற்ற உணர்வினாலா, இல்லை அவன் அவளது கணவனாகிவிட்ட காரணத்தினாலா? கணவன் என்கிற பந்தத்துக்கு ஏதும் அழுத்தம் ஏற்பட்ட மாதிரி அவளுக்குத் தெரியவில்லை. இன்னமும் அது ஏதோ நம்ப முடியாத ஒரு விஷயம் மாதிரி இருந்தது. குற்ற உணர்வுதான் அவள் நிலையை பலவீனமாக்கியிருக்கிறது என்று புரிந்தது. சங்கர் அவள்மேல் ஆத்திரமடைந்தால் அது மிகவும் நியாயமான ஆத்திரம் என்று தோன்றிற்று...

நேபாளத்தில் ஃபர்னிஷ்ட் குவார்டர்ஸ் கிடைக்கும் என்று அவன் சொன்னதால் ஒரு சின்னப் பாத்திரப் பெட்டியுடனும் துணிப் பெட்டிகளுடனும் அவர்கள் கிளம்பினார்கள். எல்லோர் எதிரிலும் சங்கர் இயல்பாக நடந்து கொண்டது அவளுக்கு சௌகர்யமாக இருந்தது.

குழந்தைகள் மூலைக்கொருவராக முடங்கிக் கொண்டு படுத்திருந்தார்கள். அவள் ஹோல்டாலைத் திறக்க எழுந்தபோது அவன் சட்டென்று எழுந்து பிரித்தான். அவள் கை அவன்மேல் பட்டது. அவன் சடாரென்று ஒதுங்கிக் கொண்டான். அவள் ஒருவித அவமான உணர்வோடு உட்கார்ந்து கொண்டாள். பத்தே நாட்களில் அவளது நிலைமை தலைகீழாகப் போய்விட்டதை அவள் நினைத்துப் பார்த்துக்

கொண்டாள். வீட்டில் அம்மாவும் அப்பாவும் அவள் மனம் நோகப் பேசவே பயப்படுவார்கள். அவள் தன்னைவிட அதிகம் படித்தவள் என்கிற தாழ்வு மனப்பான்மையோடு மோகன் அவளிடமிருந்து கொஞ்சம் ஒதுங்கியே இருப்பான். எத்தனை மதர்ப்புடனும் தன்னம்பிக்கையுடனும் அவள் வளைய வந்துக் கொண்டிருந்தாள்! இப்போது கண் சொடுக்கும் நேரத்தில் எப்படித் தலைகீழ் பாடமாகிவிட்டது!

அவன் அவளையே பார்ப்பதை உணர்ந்து அவள் திரும்பினாள். அவன் என்னவோ சொல்லப் போகிறான் என்று அவள் நிமிர்ந்து உட்கார்ந்தாள். அவன் ஏதோ நடுவே நின்றுப்போன பாதி வாக்கியத்திலிருந்து ஆரம்பிக்கிற மாதிரி சொன்னான். பெட்டியில் மற்றவர்களுக்குக் கேட்காத மாதிரி மெதுவாகச் சொன்னான்.

"அங்கே நீ யாரிடமும் என்னுடைய இரண்டாவது மனைவி நீ என்று சொல்ல வேண்டியதில்லை. குழந்தைகள் உன்னுடைய குழந்தைகள் என்றே சொல்ல வேண்டும்..." அவன் நிறுத்தினான்.

இவ்வளவுதானே என்கிற நிம்மதியோடு அவள் புன்னகைத்தாள்.

"சொல்வது மாத்திரமில்லை. அப்படியே உண்மையிலேயே நடந்துக்கொள்வேன்."

அவன் உணர்ச்சியே இல்லாமல் 'குட்' என்றான். "உலகத்தாருக்கு நம் உள் அவலங்கள் எல்லாம் தெரிய வேண்டிய அவசியமில்லை. ஐ டோன்ட் வான்ட் எனி காம்ப்ளிகேஷன்ஸ்."

அவள் பேசாமல் இருந்தாள். அவன் சொல்வது நியாயந்தான் என்று தோன்றிற்று. அவன்மேல் ஒரு பரிதாப உணர்வும் ஏற்பட்டது. சில சமயங்களில் அவன் மிகக் கம்பீரமாக நாகரீகமாக நடந்துகொள்கிற மாதிரி இருந்தது. இவனைப் புரிந்துகொள்ள இவனுடன் அட்ஜஸ்ட் செய்துக்கொள்ள நிறைய அவகாசம் தேவைப்பட்ட மாதிரி இருந்தது.

மறுநாள் காலை அவர்கள் லக்னோவில் வண்டி மாற்றும்போது "இன்னும் எவ்வளவு தூரம் பிரயாணம்?" என்று அவள் கேட்டாள்.

"இங்கிருந்து கோரக்பூர். கோரக்பூரிலிருந்து மூன்று மணி நேரம் டாக்ஸியில் பிரயாணம். மாலை ஏழு மணிக்குள் போய்ச் சேர்ந்துவிடலாம்" என்றான் அவன் சாதாரணமாக.

எப்பொழுது போய்ச் சேரப் போகிறோம் என்றிருந்தது அவளுக்கு. வேலை ஒன்றும் இல்லாமல் படிப்பிலும் மனசு ஓடாமல் இப்படி அவனோடு நேருக்குநேர் மணிக்கணக்கில் உட்கார்ந்திருப்பது ஆயாசமாக இருந்தது. வீடு என்றால் வேலை இருக்கும். அக்கம் பக்கத்தில் ஜனங்கள் இருப்பார்கள். சுய சிந்தனைகளிலிருந்து விடுபட பல விஷயங்கள் இருக்கும்.

பக்கத்தில் குப்பென்று ஏதோ ஸெண்ட் மணம் வருவதைக் கண்டு அவள் திடுக்கிட்டுத் தன் சிந்தனைகளிலிருந்து விடுபட்டு நிமிர்ந்தாள். யாரோ புதுமணத் தம்பதிகள் என்று தெரிந்தது. சிவப்புப் புடைவையில் சம்கி வேலை செய்யப்பட்ட புடவை, முகம் முக்கால் மறையும்படி அந்தப் பெண் தலைப்பால் முக்காடிட்டுக் கொண்டிருந்தாள். அவளது கணவன் அவளிடம் ஒட்டிக்கொண்டு உட்கார்ந்தான். குழந்தைகள் சிறிதுநேரம் அவர்களையே பார்த்த பிறகு, அவர்களிடம் ஏதும் சுவாரஸ்யமான விஷயம் இல்லை என்கிற மாதிரி தங்களுக்குள் ஆழ்ந்தபடி ஜன்னல் வழியே தெரியும் காட்சிகளைப் பார்க்கத் தொடங்கின.

ரயில் நகர ஆரம்பித்ததும் அவன் அந்தச் சிவப்பு சம்கி தலைப்பை, அந்தப் பெட்டியில் வேறு யாருமே இல்லை என்று நினைத்த மாதிரி மெல்ல ஒதுக்கிவிட்டு அவளைப் பார்த்துச் சிரித்தான். புடைவை நழுவியதை உணர்ந்தும் பதற்றப்படாமல் கூச்சப்படாமல் உட்கார்ந்திருக்கும் அந்தப் பெண்ணைப் பார்க்கும்போது, உண்மையில் அவள் மற்றவர்களுக்காக, சம்பிரதாயத்துக்காகத்தான் முக்காடு போட்டுக்

கொண்டிருந்தாள் என்று உஷாவுக்குத் தோன்றிற்று. அவன் ஏதோ அவளுடைய காதில் கிசுகிசுத்தான். அவள் களுக்கென்று சிரித்தாள்.

உஷா பார்வையை ஜன்னலுக்கு வெளியே திருப்பினாள். மனத்துக்குள் ஏதோ ஒரு விவரம் புரியாத ஒரு ஏக்கம் கவ்வின மாதிரி இருந்தது. பக்கத்தில் நடக்கும் அந்த நாடகத்தை ஒரு ஸ்பெக்டேடர் மாதிரி, வெறும் பார்வையாளர் மாதிரிதான் அவளால் பார்க்க முடியும். அந்தப் பெண்ணின் மனத்தின் கிளுகிளுப்பை, மனோகரமான எண்ணங்களை அந்த எண்ணங்களால் பாதிக்கப்படும் அவனது செய்கைகளை எத்தகைய அசட்டுத்தனம் என்கிற ஒரு வகை இகழ்ச்சியுடன்தான் அவளால் உணரமுடியும். அந்த உணர்வுகளெல்லாம் அந்த அசட்டுத்தனங்கள் எல்லாம் இயற்கையானவை, ஒவ்வொரு சராசரி பெண்ணும் வாழ்வில் ஒருமுறை அனுபவிக்கும் உணர்வுகள் என்கிற உண்மையை அறிவு லேசில் ஒப்புக்கொள்ளாது. அவற்றை அனுபவிக்காததால்... சராசரிப் பெண்... முன்னைவிட, திருமணமானபின் தன்னுடைய இழப்பு தன்னை அதிகமாகப் பாதிப்பதாக, துன்புறுத்துவதாக அவளுக்குப்பட்டது.

ஏனென்றால் முன்பு அவளுடைய இழப்பு அவளை மட்டுமே பாதித்தது. இப்பொழுது சங்கரையும் அல்லவா பாதிக்கும்? அவள் சட்டென்று சங்கரைத் திரும்பிப் பார்த்தாள். அவன் அந்தத் தம்பதிகளைக் கவனித்துக்கொண்டிருப்பது தெரிந்தது. அவனது பார்வையில் வெட்கமில்லாமல் போய்விட்ட மாதிரி அவளுக்குப் படுகையில் அவளுக்கு முகம் சிவந்தது. அந்த இளம் தம்பதிகளுக்கு யாரைப் பற்றிய பிரக்ஞையும் இல்லை. வெட்கம், கூச்சம் என்பதற்கு ஏதும் அர்த்தம் இருந்ததாகத் தெரியவில்லை. உஷா நினைத்துக் கொண்டாள். இவர்கள் வெட்கமற்றவர்கள் என்று சொன்னால் சங்கர் அவளையல்லவா நையாண்டி செய்வான்; இத்தகைய உணர்வுகள் இயற்கையானவை, அவற்றை நீ

அனுபவிக்காததால் அவை வெட்கமற்றவை என்று எப்படிச் சொல்லலாம் என்று கேட்க மாட்டானா! அவளுக்கு யாரையும் எதையும் சொல்ல அருகதையில்லை என்று அவளுக்குள் ஒரு எண்ணம் அவளைப் பலவீனப்படுத்தியது.

கோரக்பூர் ஸ்டேஷன் வந்துவிட்டது. அந்தப் பெண் மறுபடியும் முக்காடிட்டுக் கொண்டு பதவிசாகக் கீழே இறங்கினாள். உஷா குழந்தைகளின் கையைப் பிடித்து இறக்கிவிட்டாள்.

''இங்கே காண்டீனில் ஏதேனும் சாப்பிட்டுவிட்டுப் பிறகு டாக்ஸியில் கிளம்பலாம்'', என்றான் சங்கர்.

காண்டீனில் டிபனுக்கு ஆர்டர் கொடுத்துவிட்டு அவர்கள் காத்திருக்கையில், ''டாக்ஸிக்குச் சொல்லிவிட்டு வருகிறேன்'' என்று சங்கர் கிளம்பினான்.

அவர்கள் காத்திருந்தார்கள். எதிரே சுவரில் ஏதோ பெரிய ஸினிமா போஸ்டர் ஒன்றிருந்தது. வித்யா ஸின்ஹா சிரித்தபடி அதிலிருந்து பார்த்துக் கொண்டிருந்தாள்.

அதையே பார்த்துக் கொண்டிருந்த பாமா ''அம்மா அப்படித்தான் இருப்பாள் அழகா'' என்றாள் திடீரென்று.

''ஆனால் செத்துப் போகும்போது ரொம்பக் கறுப்பாயிட்டாள்'' என்றான் ரவி.

பாமா சட்டென்று அவளை முறைத்துப் பார்த்தாள்.

''உஷ்'' என்றாள்.

ரவி சட்டென்று வாயை மூடிக்கொண்டான்.

உஷாவுக்கு அவர்களது பேச்சைக் கேட்க வியப்பாக இருந்தது. தன்னிடம் எதையோ சொல்லக் குழந்தைகள் விரும்பவில்லை என்று அவள் புரிந்துக்கொண்டாள். அது என்னவாக இருந்தாலும் அப்போது அவர்களைக் கேட்கக்கூடாது

என்று அவள் தீர்மானித்துக்கொண்டாள். சாப்பாடு வந்ததும் அவர்களது கவனத்தைத் திருப்பி சாப்பிடச் சொன்னாள்.

அவன் வந்ததும் அவளும் சாப்பிட்டதும் எல்லோரும் கிளம்பினார்கள்.

"நேபாள் எல்லையில் யாராவது நம்மை அழைத்துப்போக வருவார்கள் ஜீப்புடன்" என்று அவன் சொல்லிக் கொண்டிருந்தான். அவளுக்கு மனசு வேறு எதிலோ லயித்த மாதிரி நழுவிக் கொண்டிருந்தது.

இந்திய எல்லையில் சுங்க அதிகாரிகள் சாமான்களைப் பரிசோதித்துவிட்டுப் போனார்கள். பிறகு நேபாள எல்லையில் சுங்க அதிகாரிகள் பரிசோதிக்கையில்,

"ஜீப் வந்திருக்கிறது" என்றான் அவன் சுருக்கமாக.

டாக்ஸியிலிருந்த சாமான்களை ஜீப்பில் மாற்றி நேபாளத்தை நோக்கிச் செல்கையில் ஒரு பரிச்சயமான பாதையைவிட்டு விலகி முன்பின் பார்த்திராத பாதையில் போகிற மாதிரி ஒரு தடுமாற்றம் மனத்தில் ஏற்பட்டது. நட்டநடுத்தெருவில் நிர்வாணமாக நிற்கிற மாதிரி நெஞ்சு படபடத்தது. இந்திய காம்பஸை அடையும்போது நன்றாக இருட்டிவிட்டது.

அந்த இருட்டிலும் காம்பஸ் கச்சிதமாக வரிசை வீடுகளுடன், வரிசை விளக்குக் கம்பங்களுடன் துப்புரவாகத் தெரிந்தது. நடுவில் புல் தரையுடன் மைதானம். முரதாபாத்தின் புழுதி படிந்த வீதிகளையும் பழைய வீடுகளையும் பார்த்துப் பழகிய கண்ணுக்குக் குளிர்ச்சியாக இருந்தது. அவள் தனக்குள் சொல்லிக் கொண்டாள். இந்த மாதிரி ஒரு இடத்தில் சந்தோஷமாக இல்லாமல் இருக்க முடியாது. அவளது மனக்குழப்பங்களுக்கும், பிரமைகளுக்கும் அர்த்தமே இல்லை. எதையும் அவளால் சமாளித்துக்கொள்ள முடியும். அவள் தன்னந்தனிக்காட்டில் இருக்கப் போவதில்லை. நூறு குடும்பங்களுக்கு நடுவில் நாகரீக மனிதர்களுக்கிடையில், ஒரு

குடும்பமாக வாழும் பலதரப்பட்ட மக்களுக்கிடையில் வாழப் போகிறாள். இங்கே எத்தகைய மனச்சோர்வும் ஏற்படாது.

ஜீப் ஒரு வீட்டு வாசலில் நின்றது. அக்கம் பக்கத்து வீட்டு வாசல்களிலிருந்து பெண்கள் எட்டிப் பார்ப்பது தெரிந்தது. தானும் அவர்களை மாதிரி இனிமேல் ஒரு சாதாரண பெண்ணைப்போல் ஒரு மனைவியாய், தாயாய் வாழப் போகிறோம் என்கிற நினைவு அவளுள் எழுந்ததும் அவளுக்குப் பிரமிப்பாக இருந்தது. பக்கத்து வீட்டுக்காரர் வெளியே வந்து தம்மை அறிமுகப்படுத்திக் கொண்டு பூட்டைத் திறந்தார்.

உதட்டில் புன்னகையுடன் உஷா குழந்தைகளை அழைத்துக்கொண்டு உள்ளே போனாள்.

வீடு ரொம்பச் சிறியதாக இருந்தது ஒரு சின்ன ரேழி ஒரே ஒரு அறை, சமையல் அறை, பாத்ரூம். அவளுக்குத் திகைப்பாக இருந்தது. ஒரு கட்டிலும் இரண்டு நாற்காலிகளும் இருந்தன. இதற்குத்தானா ஃபர்னிஷ்ட் வீடு என்று பெயர்? அவளுடைய கற்பனை வீட்டிற்கும் இதற்கும் நிறைய வித்தியாஸம் இருந்த மாதிரி இருந்தது.

அவள் அப்படி நிற்பதைப் பார்த்து அவன் சிடுசிடுத்தான்.

"என்ன அப்படி மசமசவென்று நின்றுவிட்டாய்? சாமானை ஒழுங்குபடுத்து. நான் ரெஸ்ட் ஹவுஸில் சாப்பாட்டுக்குச் சொல்லிவிட்டு வரேன்."

அவள் பேசாமலிருந்தாள்.

"வாட் இஸ் த மாட்டர்?" என்றான் அவன்.

அவள் ஏதோ கனவிலிருந்து விழித்துக்கொண்டவள் மாதிரி அவனைப் பார்த்தாள்.

"வீடு ரொம்பச் சின்னதாக இல்லை?"

அவன் அவளை ஒரு எகத்தாளத்துடன் பார்த்துச் சிரித்தான்.

"ஏன், ஐயோ பாவம்! பெரிய மாளிகையில் வசித்துப் பழக்கம் உனக்கு; ஏன் எப்படியிருக்கும் என்று எதிர்பார்த்தாய்?"

அவனது எகத்தாளம் அவளுக்குச் சுரீரென்று தைத்தது. அவள் பேசாமலிருந்தாள்.

"உம்?" என்றான் அவன் விடாமல்.

அவள் மெல்லச் சொன்னாள்.

"க்ளாஸ் ஒன் ஆபீசருக்கு இதைவிடப் பெரிய வீடு இருக்கும் என்று நான் எதிர்பார்த்தேன்."

அவன் நிதானமாக அவளைப் பார்த்துக் கேட்டான்.

"க்ளாஸ் ஒன் ஆபீசர் என்று யார் சொன்னது?"

அவள் அதிர்ந்தவளைப்போல் அவனைப் பார்த்தாள். அவன் சிரிப்பில் விஷமம் தெரிந்த மாதிரி இருந்தது.

"நீங்கள் அப்படித்தானே கல்யாணத்துக்கு முன்னால் சொன்னீர்கள்?"

"கல்யாணத்துக்கு முன்னால்!" அவன் சிரித்தான். "உங்கப்பன் சொன்ன பொய்யைவிடவா என்னுடைய பொய் பெரிசு?"

அவள் அவமானத்தால் குன்றிப் போனாள்.

"அம்மா சாகும்போது முகம் கறுப்பாயிடுத்து" என்று மகேஷ் சொன்னது ஞாபகத்திற்கு வந்தது.

அவளுக்கு இப்பொழுதே முகம் கறுப்பாகிவிட்ட மாதிரி, கரியைப் பூசின மாதிரி இருந்தது.

✵ ✵ ✵

அத்தியாயம்

13

ப்ரஷர் ஸ்டவ் ஏக இரைச்சல் போட்டுக் கொண்டிருந்தது. சமையலே செய்து பழக்கமில்லாத உஷாவின் கைகள் கலவரத்துடன் பரபரத்துக் கொண்டிருந்தன. முராதாபாத்தில் எப்பவாவது லீவு நாட்களில் அவள் டீயோ காப்பியோ போடுவாள். காஸ் அடுப்பும் தாராளமான சமையல் அறையும் எந்தக் காரியமும் செய்யச் சுலபமாக இருக்கிற மாதிரி இருக்கும். இங்கே 'ஓ' என்று இரைச்சல் போடும் ஸ்டவ்வே அவளைப் பாதி கலவரப்படுத்தியது. இந்தண்டை அந்தண்டை திரும்பினால் எங்கே முட்டிக்கொள்வோமோ என்கிற சிறிய அறை. அதோடு அவள் என்னவோ ஜன்மம் பூராவும் சமையல் செய்து வந்தவள் என்று நினைத்தவன் மாதிரி, இதைச் செய் அதைச் செய் என்று கறிகாயையும் மளிகைச் சாமானையும் சங்கர் பரப்பியதும் அவள் சற்று திகைத்துப் போனாள். இந்தியன் பீனல்கோடைத் தலைகீழாய் நெட்டுருப் போடத் தெரிந்த மூளைக்கு முட்டைக்கோஸையும் உருளைக்கிழங்கையும் பக்குவம் செய்வது பெரிய ஜால வித்தை மாதிரி தோன்றிற்று.

அன்றைக்கே ட்யூட்டியில் சேர வேண்டும் என்று சங்கர் அவசரமாக அவள் சமைத்துப் போட்டதைச் சாப்பிட்டுவிட்டு அலுவலகத்துக்குக் கிளம்பினான். அவன்

நகர்ந்ததும் அவளுக்கு நிம்மதியாக இருந்தது. அவன் எதிரில் இருக்கும்போதுதான் அற்பத்திலும் அற்பமாகி நிற்கிற மாதிரி ஏற்படும் உணர்வு எப்பொழுது விலகும் என்றும், ஒவ்வொரு விநாடியும் அவனது கண்கள் அவளைக் குற்றம் சாட்டுகிற மாதிரி பார்க்கும் பார்வையை எப்படி சகிப்பது என்றும் தெரியவில்லை. இதிலிருந்து மீண்டும் தலைநிமிர்வது எப்போது?

குழந்தைகளைக் குளிக்க வைத்துத் தானும் குளித்துவிட்டுச் சாப்பிடும்போது அவளுக்கே தன்னுடைய சமையல் அவ்வளவு திருப்தியளிக்கவில்லை. புதிய ஆபீஸைப் பற்றிய யோசனையிலும் அவசரத்திலும் சங்கர் கவனிக்காமல் சாப்பிட்டுவிட்டுப் போய்விட்டான் என்று தோன்றிற்று.

"சாப்பாடு எப்படியிருக்கு?" என்று அவள் குழந்தைகளைக் கேட்டாள்.

"நன்னாகவே இல்லை" என்றாள் பாமா.

"ஆமாம்" என்றான் ரவி. அவளுக்கு அதிர்ச்சியாக இருந்தாலும் ஒரு பக்கம் சிரிப்பும் வந்தது.

"நாளையிலிருந்து நன்னாச் செய்யறேன். இன்னிக்கு ரொம்ப அசதியாக இருக்கு" என்றாள் அவள் சிரித்துக்கொண்டே. இவளால் முடிகிற காரியமா அது என்று சந்தேகித்த மாதிரி அவர்கள் அவளைப் பார்த்துவிட்டுப்பிறகு தலையைக் குனிந்தபடி சாப்பிட ஆரம்பித்தார்கள்.

"எனக்கு நன்னாயிருக்கு சாப்பாடு" என்றான் மகேஷ் மெல்ல.

அவள் சிலிர்த்துப் போனாள். மகேஷுக்கு அவளைப் பிடித்துவிட்டது என்று புரிந்துக்கொண்டாள். ஒரு ஃபான்டம் கதையைச் சொல்லி அந்தச் சின்ன உள்ளத்தைத் தன்வசம் இழுத்துக்கொள்ள முடிந்தது. பெரியவர்களை அத்தனை

சுலபமாகத் தன்வசப்படுத்த முடியாது என்று தோன்றிற்று. அது மெல்ல மெல்லத்தான் சாத்தியம். அன்பைச் செலுத்தினால் எந்தக் குழந்தைதான் அதற்கு அடிமையாகாது? சங்கரின் நல்லெண்ணத்தைப் பெறுவதுதான் அசாத்தியம் என்று தோன்றிற்று. அன்பை அவன் அவனுக்குத் தெரிந்த விதத்தில்தான் எதிர்பார்க்கிறான். அதைத் தவிர அவனுக்கு வேறு எந்த ரூபத்திலும் அது பரிச்சயமில்லை என்று தோன்றிற்று, குழந்தைகளிடம் அவன் நடந்துக்கொள்ளும் விதத்தைப் பார்க்கும்போது. இப்படிப்பட்ட மனிதனைத் திருத்தித் தன்வசப்படுத்துவது எப்படி சாத்தியம்? ஒரு சுமுகமான தோழமையைக்கூட அவனுடன் அவளுக்கு ஏற்படுத்திக்கொள்ள முடியாமற்போனால் அவளுடைய வாழ்க்கை எப்படியிருக்கும்?

அவள் பலவித யோசனைகள் செய்தபடி சமையல் அறையை ஒழுங்குபடுத்தினாள்.

வாயிற்கதவை யாரோ தட்டும் சப்தம் கேட்டது. அவள் கையைத் துடைத்தபடி வாயிற்கதவைப் போய்த் திறந்தாள்.

வாயிலில் இவளைக் கண்டதும் சிரித்தபடி 'நமஸ்தே' என்று கையைக் குவித்துக்கொண்டு மூன்று பெண்கள் நின்றிருந்தார்கள்.

அவளும் சிரித்துக்கொண்டே அவர்களை உள்ளே அழைத்தாள்.

அவர்கள் தங்களை அறிமுகப்படுத்திக் கொண்டார்கள்.

"நாங்கள் இங்கேதான் உங்கள் அக்கம் பக்கத்து வீடுகளில் இருக்கிறோம் மிஸஸ். மல்ஹோத்ரா, மிஸஸ். பன்னாலால், இவர் உங்கள் எதிர்த்த வீட்டில் இருக்கிறார். மிஸஸ். வித்யாதரன்."

என்ன பேசுவது என்று சட்டென்று புரியாமல் "மதராஸி அல்லவா?" என்றாள் உஷா.

“இல்லை. கேரளா!” என்றாள் மிஸஸ். வித்யாதரன். மிஸஸ். மல்ஹோத்ரா சிரித்தாள்.

“எங்களுக்கு அந்த வித்தியாசமெல்லாம் தெரியாது. தெற்கே இருப்பவர்கள் எல்லாம் மதராஸிகள்தான் எங்களுக்கு.”

உஷாவும் சிரித்துக்கொண்டே அவர்களுக்கு டீ போட எழுந்தாள். அவர்கள் அவளைக் கையமர்த்தி உட்கார்த்தி வைத்தார்கள்.

“இப்பொழுது ஒன்றும் வேண்டாம். சும்மா உட்காருங்கள்.”

“ஒன்றுமில்லை, கொஞ்சம் டீதான்.”

“இப்பொழுது வேண்டாம். டீ சாப்பிட பிறகு, நாங்கள் வந்து கொண்டேதான் இருப்போம். நீங்கள் இப்பொழுதுதான் வந்திருக்கிறீர்கள். உங்களுக்கு ஏதாவது உதவி வேண்டுமா என்று கேட்கத்தான் நாங்கள் வந்தோம். என்ன வேண்டுமானாலும் கேளுங்கள் கூச்சமில்லாமல்.”

உஷா தயக்கத்துடன் சிரித்தாள்.

“ரொம்ப தாங்க்ஸ். ஒன்றும் வேண்டாம். இன்னிக்குக் காலை இவர் சாமானெல்லாம் வாங்கிக் கொண்டுவந்துவிட்டார். வேலைக்காரிதான் ஒருத்தியை ஏற்பாடு பண்ண வேண்டும்” என்று இழுத்தாள்.

“யாராவது கிடைக்கிறாளா என்று பார்க்கிறோம். நாங்கள் யாரும் வேலைக்காரி வைத்துக்கொள்ளவில்லை. மிஸஸ். குப்தா வீட்டில் ஒருத்தி இருக்கிறாள். அவளைக் கேட்டுப் பார்க்கலாம்.”

உஷாவுக்கு ஆச்சரியமாக இருந்தது.

“குளிர்காலம் ஆரம்பித்துவிட்டதே, துணி துவைத்து, பாத்திரம் தேய்ப்பது கஷ்டமாயில்லை?”

அவர்கள் சிரித்தார்கள்.

"பழகிவிட்டது!" என்றார்கள்.

அவள் பேசாமல் இருந்தாள். எந்த ஒரு விஷயமுமே பழகிவிட்டால் உணர்வுகள் மரத்துப்போகும் என்று தோன்றிற்று.

"எத்தனை குழந்தைகள் உங்களுக்கு?"

"மூன்று."

"எல்லாம் ஸ்கூலுக்குப் போகிற வயசா?"

"ஆமாம். கடைசிப் பையனையும் நர்ஸரியில் சேர்க்கணும். நன்றாயிருக்கிறதா ஸகூல்?"

"பரவாயில்லை. நன்றாகத்தான் இருக்கிறது. எட்டு க்ளாஸ் வரை இருக்கிறது. நம் காம்ப்காரரர்களே வைத்திருக்கிறார்கள்..."

மிஸஸ். பன்னாலால் சிரித்தாள்.

"ஸ்கூல் எப்படியிருந்தாலும் குழந்தைகள் இங்கேயே படித்தால் நூத்தம்பது ரூபாய் அலவன்ஸ் கிடைக்குமே!"

உஷா புருவத்தை நிமிர்த்திப் பார்த்தாள்.

"அப்படியென்றால்?"

"ஐந்து வயசுக்கு மேல் இருக்கும் குழந்தைகள் இங்கேயே படித்தால் நூத்தம்பது ரூபாய் அலவன்ஸ் கிடைக்குமே!"

"பாதிப்பேர் என்ன செய்கிறார்கள் தெரியுமோ?" என்றாள் மிஸஸ். மல்ஹோத்ரா ரகஸிய குரலில். மூன்று வயதுக் குழந்தைகளையெல்லாம் ஐந்து வயசு என்று பொய் வயசு எழுதி நர்ஸரியில் சேர்த்துவிடுகிறார்கள்."

"அதைச் சொல்கிறீர்களே, தங்களுக்கென்று குழந்தைகள் இல்லாவிட்டால் அக்கா பிள்ளை அண்ணா பிள்ளை என்று சிலபேர் கொண்டுவந்து வைத்துக்கொள்கிறார்கள். அப்புறம் அந்த ஜே. ஈ. விஷயம் ஞாபகம் இல்லை? இங்கே குடும்பத்தோடு இருந்தால்தான் வெளிநாட்டு அலவன்ஸ்

கிடைக்கும் என்று எவளோ ஒருத்தியைப் பெண்டாட்டி என்று சொல்லிக் கொண்டு குடித்தனம் செய்துக் கொண்டிருந்தானே!''

உஷாவுக்கு அவர்களது பேச்சைக் கேட்க மிக மட்டமாக அருவருப்பாக இருந்தது.

அவள் முகத்தைச் சுளித்துக்கொண்டே கேட்டாள்.

''உண்மையில் இத்தனை மட்டமாகக்கூட மனிதர்கள் இருப்பார்களா?''

மிஸஸ். வித்யாதரன் கலகலவென்று சிரித்தாள்.

''நன்றாய்ச் சொன்னீர்கள்! நூத்துக்குத் தொண்ணூறு சதவீதம் மனிதர்கள் இப்படித்தான் இருக்கிறார்கள்!''

அவளுக்கு நம்ப முடியவில்லை. அந்த மற்ற பத்து சதவீதத்துடன்தான் அவள் இதுவரை பழகியிருக்கிற மாதிரி இருந்தது. தொட்டதற்கெல்லாம் கணக்குப் பார்த்துக் கொண்டு காசே குறியாக அதற்காகக் கடைப்பிடிக்கும் வழி எத்தனை கோணலாக இருந்தாலும் பரவாயில்லையென்று... அவள் மனசு அருவருத்தது. அவள் நிச்சயம் அந்தமாதிரி இருந்ததில்லை, அத்தகைய சூழ்நிலையிலும் வளரவில்லை. இத்தகைய விஷயங்களைப் பற்றிக் கேட்கையிலேயே அவளுக்குக் கேவலமாகப் படுகையில் இந்தப் பெண்கள் அதை ஒரு ஹாஸ்யமாக, ஸ்வாரஸ்யமான விஷயமாகப் பேசி சிரிப்பது அவளுக்கு அதிசயமாக இருந்தது. இது ஒரு சாதாரணமான சகஜமான விஷயம் மாதிரியல்லவா பேசுகிறார்கள்?

''எனக்கு என்னவோ அதிசயமாகத்தான் இருக்கிறது'' என்றாள் அவள் மெல்ல.

மிஸஸ். மல்ஹோத்ரா சிரித்தாள். ''இன்னும் நிறைய அதிசயங்களை நீங்கள் இங்கே பார்ப்பீர்கள். பஹன்ஜீ! எங்களுக்கு இதெல்லாம் பழக்கமாகிவிட்டது. காசு

என்றால் பிணம் கூட வாயைத் திறக்கும் என்று நீங்கள் கேள்விப்பட்டதில்லையா?''

''நான் பிணமில்லை, அவ்வளவுதான் எனக்குத் தெரியும்'' என்று அவள் சிரித்தாள்.

அவர்களும் சிரித்துக்கொண்டே எழுந்தார்கள்.

''நாங்கள் வருகிறோம் பஹன்ஜீ. உங்களுக்கு என்ன உதவி வேண்டுமானாலும் தயங்காமல் கேளுங்கள். தேசத்தைவிட்டு தேசம் வந்திருக்கிறோம். ஒருத்தருக்கொருத்தர் உதவியாக சினேகிதமாக இருப்பதைவிட நாம் வேறு என்ன செய்ய முடியும்?''

''உங்கள் பேச்சு ரொம்ப இதமாக இருக்கிறது'' என்றாள் உஷா. ''ஆகட்டும், உதவி வேண்டும்போது, கண்டிப்பாகக் கேட்கிறேன்.''

அவர்கள் சென்றதும் அவள் ஆயாஸத்துடன் கதவைச் சாத்தினாள். மிஸஸ். வித்யாதரன் சொன்ன மாதிரி வாழ்க்கையில் நூற்றுக்குத் தொண்ணூறு சதவீதம் மிக சாதாரண மனிதர்கள்தான் என்று தோன்றிற்று. சாதாரண மனசுடன் பெரிய பெரிய ஆசைகள் வைத்திருக்கும் அற்ப மனிதர்கள்...

இந்தப் பெண்கள் மாதிரி தன்னால் இருக்க முடியுமா என்று அவள் யோசித்தாள். அந்தப் பெண்களுக்கு நல்ல மனசு இருந்தது. புதிதாக வந்திருப்பவளுக்கு உதவ வேண்டும் என்கிற நல்லெண்ணம் இருந்தது. அவளை வலுவில் வந்து பரிச்சயம் செய்துக்கொண்டு சினேக பாவத்தோடு கை நீட்டும் பண்பு இருந்தது. அதோடு உலக நடைமுறைகளை யதார்த்தமாக எடுத்துக்கொள்ளும் சரளம் இருந்தது. உயர்ந்த லட்சியங்கள் என்றும், இது சரி அது தப்பு என்றும் குழப்பிக்கொள்ளாத யதார்த்தவாதிகள். பலவித வாழ்க்கை அதிசயங்களைப் பார்த்தும் இதெல்லாம் வாழ்க்கையில் சகஜம் என்று துடைத்துவிட்டுப் போகும் யதார்த்தவாதிகள். இந்தப்

பெண்கள் பேசுவதைப் பார்க்கும்போது வாஸ்தவதத்தில் இவர்களுக்கு எந்தத் தீவீரமான சிந்தனையும் இருக்காது என்று தோன்றிற்று. சிந்தனையில் ஆழம் இருந்தால்தானே பாதிப்புகளும் இருக்கும் என்று அவளுக்குத் தோன்றிற்று. உண்ணவும் உடுக்கவும் கிடைத்துவிட்டால் அந்த மட்டத்துக்கு மேல் உயர அவர்களுக்கு ஏதும் ஆர்வமில்லை. அவளால் அத்தகைய ஒரு வாழ்வை வாழ முடியுமா? அவள் இருக்கும் பவிசுக்குத் தன்மானம் என்னும் உணர்வு ஏன் அவளுள் இவ்வளவு கூர்மையாக இருக்கிறது? அவளால் எவ்வளவு தூரம் இத்தகைய சமூகத்தில் எதிர்நீச்சல் போட முடியும்?

அவள் வீட்டை ஒரு வழியாக ஒழுங்குப்படுத்தி வைத்தாள். துவைத்த துணிகளைக் கொல்லையில் உலர்த்துகையில் பின்புற வரிசை வீடுகளின் முன்னால் வெயிலில் கட்டிலைப் போட்டு அதில் நாலைந்து பெண்கள் ஸ்வெட்டர் பின்னிக் கொண்டிருந்தார்கள். அவளைப் பார்த்ததும் எல்லோரும் கைகூப்பி நமஸ்தே சொல்லிச் சிரித்தார்கள். அவளும் 'நமஸ்தே' என்று சிரித்தாள். இவர்களுடைய சிந்தனைத்திறன் எப்படியிருந்தாலும் இவர்கள் சினேக பாவமுள்ளவர்கள் என்று அவள் நினைத்துக் கொண்டாள். ஆனால் தோழமை, ஓ காட், இவர்களுடன் அவளுக்கு ஏற்படுத்திக்கொள்ள முடியுமா? அவர்களை மாதிரி வெயிலில் உட்கார்ந்து ஸ்வெட்டரைப் பின்னிக்கொண்டு வம்பு பேசிக்கொண்டு அந்த வம்பை ஒரு சுவாரஸ்யத்துடன் சின்னத்தனத்துடன் ரசித்துக்கொண்டு அவளால் இருக்க முடியுமா? ஆணுக்குச் சமனாய் வக்கீல் அங்கியை மாட்டிக்கொண்டு இந்தியன் பீனல் கோடிலிருந்து அனாயாஸமாய் மேற்கோள் சொல்லி சுதர்ஸனத்திற்கு வலது கையாய் இருந்தவளுக்கு இந்த மாதிரி ஒரு வெஜிடபிள் வாழ்வு வாழ முடியுமா?

ஒரு மணி சமயத்துக்குப் பெண்கள் ஸ்வெட்டர் பின்னுவதை நிறுத்தி மடித்துப் பைக்குள் நுழைத்து எழுந்து உள்ளே

போவதை அவள் ஜன்னல் வழியே பார்த்தாள். ஆண்கள் சாப்பாட்டுக்கு வரும் நேரம் என்று அவள் அனுமானித்துக் கொண்டாள். அவளும் சாப்பாட்டைச் சுட வைக்க எழுந்தாள்.

சற்றுநேரத்தில் சங்கர் வந்தான். கை, கால் கழுவிக்கொண்டு பேசாமல் சாப்பிட உட்கார்ந்தான்.

அவன் அந்த மோசமான சமையலைப் பற்றி ஏதும் சொல்வதற்கு முன் அவன் கவனத்தைத் திசை திருப்ப வேண்டும் என்று அவள் நினைத்தாள்.

"சார்ஜ் எடுத்துக் கொண்டுவிட்டீர்கள் அல்லவா? எஸ். ஈ (Superintending Engineer) எப்படியிருக்கிறார்?"

"உம்? உம். எஸ். ஈ. நல்ல மாதிரியாகத்தான் தெரிகிறார். ரொம்ப ஸ்டிரிக்ட் என்கிறார்கள். மதராஸி, மதராஸிகளே; நல்ல உழைப்பாளிகள். யோக்கியமானவர்கள்."

அவள் லேசாகச் சிரித்தாள்.

சுதர்ஸனத்தின் ஞாபகம் வந்தது. அவன் சொன்னது வாஸ்தவம்தான் என்று தோன்றிற்று. இருந்தும் அவனுடன் பேச்சுக் கொடுக்க வேண்டும் என்று கேட்டாள்.

"அதென்ன அப்படிச் சொல்லிவிட்டீர்கள்? நம்மவர்களில் உழைப்பாளிகள், யோக்கியமானவர்கள் இல்லையா?"

அவன் தீர்மானமாகத் தலையை அசைத்தான்.

"உழைப்பாளிகள் இருக்கலாம். ஆனால் முக்கால்வாசி பேர்கள் கட்த்ரோட்டுகள்."

அவன் அப்படி யோக்யமாய்ப் பேசியது அவளுக்குச் சிரிப்பாக வந்தது. பாம்பின் கால் பாம்பறியும் என்று தோன்றிற்று.

அவள் அன்று வந்த பெண்மணிகளைப் பற்றியும் அவர்கள் சொன்ன விஷயங்களையும் சொன்னாள்.

"ஐந்து வயசு முடிவதற்கு முன்பே, ஆகிவிட்டது என்று சொல்லி ஸ்கூலில் சேர்த்து விடுகிறார்களாம்."

"அதில் என்ன தப்பு?" என்றான் அவன் சாதாரணமாக. "ஓரிரண்டு வயசைக் கூட்டிச் சொல்வதால் ரூ. 150 கிடைக்கும் என்றால் யாருக்குத்தான் சபலம் இருக்காது?"

"அப்படிச் சொல்வது குற்றமில்லையா, பொய்யில்லையா?"

அவன் பெரிதாகச் சிரித்தான்.

அவள் சட்டென்று தலையைக் குனிந்துக்கொண்டாள். அவன் என்ன சொல்லுவான் என்று அவள் எதிர்பார்த்ததை அவன் ஒரு விதக் குரூரத்துடன் சொன்னான்.

"குற்றத்தைப் பற்றியும் பொய்யைப் பற்றியும் பேசவோ கணிக்கவோ உனக்கு என்ன யோக்கியதை இருக்கிறது."

அவள் குன்றிப் போனாள். கண்களில் கண்ணீர் மறைத்த மாதிரி இருந்தது. அவன் எதிரில் தன் கண்ணீரை காட்டக்கூடாது என்று பிடிவாதத்துடன் உள்ளே விழுங்கிக் கொண்டாள்.

ஐந்து நிமிஷங்களுக்கு முன்னால்தான் பெரிய யோக்கியமானவன் மாதிரி வடக்கத்திக்காரர்களை அவன் விமர்சித்ததை அவள் நினைத்துப் பார்த்துக் கொண்டாள். நாளைக்கே அவன் மஹேஷைப் பள்ளிக்கூடத்தில் ஐந்து வயது நிறைந்த குழந்தை என்று சொல்லிச் சேர்க்கும்போது தான் வாயை மூடிக்கொண்டுதான் இருக்க வேண்டிவரும் என்கிற உண்மை புரிந்தபோது நெஞ்சில் ஒரு ஆயாஸம் நிறைந்தது. இந்த மாதிரி மட்டமான பரிமாணங்களைக் கொண்டவனுடன் வாழ்நாளை எப்படிக் கழிப்பது. அவள் எதைச் சொல்ல வாயைத் திறந்தாலும் நீர்க் குமிழிகள் சுற்றி சுற்றி ஒரே நிலைக்கு வருகிற மாதிரி அவன் அவள் மேலேயே திரும்புகிறான். இந்த நிலை இப்படியே நீடித்துக் கொண்டு

போனால் தனக்கு நிச்சயம் மூளைக் கோளாறு ஏற்பட்டுவிடும் என்று தோன்றிற்று. இப்பொழுதே ஏதோ பிரமை பிடித்த மாதிரி ஒரு கையாலாகாத்தனம் தன்னுள் பரவிவிட்ட மாதிரி அவளுக்குத் தோன்றிற்று.

✲ ✲ ✲

அத்தியாயம் 14

வெளியே இருட்டு கும்மென்றிருந்தது. உஷா ஜன்னல் திரையை மூடுவதற்கு எழுந்தாள். காலை வேளையில் வெயிலில் போடப்பட்ட நாடாக கட்டில்கள் எல்லாம் அவரவர் வீட்டிற்குள் சென்றுவிட்டன. எல்லார் வீட்டுக் கதவுகளும் அடைக்கப்பட்டுவிட்டன. கோடியில் இருக்கும் கபூர் வீட்டுப் புறக்கடைக் கதவு மட்டும் லேசாகத் திறந்திருந்த மாதிரி இருந்தது. உலர்த்திய துணிகளை எடுக்க யாராவது வெளியில் வந்திருப்பார்கள் என்று நினைத்தபடி அவள் திரையைப் போடப்போகையில் கொல்லைப்புறத்து வேலியைப் பிடித்தபடி கபூரின் பெண் ஸீஷ்மா யாருடனோ இருட்டில் பேசிக்கொண்டு நிற்பது தெரிந்தது. இந்தக் குளிரில் ஸ்வெட்டர்கூடப் போடாமல் நிற்கிறாளே என்று நினைத்தபடி உஷா திரையை மூடினாள்.

ஸீஷ்மாவை நினைத்ததும் அவளுக்கு மோகனின் மனைவி மாலாவின் நினைவு வந்தன. கூடவே அவளுடைய போர்த்தாத தலைப்பும் கழுத்திறங்கிய ரவிக்கையும் பாதி தெரியும் மார்பும் ஞாபகத்திற்கு வந்தன. முக லட்சணம் எதுவும் இல்லாமல் வெறும் உடற் கவர்ச்சியினாலேயே ஆண்களைக் கொக்கிபோட்டு இழுக்கும் அவள் சாமர்த்தியத்தை நினைக்கும்போது மனத்தில் ஏதோ முள்ளாகக் குத்திற்று. இந்த ஸீஷ்மாவை பார்க்கும் போதெல்லாம் இப்படித்தான்

மனத்தை ஏதோ நெருடுகிறது. ஸீஷ்மாவுக்குப் பதினாறு வயது என்று மிஸஸ். கபூர் சொல்லிக்கொண்டாள். அவள் வளர்த்தியைப் பார்க்கையில் இன்னும் அதிகம் இருக்கும் என்று தோன்றிற்று. ஸல்வார் கம்மிஸுக்கு மேல் அவள் துப்பட்டா போடுவதேயில்லை. தன் கவர்ச்சியில் தானே லயித்தவளாய் அவள் நடப்பதையும் எந்த ஆணுக்கெதிரிலும் வெட்கமில்லாமல் அலட்சியமாய் அவள் நிற்பதையும் பார்க்கும்போது உஷாவுக்கு அருவருப்பாய் இருந்தது. இது ஒரு டைனமைட். என்றைக்கு வெடிக்கப் போகிறதோ என்று தோன்றும். இதைப் பற்றியெல்லாம் கொஞ்சம்கூடச் சிந்தனை செய்யாதவள் மாதிரி மிஸஸ். கபூர் இருப்பதைப் பார்த்து அவளுக்கு அதிசயமாக இருந்தது. இவர்களெல்லாம் எதற்குக் கல்யாணம் செய்துக்கொண்டு குழந்தைகள் பெறுகிறார்கள் என்று தோன்றிற்று. இவர்களுக்கெல்லாம் ஏன்தான்... அவள் சட்டென்று சிந்திப்பதை நிறுத்தினாள். இதைப்பற்றியெல்லாம் சிந்திக்கக்கூட உனக்கு என்ன யோக்யதை இருக்கிறது என்று சங்கர் கேட்பான். ஓ, அவளை அத்தனை அற்பமாக அவன் ஏன் நடத்துகிறான்...? தான் அற்பம் என்று அவளே எண்ணும்படி ஏன் பேசுகிறான்?

முந்தாநாள் அவன் வெகுநேரம் கழித்து இரவு வந்தபோது அவள் சாதாரணமாக மெல்லக் கேட்டாள் ஏன் அவ்வளவு நேரமாகிவிட்டது என்று, ஆபீஸில் வேலை அதிகமோ என்ற நினைப்பில்.

அவன் அவளைத் தீவிரமாகப் பார்த்துக் கேட்டான்.

"நான் எந்தவிதமான ஆர்வத்தை மனசில் வைத்துக்கொண்டு சீக்கிரம் வருவேன் என்று நீ எதிர்பார்க்கிறாய்?"

கன்னத்தில் அறை விழுந்த மாதிரி அவள் அதிர்ந்துப்போனாள். அவள் அதற்குப் பிறகு வாயே திறக்கவில்லை.

அவன் இந்த ஒரே அஸ்திரத்தை வைத்துக்கொண்டு அவளை எப்படி அவமானப்படுத்துகிறான்! இந்த மாதிரி ஒரு சூழ்நிலை உருவாகக்கூடும் என்று அவளுக்கு முன்பு எப்படித் தோன்றாமல் போய்விட்டது. அவனது முகத்தைப் பார்த்ததும் அவளுக்கு அவனிடம் எப்படி நம்பிக்கை ஏற்பட்டது? அவளுக்கு அதைப்பற்றியெல்லாம் மறுபடி புரட்டிப் பார்க்கவே ஆயாஸமாக இருந்தது. ஒரு மகா மட்டமான இரண்டாந்தரமான ஆசாமியிடம் வந்து மாட்டிக் கொண்டிருக்கும் விந்தை அவளுக்கு இன்னமும் புரியவில்லை. சுமாரான சௌகர்யமான பொருளாதார நிலையில் இருந்தவள், இவனைவிட நன்றாகச் சம்பாதித்துக் கொண்டிருந்தவள், அவளைவிடக் குறைவாகப் படித்திருக்கும், குறைவாகச் சம்பாதிக்கும் ஒருவனிடம் மனத்தளவில் மட்டமான எண்ணங்கள் உடையவன் ஒருவனிடம் வந்து மாட்டிக்கொண்ட கதையைக் கேட்டால் யாராவது நம்புவார்களா? வாழ்க்கையின் நிஜங்கள் கற்பனையைவிட எத்தனை பயங்கரமானவை அசிங்கமானவை!

அவள் ஆயாஸத்துடன் உள்ளே வந்தாள். குழந்தைகள் ஹோம்வர்க் செய்து கொண்டிருந்தன. மகேஷ் கோலி விளையாடிக் கொண்டிருந்தான். மூன்றையும் முந்தா நாள் சங்கர் ஸ்கூலில் சேர்த்துவிட்டு வந்திருந்தான். மகேஷுக்கு என்ன வயது சொல்லி அவன் சேர்த்தான் என்று அவள் கேட்கவில்லை. வயதைக்கூடச் சொல்லித்தான் சேர்த்திருப்பான் என்று அவளுக்கு அனுமானம். அந்த அனுமானம் தந்த அவமான உணர்ச்சியினாலேயே அவள் அவனைக் கேட்காமல் இருந்தாள்.

குழந்தைகள் ஹோம்வர்க் செய்வதை அவள் சற்றுநேரம் பக்கத்தில் உட்கார்ந்து கவனித்துச் சொல்லிக் கொடுத்தாள். பாமா, ரவி இருவருமே படிப்பில் சூட்டிகையாக இல்லை என்று அவளுக்குத் தோன்றிற்று. வகுப்பில் செய்திருந்த பாடங்களில்

நிறைய தப்பு செய்திருந்தார்கள். அன்று நடந்த பாடத்தை அவள் பொறுமையுடன் விளக்கினாள். அவர்கள் அதை ஆர்வத்துடன் கற்றுக்கொள்ளவில்லை என்று தோன்றிற்று. இவர்களை எப்படி சரி செய்வது என்று அவளுக்கு யோசனையாக இருந்தது. அவளுக்குச் சமாளிக்க வேண்டியது எத்தனையோ ப்ரச்னைகள் என்று தோன்றிற்று. ஆனால் இவையெல்லாம் சின்னச் சின்ன விஷயங்கள், அவள் துணிந்து ஏற்றுக்கொண்டிருக்கும் சவாலுக்கு முன்னால், என்று அவள் நினைத்துக் கொண்டாள். அவள் முழங்காலைக் கட்டியபடி மோட்டு வளையத்தைப் பார்த்தபடி யோசனையில் ஆழ்ந்தாள். அத்தனை சின்ன வீட்டில் இருந்து பழக்கம் இல்லாதவளுக்கு எங்கேயோ அடைபட்ட மாதிரி, மூச்சுத் திணறுகிற மாதிரி இருந்தது. அவள் ஒரு சால்வையைப் போர்த்திக்கொண்டு கொல்லைக் கதவைத் திறந்துக்கொண்டு வெளியே வந்தாள். வெளியில் இருந்த குளிரில் உடம்பு லேசாக நடுங்கிற்று. உள்ளே இருக்கும் இறுக்கத்துக்கு இந்தக் குளிர் பரவாயில்லை என்று தோன்றிற்று. அவள் கொல்லைப் படிக்கட்டில் உட்கார்ந்துக் கொண்டாள். அக்கம் பக்கத்து வீடுகள் எல்லாம் சாத்திக் கிடந்தன. ஒவ்வொருத்தர் வீட்டிலிருந்தும் ஒவ்வொருவிதமாகப் பாட்டும், செய்தி அறிக்கையுமாக ரேடியோ ஒலித்துக் கொண்டிருந்தது. வானத்தில் நட்சத்திரங்கள்கூட குளிருக்கு முடங்கிக்கொண்டு போர்த்திக்கொண்டு படுத்திருக்கிற மாதிரி அவளுக்கு பிரமையேற்பட்டது. அவளுக்கு முராதாபாத்தின் நினைவு வந்தது. சரசரவென்று இருள்விரியும் நேரத்தில் அவள் எவ்வளவோ நாட்கள் வராண்டாவில் முற்றத்தில் ஈஸிசேரில் உட்கார்ந்தபடி வானத்தையும், நட்சத்திரங்களையும் பார்த்தபடி இருந்திருக்கிறாள். அப்பொழுது உலகமே ரம்யமாகத் தூய்மையாகத் தோன்றும். அவளைச் சுற்றிய வெறுமையெல்லாம் எதுவுமே ஞாபகம் இருக்காது. இந்த உலகமே மிக அழகாக, எல்லோருமே மிக நல்லவர்களாக மனசு எண்ணிக்கொண்டு குதிபோடும். பக்கத்து வீட்டிலிருந்து

வரும் ஸிதாரின் சோக கீதத்தில்கூட ஏதோ ஒரு ஆனந்தம் இழையோடுகிற மாதிரி இருக்கும். அதிலிருந்து பொங்கும் ஸ்வரப் பிரவாகங்கள் எல்லாம் ஆனந்தக் கண்ணீராய் தோன்றும். அந்த மாதிரி வானத்தையும் நட்சத்திரத்தையும் பார்த்துக்கொண்டு பின்னணியில் ஸிதாரின் இசையைக் கேட்கையில் எந்த இழப்பும் பெரிய இழப்பல்ல என்று மனசு ஞானப் புன்னகை பூக்கும்...

இப்பொழுது இங்கே குளிரில் வெடவெடத்தபடி குறுகியபடிக் குறட்டில் உட்கார்ந்துக்கொண்டு, அக்கம் பக்கத்திலிருந்து வரும் ரேடியோ சிலோனின் பாப் இசையையும், தவளைக் குரலில் சுவாரஸ்யமில்லாமல் யாரோ சொல்லும் செய்தி அறிக்கையையும் கேட்கும்போது எதிர்பாராமல் ஆகாசத்திலிருந்து கீழே தள்ளப்பட்ட மாதிரி இருந்தது. வெறும் வானமும் நட்சத்திரமும் கொண்டதல்ல வாழ்க்கை என்கிற மாதிரி வாழ்க்கையின் அசிங்கங்களையும் பார்த்த பிறகல்லவா ஞானப் புன்னகை பூக்க வேண்டும் என்கிற மாதிரி... தொடக்கமே அதிர்ச்சியாக இருக்கும்போது அந்த மாதிரி ஒரு புன்னகை பூக்கத் தன்னால் எந்தக் காலத்திலேனும் முடியுமா என்று அவள் யோசித்தாள். பித்தர்களும் அத்தகைய புன்னகை புரிவார்கள் என்று அவள் விரக்தியுடன் நினைத்துக் கொண்டாள். தனக்கு அந்த நிலைதான் ஏற்படப் போகிறது...

அவளுக்குப் பின்னால் கதவு திறக்கப்படும் ஓசை கேட்டது. அவள் திடுக்கிட்டுத் திரும்பினாள். பாமா நின்றிருந்தாள்.

"என்ன பாமா?"

"பசிக்கிறது!"

அவள் சரேலென்று எழுந்தாள்.

"இதோ சாப்பாடு போடுகிறேன்."

குழந்தைகளுக்குப் பசிக்கும் என்கிற உணர்வேயில்லாமல் தன் யோசனைகளில் ஆழ்ந்து போயிருந்ததை நினைத்து அவளுக்கு வெட்கமாக இருந்தது.

ஸ்டவ்வை மூட்டுகையில், ரொட்டிக் கல்லை அடுப்பில் வைக்கையில் இந்தக் குழந்தைகள் இன்னும் தன்னை அம்மா என்று அழைக்க ஆரம்பிக்கவில்லை என்று ஞாபகத்திற்கு வந்தது.

அவர்களுக்கே அவள்மேல் அபிமானம் வரும்போதுதான் இயற்கையாகக் கூப்பிடுவார்கள் என்று தோன்றிற்று. அந்த அபிமானம் எப்பொழுது வரும்? அவர்களுக்கு இன்னும் பெற்றவளின் உருவம் மனத்தைவிட்டு நீங்கவில்லை. சங்கர் குழந்தைகளிடம் நெருக்கமாக இல்லாததால் அவர்களுக்குத் தாயிடம்தான் அதிக நெருக்கம் இருந்திருக்கவேண்டும் என்று தோன்றிற்று. அவளைச் சங்கர் எப்படி வைத்திருந்திருப்பான்? சந்தோஷமாக, ஆசையாக வைத்திருந்திருப்பானா? அவள் செத்துப்போகாமல் இருந்திருந்தால் எத்தனை நன்றாக இருந்திருக்கும் என்று அவள் நினைத்துக் கொண்டாள். இந்த மாதிரி அவள் எங்கோ கண்காணாத இடத்தில் யாரோ பெற்றுவிட்டுப் போய்விட்ட குழந்கைளுக்கு நடுங்கும் குளிரில் ரொட்டி செய்து கொண்டிருந்திருக்க மாட்டாள். அந்தக் குழந்தைகளின் தந்தை இன்றைக்கு மனத்தைத் தைக்கிற மாதிரி வார்த்தைகள் சொல்லாமல் இருக்க வேண்டுமே என்கிற பயத்தில் இருந்திருக்க மாட்டாள். அவன் அன்பையும் மதிப்பையும் பெற்றுக்கொள்ளும் வழி என்ன என்று மண்டையைக் குடைந்து கொண்டிருக்கமாட்டாள். கைவசம் சரக்கே இல்லாமல் வியாபாரம் செய்வது எப்படி என்கிற பயத்தில் இருந்திருக்க மாட்டாள். இந்தச் சரக்கில்லாத குற்றத்தினால் பின்னேயும் போக முடியாமல் முன் இருக்கும் பாதையும் தெரியாமல் நிற்கிற மாதிரி பிரமிப்பாக இருந்தது. அவள் தன் சிந்தனைகளில் ஆழ்ந்தபடியே குழந்தைகளுக்குப் பரிமாறினாள்.

குழந்தைகள் அதிகம் பேசாமலே சாப்பிட்டது. அவளுக்குச் சௌகர்யமாக இருந்தது. சமையல் எப்படியிருக்கிறது என்று கேட்க அவளுக்குத் தைர்யமில்லை. கொஞ்ச நாட்களாகும் அவர்களுக்கு அவளது சமையல் பழக என்று தோன்றுகையில் தனக்கே சமையல் செய்து பழகக் கொஞ்சநாள் ஆகும் என்று தோன்றிற்று. நல்ல சமையலினால்தான் புருஷனைக் கைக்குள் போட்டுக்கொள்ள முடியும் என்கிற ஆங்கிலப் பழமொழி அவளுக்கு ஞாபகத்திற்கு வந்தது. கேவலம், அதுகூடவல்லவா அவளுக்குக் கை கொடுக்க மாட்டேன் என்கிறது! இனிமேல் பத்திரிகைகளில் வரும் சமையல் குறிப்புகளையெல்லாம் கவனமாகப் படித்து செய்துபார்க்க வேண்டும் என்று அவள் நினைத்துக் கொண்டாள்.

பாமாவும், ரவியும் படுத்துக் கொண்டு விட்டார்கள். மகேஷ் அவளை எதற்கோ தயங்கிக்கொண்டு பார்க்கிற மாதிரி இருந்தது. அவளையுமறியாமல் அவள் முகத்தில் ஒரு புன்னகை அரும்பிற்று.

"என்ன வேணும் கண்ணு; தூக்கம் வரவில்லையா?" அவள் கேட்டபடியே அவன் பக்கத்தில் அமர்ந்து கொண்டாள்.

அவன் அவளுடைய புடைவைத் தலைப்பை வருடியபடியே மெல்லக் கேட்டான்.

"கதை சொல்றியா?"

அவனுடைய சிவந்த கன்னங்களும் சுருண்ட முடியும் கெஞ்சுகிற பார்வையும் அவள் மனத்தை அள்ளிக்கொண்டு போயிற்று.

"உம், சொல்றேனே! என்ன கதை வேணும்?" என்றாள் அவள் சொல்கிற மனநிலையில் இல்லாதபோதும்.

"ஃபான்டம் கதை."

அவள் சிரித்தாள்.

"எப்பப் பார்த்தாலும் ஃபான்டம் கதைதானா? ஏன் உனக்கு ஃபான்டம்மை இவ்வளவு பிடிக்கிறது?"

"ஏன்னா, ஃபான்டம் ரொம்ப ஸ்ட்ராங் மேன்!"

அவள் சிரித்துக்கொண்டே கேட்டாள்.

"ஸ்ட்ராங் மேனைத்தான் பிடிக்குமா? ஸ்ட்ராங் உமனைப் பிடிக்காதா?"

"உமன்னா?"

"பொம்மனாட்டி!"

"ஐயே! பொம்மனாட்டி எங்கேயாவது ஸ்ட்ராங்கா இருப்பாளா?"

"ஏன் இருக்க மாட்டா?"

"ஊம், இருக்க முடியாது" என்று அவன் தலையசைத்தான் ஒருவித நிச்சயத்தோடு.

அவள் பிரமிப்புடன் அவனைப் பார்த்தாள். அவள் வரையில் இந்தக் குழந்தை சொல்வது எத்தனை நிஜமாகப் போய்விட்டது என்று அவள் நினைத்துக் கொண்டாள். திருமணமான பின் அவளது பலவீனம் திடீரென்று விசுவரூபமாகப் போய்விட்ட மாதிரி தெரிந்தது. மற்றவர்களின் வெறும் வார்த்தைகளை நம்புகிற பலவீனம்.

அப்பாவின் வார்த்தைகளை, அம்மாவின் கண்ணீரை, சங்கரின் சிரிக்கும் கண்களை நம்பிய பலவீனம்.

"அவருக்கு நான் எல்லாம் சொல்லியிருக்கிறேன்..."

"நாங்கள் உனக்குக் கெடுதலை நினைப்போமோ?"

"எனக்குத் தோழமை வேண்டும்."

வெறும் வார்த்தைகள். இப்பொழுது அபத்தமாகத் தெரியும் வார்த்தைகள். சட்டம் படித்து உத்தியோகம் பார்த்தவள் எந்தப் பலவீனத்தில் இவற்றை நம்பினாள்?

What can be avoided whose end is purposed by the mighty Gods.

சீஸரின் வார்த்தைகள்; உலகத்தை ஆளப் பிறந்தவன் சொன்ன வார்த்தைகள்.

அவள் திடுக்கிட்டுச் சுயநினைவுக்கு வந்தாள். அவளுக்கு என்ன நேர்ந்துவிட்டது? விதி என்றும் சதியென்றும் அத்தை பாட்டி மாதிரி மூலையில் சிணுங்கிக்கொண்டு உட்காரும் அளவுக்கு இந்த மனச்சூன்யம் எங்கிருந்து வந்தது?

அவளையே பார்த்துக்கொண்டு உட்கார்ந்திருந்த மகேஷின் நினைவு வந்தது.

ஃபான்டம் கதை வேண்டாம். உனக்கு ஜூலியஸ் ஸீஸர் கதை சொல்லட்டுமா?'' என்றாள்.

''அந்த ஜூலியஸ் ஸீஸர் ஸ்ட்ராங் மேனா?''

''ஆமாம்.''

''அப்ப சொல்லு.''

அவள் ஆரம்பித்தாள். ஜூலியஸ் ஸீஸர்னு ஒரு வீரன் இருந்தான்...

அவனுடைய சண்டைகள், புகழ் மாலைகள், உண்மையான சினேகிதர்கள், அசூயை பிடித்த கேஷியஸ், சீஸரின் நம்பிக்கைக்கும் அன்புக்கும் பாத்திரமான ப்ரூடஸ், ப்ரூடஸ் கையினாலேயே இறந்த சீஸர்...

சொல்லச் சொல்ல, ஷேக்ஸ்பியரின் நாடகக் காட்சிகள் மனத்திலே விரிய விரிய, அவள் கடைசியில் சீஸரின் மரணத்தை விவரிக்கும்போது அவளுக்கு மனத்தில் விசித்திரமாக ஒரு காட்சி பதிந்தது. அங்கே இறந்து கிடந்தது சீஸரில்லை, அவள்தான். கையில் கத்தியைப் பிடித்துக்கொண்டு

நின்றிருந்தது ப்ரூட்டஸ் இல்லை; அவள் அப்பா! இவளது நம்பிக்கைக்கும் அன்புக்கும் பாத்திரமான அப்பா! அன்று சீஸர் ப்ரூட்டஸைப் பார்த்து அதிர்ந்த மாதிரி அவளும் அப்பாவைப் பார்த்து "நீங்களா?" என்கிறாள்.

அவள் விசும்பல் ஒலியைக் கேட்டுத் திடுக்கிட்டு சுய நினைவுக்கு வந்தாள்.

மகேஷ் விசும்பிக் கொண்டிருந்தான். இத்தனை மென்மையான உணர்வுகளைக்கொண்ட இந்தக் குழந்தைக்கு இந்தக் கதையைச் சொல்லியிருக்கக்கூடாது என்று அவள் நினைத்துக் கொண்டாள். அவனை மெல்ல அணைத்தபடியே படுக்க வைத்தாள். தேம்பியபடியே மகேஷ் சிறிதுநேரத்தில் தூங்கிப்போனான்.

பக்கத்து வீட்டிலிருந்து வந்த ஆங்கிலச் செய்தியைக் கேட்டு சங்கர் இன்னும் வரவில்லை என்கிற நினைவு அவளைத் தாக்கிற்று. அவன் வீட்டிலிருந்தாலும் கஷ்டம், வரத் தாமதமானாலும் யோசனையாக இருப்பதை நினைத்தபடி அவள் எழுந்தாள்.

வராண்டாவின் ஜன்னல் திரையை விலக்கிப் பார்த்தாள். காம்பஸே நிசப்தமாக இருந்தது.

அந்த நிசப்தத்தில் அவளது தனிமை மிகப்பயங்கரமாகத் தெரிந்தது. மனசு எங்கேயோ முராதாபாத்தில் ஈஸிசேரில் முடங்கியிருக்கும் மனிதரை நினைத்து, 'நீங்களா?' என்று விதிர்த்துப் போய்க் கேட்டுக்கொண்டிருந்தது ப்ரூட்டஸுக்கும் உங்களுக்கும் வித்தியாஸமில்லை அப்பா... அவனும் நல்லது செய்வதாக நினைத்துக் கொண்டுதான் சீஸரைக் கொன்றான்.

அவளுடைய கவனம் சட்டென்று திரும்பியது. எதிர் வீட்டிலிருந்த மிஸஸ். மல்ஹோத்ரா கதவைத் திறந்துக்கொண்டு

வெளியில் நிற்பது தெரிந்தது. யாரோ தள்ளாடிக் கொண்டு தெருவில் வருவது தெரிந்தது. மிஸஸ். மல்ஹோத்ரா சட்டென்று வெளியே வந்து, அந்த ஆளைக். கைத்தாங்கலாகப் பிடித்துக்கொண்டு உள்ளே சென்று கதவைச் சாத்தினாள்.

✲ ✲ ✲

அத்தியாயம் 15

சமையலறையில் ஃபெமினாவைப் பிரித்து வைத்துக்கொண்டு உஷா மும்முரமாகச் சமையலில் ஈடுபட்டிருந்தாள். சாவித்திரி பாட்டியாவின் சமையல் குறிப்பும் பட்டியலும் நீளமாக இருந்தன, சமையலில் அதிகப் பழக்கமில்லாத அவளுக்கு,

ஒருமுறை குறிப்பைப் படித்துவிட்டு அடுப்படிக்குப் போனதும் பட்டியல் மறந்து போய்விடுகிற மாதிரி இருந்தது. அவள் பத்திரிகையையே மடித்து மேடைமேல் வைத்துக்கொண்டாள். பார்த்துப் பார்த்துச் செய்யும்போது, நன்றாக வர வேண்டுமே என்கிற எதிர்பார்ப்புடன் செய்யும்போது அவளுள் ஒரு உற்சாகம் பரவுகிறமாதிரி இருந்தது. செய்து முடித்து இறக்கி வேறு பாத்திரத்தில் கொட்டிப் பச்சைக் கொத்துமல்லியைப் பொடிப் பொடியாக நறுக்கித் தூவுகையில் பார்க்கவே அழகாயிருந்த மாதிரி இருந்தது. கொஞ்சம் எடுத்து வாயில் போட்டுக்கொண்டு பார்த்தாள். நன்றாக இருந்த மாதிரி இருந்தது. அவளுக்குத் திருப்தியாக இருந்தது. நன்றாகச் சமைப்பது அப்படி ஒன்றும் பெரிய வித்தையில்லை என்றும் தோன்றிற்று.

சமையல் துறையில் கொஞ்சம் முன்னேறினால் அவளுக்கும் சங்கருக்குமிடையே இருக்கும் உறவில் ஏதேனும் சுமூகம் ஏற்படாதா என்று தோன்றிற்று. இந்தக் குழந்தைகளாவது

அவளை முதலில் அங்கீகரிக்க வேண்டும். குழந்தைகள் சங்கரிடம் ஒட்டிக் கொண்டுவிட்டால் சங்கருக்குக் கொஞ்சம் மனசு இளகும் என்று தோன்றிற்று.

நேற்றுகூட அவன் எங்கேயோ சுற்றிவிட்டுப் பத்து மணிக்குத்தான் வந்தான். அவள் மௌனமாக அவனுக்குச் சாப்பாடு பரிமாறிவிட்டுத் தானும் சாப்பிட ஆரம்பிக்கையில் அவன் கோபத்துடன் முணுமுணுத்தான். "என்ன சமையல் இது?"

அவள் சிரிக்க முயன்றாள்.

"எனக்குச் சமைத்துப் பழக்கமில்லை. சீக்கிரம் கத்துக் கொண்டுவிடுவேன், கவலைப்படாதீர்கள்."

"ஆமாம். எனக்கு இப்பொழுது எந்த விஷயத்துக்காகக் கவலைப்படுவது என்றுதான் புரியவில்லை."

அவள் பேசாமல் சாப்பாட்டைத் தொடர்ந்தாள். அவனை நினைத்துப் பரிதாபமாகக்கூட இருந்தது. அவன் சொல்வது நியாயம்தானே என்று மறுபடி ஒரு குற்ற உணர்வு அவளை வியாபித்தது.

அவன் திடீரென்று அவளைத் தீர்க்கமாகப் பார்த்துச் சொன்னான்.

"நான் ஏன் இவ்வளவு லேட்டாக வருகிறேன் தெரியுமா?"

அவள் தலையைக் குனிந்துக்கொண்டாள். எனக்குத் தெரியுமே என்று நினைத்துக் கொண்டாள். அவன் தொடர்ந்தான்.

"உன் முகத்தை, அந்த ஆளை மயக்கற முகத்தைப் பார்க்கும் போதெல்லாம் எனக்கு உடம்பு தகிக்கிறது. பொறுக்கமுடியாத பசியோட இருக்கிறவன் கண்ணெதிரே சாப்பாட்டை வைத்துவிட்டு இது சாப்பிட லாயக்கில்லைன்னு சொன்னால் எப்படியிருக்கும்?"

அவள் முகம் சிவந்தது. தலையை நிமிரவில்லை. இதெல்லாம் தெரிந்த விஷயம்தானே, மறுபடி ஏன் வதைக்கிறீர்கள் என்று கேட்க வேண்டும்போல் இருந்தது.

"என்னுடைய தகிப்பை உன்னாலே புரிந்துக்கொள்ளக்கூட முடியாது."

அவளுக்குப் புரியத்தான் இல்லை. இந்த மாதிரி நிச்சயமாக எல்லா ஆண்களும் இருக்க மாட்டார்கள் என்று தோன்றிற்று. எல்லோரும் இப்படி உணர்ச்சிகளுக்கு, அவை இயற்கையான உணர்ச்சிகளாக இருந்தாலும், அடிமையாக இருக்க மாட்டார்கள் என்று தோன்றிற்று. கொஞ்சம் மனத்தைப் பக்குவப்படுத்திக் கொண்டால் புலன்களை அடக்குவது ஒன்றும் சிரமமில்லை என்று அவள் நினைத்துக்கொண்டாள். ஆனால் அப்படிப்பட்ட மனப்பக்குவம் அவசியம் என்று அவன் உணர வேண்டாமா? இவன் ஏன் இப்படித் தன்னையும் வதைத்துக் கொண்டு அவனையும் வதைக்கிறான்? விதி போட்ட முடிச்சு என்று விவேகத்தோடு ஏன் எடுத்துக்கொள்ள மாட்டேன் என்கிறான்? அதுவும் ஒருமுறை மணம் செய்துக்கொண்டு மூன்று குழந்தைகளைப் பெற்றவன்? இதையெல்லாம் யார் இவனுக்குச் சொல்வது? என்கிற யோசனையுடன் அவள் தன் சாப்பாட்டை முடித்துக்கொண்டு எழுந்தாள். அவன் சாப்பிட்டுவிட்டுக் கையை கழுவிக்கொண்டு கட்டிலில் போய்ப் படுத்துக்கொண்டான்.

அவள் தன் வேலையை முடித்துக்கொண்டு மகேஷின் பக்கத்தில் போய்ப் படுத்துக்கொண்டாள்.

சங்கர் வெகுநேரம் கட்டிலில் புரண்டுகொண்டிருப்பது அவளுக்குப் புரிந்தது.

அவளுக்கு அவன் பக்கத்தில் போய் உட்கார வேண்டும்போல் இருந்தது. அவனோடு தோழமையோடு மென்மையாகப் பேச வேண்டும் போலிருந்தது. இந்தப்

ப்ரச்னையை விவேகத்தோடு மனிதாபிமானத்தோடு யோசித்துப் பாருங்கள்... மனசைக் கொஞ்சம் தெளிய வைத்துக் கொண்டால் நாம் இருவரும் ஆரோக்கியமான வாழ்வு வாழலாம். கொஞ்சம் மனிதாபிமானத்தோடு யோசித்தால், என்னுடைய இழப்பு மிகப்பெரிய இழப்பில்லை என்று நீங்களே என்னைச் சமாதானப்படுத்தி எனக்கு வாழ்வளிக்கலாம். அந்த மாதிரி ஒரு வாழ்வை நீங்கள் எனக்கு அளித்தால் எனக்கு எந்தக் குறையும் இருக்காது. பிரதியாக என்னுடைய அன்பும் தோழமையும் உங்களுக்கு என்றும் இருக்கும் ஆயுசு உள்ளவரை...

இதெல்லாம் அவனிடம் சொல்லமுடியுமா? சொன்னால் அவன் புரிந்துக் கொள்வானா? இன்னும் அதற்குச் சமயம் வரவில்லை என்று தோன்றிற்று. என்றாவது அந்தச் சமயம் வருமா?

வாசலில் யாரோ கதவைத் தட்டும் ஓசை கேட்டு அவள் கைகளைத் துண்டில் துடைத்துக்கொண்டு வாசற் கதவைத் திறந்தாள்.

மிஸஸ். மல்ஹோத்ராவும் மிஸஸ். பன்னாலாலும் நின்றிருந்தார்கள்.

"நமஸ்தே பஹன்ஜீ! என்ன நீங்கள் இன்னும் ஸெட்டில் ஆகல்லியா? வெளியிலேயே காணோமே!" என்றாள் மிஸஸ். மல்ஹோத்ரா.

உஷா கூச்சத்துடன் சிரித்தாள்.

"நமஸ்தே, வாருங்கள்" என்றாள்.

'வீட்டைப் பராமரித்துப் பழக்கமில்லை' என்கிற வார்த்தை நாக்கு நுனிவரை வந்துவிட்டது.

"ஸெட்டில் ஆகிவிட்டது. ஆனால் ஏதாவது வேலை சரியாக இருக்கிறது" என்றாள்.

"வீட்டுக்குள்ளேயே உட்கார்ந்திருந்தால் வேலை இருந்து கொண்டுதான் இருக்கும். ஆச்சு என்று வெளியில் வந்தால்தான் வேலை முடியும்" என்றாள் மிஸஸ். பன்னாலால்.

நல்ல தத்துவம் என்று உஷாவுக்குத் தோன்றிற்று.

"எங்க வீட்டுக்காரரும் அப்படித்தான் சொல்வார்" என்று சிரித்தாள் மிஸஸ். மல்ஹோத்ரா. "அவர் வெளியில் கிளம்பு என்று சொன்னால் ஐந்தே நிமிஷத்தில் கிளம்பியாக வேண்டும். இல்லாவிட்டால் கோபம் வந்துவிடும்..."

அவள் குரலில் ஒரு பெருமை. காரணமேயில்லாத பெருமை இழையோடுகிற மாதிரி இருந்தது உஷாவுக்கு.

அவளுக்குச் சட்டென்று நேற்றிரவு கண்ட காட்சி ஞாபகத்திற்கு வந்தது. அப்படிப்பட்ட நிகழ்ச்சி ஒன்று நடந்ததாகவே நினைவில்லாதவள் மாதிரி சிரித்துக்கொண்டு மிஸஸ். மல்ஹோத்ரா உட்கார்ந்திருப்பதைப் பார்த்து அவளுக்கு ஆச்சரியமாக இருந்தது. ஆனால் அந்த ஒடிந்துவிடுகிற மாதிரி உடம்பும் கண்களுக்கடியில் இருந்த கருமையும் எல்லாம் சரியில்லை என்று காட்டிற்று. அந்தக் கண்ணின் கருமை நிழலுக்குமேல் அப்பாவித்தனமாக ஒரு ஆணுக்குத் துணைவியாக இருப்பதே ஒரு பெருமைக்குரிய விஷயம் என்று நினைக்கிறவள் மாதிரி சிரித்துக்கொண்டு உட்கார்ந்திருப்பதைப் பார்த்து உஷாவுக்கு இனம்புரியாத ஒரு சோகம் மனசை அழுத்திற்று. ஆண் என்ன தப்பு செய்தாலும் அது அவனது பிறப்புரிமை என்று நினைக்கிற அப்பாவித்தனம்... அந்தத் தப்புகளையெல்லாம் மூடி மறைத்து, அவனது அந்தரங்கங்களையெல்லாம் நான்கு சுவர்களுக்குள் கட்டிக் காக்க வேண்டியது தனது கடமை என்று நினைக்கிற அப்பாவித்தனம்... அவன் கொடுக்கும் சோற்றுக்கும் துணிமணிகளுக்கும் செலுத்தும் நன்றிக்கடன் என்று நினைக்கிற அப்பாவித்தனம்... இந்த அப்பாவித்தனம் இல்லாவிட்டால் இந்த மிஸஸ். மல்ஹோத்ரா நேற்று இரவு குடித்துவிட்டு

வந்த கணவனை அணைத்தபடி உள்ளே அழைத்துச் சென்று அவனை ஆஸ்வாசப்படுத்தி அவன் கொடுத்த அடி உதை திட்டை வாங்கிக்கொண்டு இன்று இந்த மாதிரி லிப்ஸ்டிக்கைத் தடவிக்கொண்டு நைலான் புடைவையைக் கட்டிக்கொண்டு காலையில் காரியம் முடிந்ததும் முடியாததுமாய் 'இன்னும் ஸெட்டில் ஆகவில்லையா?' என்று புதிதாக வந்திருப்பவளைப் பார்க்க வந்திருக்க மாட்டாள் என்று தோன்றிற்று.

உஷா சட்டென்று சுயநிலைக்கு வந்தாள். எப்பவும் ஒரு விஷயத்துக்குக் காரண காரியங்களை ஆராய்ந்து ஆராய்ந்து பழகிப்போன இந்த வக்கீல் மூளை தன் இயல்பை மாற்றிக்கொள்ளாது என்று தோன்றிற்று.

"இன்று நீங்கள் டீ சாப்பிடவேண்டும்; நான் ஸெட்டில் ஆகிவிட்டேன்" என்றாள் அவள் சிரித்துக்கொண்டு.

"சரி, சாப்பிடுகிறோம்."

அவள் உள்ளே சென்று அடுப்பை மூட்டி டீக்கு ஜலம் வைத்துவிட்டு வந்தாள்.

வந்தவர்கள் ஸ்வெட்டர் பின்னிக்கொண்டே வளவளவென்று பேசிக்கொண்டிருந்தார்கள். இவர்கள் நிஜமாகவே வீட்டு வேலையெல்லாம் முடித்துவிட்டு வந்திருப்பார்களா என்று யோசித்தபடியே உஷா அவர்களுடைய பேச்சில் கலந்து கொண்டாள்.

"குழந்தைகளை ஸ்கூலில் சேர்த்துவிட்டீர்கள் போலிருக்கிறதே!"

"ஆமாம்."

"ஸ்கூல் எப்படியிருக்கிறது?"

"பரவாயில்லை. நன்றாகத்தான் இருக்கிறது."

"இதுக்கு முன்னால் எங்கே எந்த ஸ்கூலில் படித்துக் கொண்டிருந்தார்கள்?"

உஷாவுக்குத் திக்கென்றது. அவளுக்கே தெரியாது. எப்படியோ சமாளித்துக் கொண்டு டில்லியில் ஏதோ ப்ரைவேட் பள்ளிக்கூடம் என்று ஒரு பெயரைச் சொன்னாள்.

"உங்கள் குழந்தைகளும் இங்கே படிக்கிறார்களா?" என்று மிஸஸ். பன்னாலாலைக் கேட்டாள்.

"இல்லை, என் குழந்தைகள் எல்லாம் பெரிய குழந்தைகள். பெண்ணும், பிள்ளையும் டில்லியில் காலேஜில் படிக்கிறார்கள், ஹாஸ்டலில் இருந்துகொண்டு."

"ஹாஸ்டலில் விட்டுவைத்தாலும் இந்தக் காலத்தில் பயமாகத்தான் இருக்கிறது" என்றாள் மிஸஸ். மல்ஹோத்ரா.

"அப்படிச் சொல்லிக்கொண்டுதான் மிஸஸ். கபூர் பெண்ணை இங்கேயே வைத்துக்கொண்டிருக்கிறாள். அந்தப் பெண்ணின் கதை தெரியுமோல்லியோ?"

மிஸஸ். மல்ஹோத்ரா சிரித்தாள். உஷாவுக்கு அன்றைக்கு இரவுக் குளிரில் அந்தப் பெண் ஸீஷ்மா யாருடனோ பேசிக்கொண்டு கொல்லைப்புறத்தில் நின்றிருந்தது ஞாபகத்திற்கு வந்தது. அவள் ஏதும் கேட்காமலேயே இவர்களே அந்தக் கதையைச் சொல்லிவிடுவார்கள் என்கிற உணர்வில் பேசாமல் இருந்தாள்.

"அந்தப் பெண் படிப்பும் இல்லாமல், பொழுதும் போகாமல் எவனைக் கொக்கி போட்டு இழுக்கலாம் என்று அலையாய் அலைகிறது. இப்பொழுது புதிதாக ஒரு சினேகம். ஒரு நேபாலியோட, இருட்டினப்புறம் கொஞ்சங்கூட வெட்கமில்லாமெ அவனோட பேசிண்டு நிக்குறது."

உஷாவுக்கு வேடிக்கையாக இருந்தது. "பதினைந்து வயசுப் பெண்ணா இப்படிச் செய்கிறது?"

"யார் சொன்னது பதினைந்து வயசு என்று? பதினெட்டு வயஸாகிறது. மிஸஸ். கபூர் இளையாள். தான் இளையாள்னு

தெரியக்கூடாது என்று மூத்தாள் பெண்ணோட வயஸைக் குறைத்துச் சொல்கிறாள்.''

உஷாவுக்குச் சுருக்கென்றது. சங்கர் சொல்லியிருந்தது ஞாபகத்திற்கு வந்தது. அவளைப் பற்றியும் இவர்களுக்குத் தெரிந்துவிடுமோ என்று பயமாக இருந்தது.

''தண்ணி கொதித்திருக்கும்'' என்று சொல்லிக்கொண்டே அவள் உள்ளே போனாள்.

அவள் உள்ளே டீ போட்டுக்கொண்டிருக்கையில் அவர்கள் இருவரும் பேசிக் கொண்டிருந்தது கேட்டது.

''அந்தக் கபூர் எப்படியிருக்கிறான் பார்த்தீர்களா? இளையாள் வயசுக்குத் தகுந்தமாதிரிதான் இருக்கணும் என்று அவன் தலைக்குப் போட்டுக்கிற சாயமும் முகத்துக்கு பௌடரும்...''

''ஆமாமாம். ஏதோ ஹீரோ மாதிரிதான் ட்ரஸ் எப்பவும்.''

''பின்னே வீட்டிலேயே இருக்கிற பெண்ணுக்கு அப்பாவும் சித்தியும் நடந்துக்கிறதைப் பார்க்கிற வயசுப் பெண்ணுக்கு புத்தி வேறு எப்படிப் போகும்?''

உஷா டீயும் பிஸ்கட்டும் கொண்டுவந்து வைத்தாள்.

அவர்கள் டீயைக் குடித்துவிட்டுச் சிறிதுநேரம் ஏதோ பேசிவிட்டு எழுந்தார்கள்.

''இப்பொழுது உங்கள் முறை பஹன்ஜீ! நீங்கள்தான் எங்கள் வீட்டுக்கு வர வேண்டும்'' என்றார்கள்.

''ஆகட்டும்'' என்று சிரித்துக்கொண்டே அவர்களை அனுப்பிவிட்டு உள்ளே வரும்போது அவளுக்கு ஆயாசமாக இருந்தது. கண்களில் நீர்கூடத் துளிக்கிற மாதிரி இருந்தது. இந்த மாதிரி வம்பு பேசிக்கொண்டு சின்னச் சின்ன விஷயங்களிலேயே நிறைவுகண்டு வாழ்ந்துவிடும் இந்த

மாதிரி பெண்களோடு அவளால் சகஜமாக, அவர்களோடு ஒருத்தியாக இருப்பது சாத்தியமா? கம்பீரமாகப் படித்த படிப்பு முகத்தை நிமிர்த்த, கோர்ட்டுப் படியேறி வக்கீல் கவுனை அணிந்துகொண்டு வளைய வந்ததெல்லாம், கேஸ் கட்டுக்களைப் படித்து சுதர்ஸனத்துக்குச் சமதையாக அவற்றை அலசி வாதாடினதெல்லாம் ஒரு பழங்கதையாக, ஒரு கனவாகப் போய்விட்ட மாதிரி இருந்தது. இது அவளுக்கு மிகப்பெரிய வீழ்ச்சியாகத் தோன்றிற்று. தீர்க்க முடியாத ஒரு மனச்சூன்யம் மனத்தைக் கவ்வுகிறமாதிரி இருந்தது. ஒரு சராசரி பெண்ணைப்போல் தன்னால் மனத்தளவில்கூட இருக்க முடியாது என்று தோன்றிற்று. இந்த மாதிரி இருப்பவள் ஒரு சராசரி ஆணுடன் ஆயுள் முழுவதும் இருப்பது சாத்தியமா?

முராதாபாத்தில் இருக்கும்வரை, அப்பாவுக்கு ஹார்ட் அட்டாக் வரும்வரை, தான் ஒரு 'ஃப்ரீக்' என்கிற எண்ணம் அவளை அதிகம் வாட்டாமல் இருந்தது. படிப்பும் உத்தியோகமும் நிமிர்ந்து நிற்க வைத்தன. இப்பொழுது இங்கே சராசரிக்குக் கீழ்மட்டத்தில் இருக்கும் பெண்களுக்கிடையில் இருக்கையில் அவர்கள் பேச்சில், சிரிப்பில் வம்பில் கலந்துக்கொள்ள முடியாத தன்னுடைய இயலாமை மிக பயங்கரமாக மனத்தை வாட்டியது. இந்த மாதிரி ஒரு சூழ்நிலையில் தன்னால் எதையும் சாதிக்க முடியாது என்று ஒரு அயர்வு ஏற்பட்டது.

முராதாபாத்திலிருந்து கடிதமே வரவில்லை என்று அவளுக்கு ஞாபகம் வந்தது. அவளுடைய இரண்டு கடிதங்களுக்கும் பதிலில்லை. அப்பா இப்படி பாராமுகமாக இருப்பார் என்று அவள் நினைக்கவில்லை. கூடவே அவருக்கு உடம்பு எப்படியிருக்கிறதோ என்று கவலையிருந்தது. தனக்கு கல்யாணம் என்று தெரிந்ததுமே கண்ணைக் கசக்கிக் கொண்டிருந்த ராஜூவாவது இரண்டு வரி எழுதக்கூடாதா என்றிருந்தது. அங்கு இருக்கும் யாருக்கும், நன்றாகச்

சம்பாதித்துக் கொண்டு பட்டம் கொடுத்த பெருமையோடு வளையவரும் அவளைப் பார்த்துப் பழக்கப்பட்ட எவருக்கும், அவளுடைய இன்றைய நிலை என்னவாக இருக்கும் என்று கற்பனை செய்துகூடப் பார்க்க முடியாது என்று தோன்றிற்று.

அவளுக்கு ரமேஷின் நினைவு வந்தது. நான் உங்கள் நெருங்கிய தோழன் என்று அடிக்கடி அவன் சொன்னது. நினைவுக்கு வந்தது. உண்மையிலேயே அவனுக்கு அவள்மேல் அன்பு இருந்தது என்று அவள் நினைத்துக் கொண்டாள். அவனிடம் அவள் அவனை மணக்காததற்கான உண்மைக் காரணத்தைச் சொல்லியிருந்தால் அவன் என்ன செய்திருப்பான் என்று அவள் நினைத்துப் பார்த்தாள். யாரோ முன்பின் தெரியாதவனுக்குத் தன் ரகஸியத்தைச் சொல்லலாம் என்று துணிந்தவளுக்கு அவ்வளவு பழகிய ரமேஷிடம் சொல்ல ஏன் கூச்சமேற்பட்டது என்று புரியவில்லை. அவள் சொன்ன பிறகும் ரமேஷ் அவளை ஏற்றிருந்தால் அந்த வாழ்வு எப்படியிருந்திருக்கும்? இப்பொழுது இல்லாத தோழமையும் அமைதியும் கிடைத்திருக்காதா? ஒரே படிப்பு, ஒரே தொழில், உயர்மட்ட சிந்தனைகள்! வாழ்வு எத்தனை ரம்யமாக இருந்திருக்கும்!

அவள் திடுக்கிட்டாள். அவளுக்கு என்ன நேர்ந்துவிட்டது? இந்த மாதிரியெல்லாம் வேண்டாத யோசனைகளில் ஈடுபடும் அளவுக்கு அவளுடைய சிந்தனைத்திறன் மங்கிவிட்டதா?

அவள் எழுந்திருந்து வினோதினிக்கு ஒரு கடிதம் எழுதலாம் என்று பேனாவும் தாளையும் எடுத்து வைத்துக்கொண்டாள்.

அன்புள்ள வினோதினி,

வினோதினியைப் பற்றி நினைத்ததுமே அவளுடைய மந்தஹாஸ முகம் நினைவுக்கு வந்தது. வாழ்வில் நிறைவை கண்ட மந்தஹாஸம். கணவனின் பூரண அன்பையும் தோழமையையும் அடைந்துவிட்ட நிறைவின் மந்தஹாஸம்.

அவளுக்கு சந்தோஷத்தைக் கொடுக்கும்படியாகத் தன்னால் என்ன எழுத முடியும் என்று ஒரு வினாடி உஷா திகைத்தாள். வினோதினிக்கு வாழ்வே ஒரு வானவில்லாக வர்ண ஜாலமாக இருந்தது. தன்னுடைய வாழ்வில் வண்ணமேயில்லை, நட்சத்திரங்கள்கூட இல்லை என்று எப்படி எழுதுவது?

நீ சொன்னபடி இன்டிமேட்டாக எனக்கு யாருமேயில்லை. கொஞ்சம் நெருக்கமாக இருந்தவர்கள் கூட இந்தக் கல்யாணத்தினால் மிகத்தொலைவுக்குப் போய்விட்டார்கள் என்று எப்படித் தெரிவிப்பது?

அவள் செயற்கையாக ஒரு உற்சாகத்தை வரவழைத்துக்கொண்டு கடிதம் எழுதி முடித்தாள். அப்பாவிடமிருந்து கடிதமே இல்லை என்றும், உடம்பு ஏதேனும் சரியில்லையா என்று போய் விசாரிக்கும்படியாகவும் எழுதும்போது திடீரென்று ஒரு எண்ணம் அவளைத் தாக்கிற்று. தபாலில் சேர்க்கும்படியாகத்தான் கொடுக்கும் கடிதங்களைச் சங்கர் தபாலில் சேர்க்கிறானோ? முரதாபாதிலிருந்து வரும் கடிதங்களைத் தன்னிடம் கொடுக்காமலிருக்கிறானோ?

அவளுக்கு அந்த எண்ணம் அதிர்ச்சியைத் தந்தது. இங்கு தபால்கள் வருவதும் போவதும் ஆபீஸ் மூலமாக. தபால் நிலையத்துக்குப் போக வேண்டுமானால் முப்பது கி.மீ. போக வேண்டும். எப்படி வகையாக மாட்டிக் கொண்டிருக்கிறோம் என்கிற உணர்வு அவளைத் தாக்கிற்று.

✲ ✲ ✲

அத்தியாயம்

16

வினோதினிக்குக் கடிதம் எழுதி வைத்துக்கொண்டு இதை எப்படித் தபாலில் சேர்ப்பது என்று யோசித்த வண்ணம் உஷா உட்கார்ந்திருந்தாள். அதைச் சங்கரிடம் கொடுத்தால் அதை அவன் தபாலில் சேர்ப்பானா என்று சந்தேகமாக இருந்தது. இங்கு வந்து ஒரு மாதமாகிறது. அப்பாவிடமிருந்து அவள் எழுதிய கடிதங்களுக்குப் பதில் வராமல் இருக்கவே முடியாது என்று தோன்றிற்று. என்னதான் நல்ல காரியம் செய்வதாக நினைத்துக்கொண்டு அவர் ஒரு மிகப்பெரிய தப்பு செய்திருந்தாலும். அதனால் அவளை அவர் விசாரிக்காமல் இருக்க மாட்டார் என்று தோன்றிற்று. யோசிக்க யோசிக்க சங்கர்தான் கடிதங்களை மறைக்கிறான் என்று அவளுக்குத் திட்டவட்டமாகத் தோன்றிற்று. அவன் அப்படிப்பட்ட மட்டமான ஆளாக இருக்கக்கூடும் என்று நினைக்கும்போதே அவளுக்கு முகம் சிவந்தது. அவன் எதற்காக இப்படி நடக்க வேண்டும் என்று புரியவில்லை.

அவனைப் பற்றிய உண்மை விவரங்களை அவள் எழுதிவிடுவாள் என்கிற பயமா? எழுதினாலும்தான் அவளுக்கு அதனால் என்ன லாபம் இருக்க முடியும் என்று அவன் நினைக்கிறான். அவளுடைய தந்தை அவனை ஏமாற்றியதற்கு அவரிடமிருந்து இன்னும் பணம்

கறக்க வேண்டிய நிலையில் தன்னைப் பற்றிய விவரங்கள் தெரிந்தால் தன் கேஸ் பலவினமாகப் போய்விடும் என்கிற எண்ணமா? தான் இப்பொழுது ஒரு பகடையாகப் போய்விட்டதை அவள் உணர்ந்தாள். தன்னைவைத்து மேலும் மேலும் அப்பாவிடமிருந்து பணம் கறக்காமல் அவன் இருக்க மாட்டான் என்று தோன்றிற்று. சட்டத்தைத் துச்சமாக மதிக்கும் ஒருவனுக்குத்தான் மனைவியாகப் போனது மிகப்பெரிய கேலிக்கூத்து என்று தோன்றிற்று. உஷா எம்.ஏ., எல்.எல்.பி. எத்தனை பெரிய கேலிக்கூத்து! அந்தப் பட்டத்தை வைத்துக்கொண்டு அவள் இப்பொழுது என்ன செய்ய முடியும்? அவளுடைய அப்பா அவளைச் சுற்றி ஒரு முள் வேலியைப் படரவிட்டுவிட்டார். எந்தப் பக்கம் திரும்பினாலும் முள் குத்துகிறது. அந்த முள்வேலியை அகற்றுவது இப்பொழுது சாத்தியமில்லை என்று தோன்றிற்று.

இப்பொழுது இந்தக் கடிதத்தை யாரிடம் கொடுப்பது? கணவனிடம் கொடுக்காமல் வேறு யாரிடமாவது கொடுத்தால் சந்தேகத்துக்கு இடமாகாதா? எந்த விஷயமும் இங்கு நிமிஷமாகப் பரவிவிடுவதை அவள் இங்கு வெளியில் அதிகம் போகாமலேயே தெரிந்து கொண்டிருந்தாள். வேறு யார் மூலமாவது தபாலில் சேர்த்தாலும் வரும் கடிதங்களை என்ன செய்வது? அவை ஆபீஸ் மூலமாக வருவதைத்தவிர வேறு வழியேயில்லை. சங்கரின் பார்வைக்குத் தப்பிக்கொண்டு அவளிடம் வந்து சேர முடியாது. எப்படிப்பட்ட இக்கட்டில் வந்து மாட்டிக் கொண்டிருக்கிறோம் என்று அவளுக்குத் திகைப்பாக இருந்தது. இந்தியாவிலேயே ஏதேனும் ஒரு குக்கிராமத்தில் இருந்திருந்தாலும் இத்தனை சங்கடம் இருந்திருக்காது என்று தோன்றிற்று. எப்படியிருந்தாலும் வினோதினிக்கு எழுதியிருந்த கடிதத்தை தபாலில் சேர்க்கச் சங்கரிடம் கொடுக்கக் கூடாது என்று அவள் தீர்மானித்துக் கொண்டாள்.

சங்கரைப் பற்றி இந்த மாதிரி ஒரு மட்டமான அபிப்பிராயத்தை மனத்துக்குள் உருவாக்கிக்கொள்வது ஒரு

அவமானகரமான விஷயமாகத் தோன்றினாலும் விழிப்புடன் இருக்கவேண்டும் என்று ஏதோ ஒரு உணர்வு அவளை அச்சுறுத்திற்று.

அவள் தன் சிந்தனைகளை அப்புறப்படுத்திவிட்டுக் கதவைத் திறந்துக்கொண்டு வெளியே வந்தாள். வெயிலில் கட்டிலைப் போட்டுக்கொண்டு நாலைந்து பெண்கள் ஸ்வெட்டர் பின்னுவது தெரிந்தது. இங்கு யாருடைய பார்வையிலிருந்தும் தப்புவது கஷ்டம் என்று தோன்றிற்று. அவளைப் பார்த்ததும் அவர்கள் முகம் மலர,

"ஆவோ பஹன்ஜி, பைட்டோ!" என்று அழைத்தார்கள். அவள் தயங்கிக்கொண்டு அவர்கள் எதிரில் நின்றாள்.

"என்ன சமாச்சாரம்?"

"ஒரு லெட்டர் போஸ்ட் செய்ய வேண்டும். காலையில் அவரிடம் கொடுக்க மறந்துவிட்டேன். டாக் ப்யூன் போய்விட்டிருப்பானோ என்னவோ!"

"போகிற சமயந்தான். போய் வேணுமானால் பார்க்கலாம்."

"எங்கே போகணும்?" என்றாள் அவள் தயங்கிக்கொண்டே.

"நான் போய்ப் பார்க்கிறேன்" என்று அங்கு உட்கார்ந்திருந்த ஸீஷ்மா விருக்கென்று எழுந்தாள். ஸல்வார் கம்மீஸுக்கு மேல் வழக்கம்போல் துப்பட்டா இல்லை. துள்ளிக் கொண்டு நடந்து வருகையில் மார்பகங்கள் மிதக்கிற மாதிரி இருந்தன.

"லெட்டரைக் கொடுங்கள், டாக் ப்யூன் இருந்தால் அவனிடம் கொடுக்கிறேன். இல்லாவிட்டால் போஸ்ட் பாக்ஸில் போட்டுவிட்டு வருகிறேன்" என்றாள்.

"போஸ்ட் பாக்ஸ் எங்கே இருக்கிறது?" என்றாள் உஷா ஆர்வத்துடன்.

"அதுவும் ஆபீஸ் பில்டிங்கில்தான் இருக்கிறது."

''சரி, அப்பொழுது நீயே போட்டுவிடுகிறாயா?'' என்று கடிதத்தை ஸீஷ்மாவின் கையில் கொடுக்கும்போது துப்பட்டா போட்டுக்கொண்டு போ என்று சொல்ல வேண்டும்போல் இருந்தது.

''ஓ யெஸ்'' என்றபடி ஸீஷ்மா கடிதத்தை எடுத்துக்கொண்டு புறப்பட்டாள்.

அசைந்து அசைந்து அவள் நடப்பதை, தனது வளர்த்தியின் அழகில் தானே லயித்துப்போன மாதிரி நடப்பதைப் பார்க்கையில் அவளது பெருமையில் ஒருவித நியாயம் இருக்கிற மாதிரி உஷாவுக்குத் தோன்றிற்று.

''வாருங்களேன், உட்காருங்களேன்'' என்று குரல் கேட்டு அவள் திரும்பிப் பார்த்தாள்.

கட்டிலில் உட்கார்ந்திருந்த பெண்கள் அவளை ஆர்வத்துடன் கூப்பிட்டார்கள். மறுபடியும் இவர்களது மத்தியில் உட்கார்ந்துக் கொண்டு இவர்களது அர்த்தமற்ற பேச்சைக் கேட்டுக் கொண்டிருப்பதற்கு அவளுக்கு அலுப்பாக இருந்தது.

''கொஞ்சம் வேலை இருக்கிறது'' என்று அவள் தயங்கினாள்.

''வேலை இருக்கவே இருக்கிறது. உட்காருங்கள் பெஹன்ஜி'' என்று அவர்கள் வற்புறுத்தவே அவள் அரைமனத்தோடு உட்கார்ந்தாள்.

உங்களுடைய பேச்சைக் கேட்டால் என் மனசு இன்னும் கனத்துத்தான் போகிறது என்று சொல்ல வேண்டும்போல் இருந்தது. சிரிப்பதற்கு எனக்கு வாழ்க்கையில் எதுவுமே இல்லை என்று சொல்ல வேண்டும்போல் இருந்தது. அவள் எதுவுமே சொல்லாமல் அவர்கள் போடும் ஸ்வெட்டர் டிசைனை ஆர்வத்துடன் பார்ப்பவள் மாதிரி தன் திசையைத் திருப்பினாள்.

அவர்கள் என்னென்னவோ பேசினார்கள். சமையலைப் பற்றி, அங்கு கிடைக்கும் ஜப்பான் புடைவைகளைப் பற்றி, இந்தியாவைவிட மலிவாக இருக்கும் எவர்சில்வர் பாத்திரங்களைப் பற்றி... தனக்குச் சம்பந்தமில்லாத ஏதோ ஒரு விஷயத்தை கேட்கிறவள் மாதிரி அவள் கேட்டுக்கொண்டு உட்கார்ந்திருந்தாள். தினமும் இவர்கள் மாதிரி பத்து மணிக்கு வேலையை முடித்துக்கொண்டு வெயிலில் கட்டிலைப் போட்டுக்கொண்டு கையில் ஸ்வெட்டரைப் பின்னியபடி 'ஆவோ பஹன்ஜி' என்று கூப்பிட்ட மாத்திரத்தில் அவர்களுடன் போய் உட்கார்ந்துக்கொண்டு பேசிக் கொண்டிருந்தால் ஒரே மாதத்தில் மிஸ். உஷா எம்.ஏ., எல்.எல்.பியின் பூர்வாசிரமத்தை மறந்துவிடுவது சாத்தியம் என்று தோன்றிற்று.

பள்ளிக்கூடத்தில் மணி அடிப்பது கேட்டதும்தான் எல்லாரும் திடுக்கிட்டு எழுந்தார்கள். ஒரு மணி ஆகிவிட்டது என்கிற பரபரப்பில் உஷா கிடுகிடுவென்று வீட்டை நோக்கி நடந்தாள். சங்கரும் குழந்தைகளும் தூரத்தில் வருவது தெரிந்தது. அவள் அவசரமாக ஸ்டவ்வை பற்ற வைத்துச் சாப்பாட்டைச் சூடாக்க ஆரம்பித்தாள்.

அன்றைக்குப் புத்தகத்தைப் பார்த்துப் புதிதாகச் செய்திருந்ததை அவன் பாராட்ட வேண்டுமே என்றிருந்தது. அவன் ஒன்றுமே சொல்லாமல் சாப்பிட்டான். முகத்தில் ஒரு கடுகடுப்பு இருந்தது. என்ன காரணமோ என்ற யோசனை அவள் மனத்தைக் குடைந்தது. குழந்தைகள் சாப்பிட்டுவிட்டுப் போய்விட்டார்கள். அவளும் பெயருக்குச் சாப்பிட்டுவிட்டு எழுந்தாள். அத்தனை எதிர்பார்ப்புடன் ஆசையாகச் செய்த பண்டம் கவனிப்பார் இல்லாமல் போய்விட்ட மாதிரி இருந்தது.

அவன் ஒருவிதக் கடுகடுப்புடன் கேட்டான். "எங்கே அலைய ஆரம்பித்துவிட்டாய் நீ?"

அவள் திடுக்கிட்டாள்.

“எங்கேயும் போகவில்லையே!”

“பொய், நான் வரும்போது நீ வெளியிலிருந்து; வரவில்லை?”

அவனுடைய குரலில் கோபம் ஏறிற்று. அவனுடைய கோபம் அர்த்தமில்லாதது மாதிரி இருந்தது அவளுக்கு.

“ஓ, அவர்கள் வற்புறுத்திக் கூப்பிட்டார்கள். ஒரு பத்து நிமிஷம் உட்கார்ந்துவிட்டு வந்தேன்.”

“என்ன, வீட்டிற்குள் வந்து உன்னை இழுத்துக்கொண்டு போனார்களா?”

அவனுடைய குரலிலிருந்த எகத்தாளம் அவளுக்குக் சினத்தை ஏற்படுத்திற்று.

“அந்தப் பெண்கள் எல்லாம் பத்து மணியிலிருந்து அரட்டையடித்துக்கொண்டு உட்கார்ந்திருக்கிறார்கள். அவர்கள் கூப்பிட்டார்களே என்று பத்து நிமிஷம் போய் நான் உட்கார்ந்ததால் என்ன தப்பு?”

“நீ போக வேண்டியதில்லை. யாருடனும் நீ பழக வேண்டியதில்லை. விமலா போகமாட்டாள்.”

“ஒரு காம்பஸ்ஸில் இருந்துகொண்டு எப்படி மற்றவர்களுடன் பழகாமல் இருக்க முடியும்? அதுவும் இத்தனை பெரிய மாளிகையில் நான் எப்படி நாள் முழுவதும் தனியாக உட்கார்ந்திருப்பது?”

அவன் ஆத்திரத்துடன் வந்து பளாரென்று அவள் கன்னத்தில் ஒரு அறை வைத்தான். அவள் அதிர்ந்துப் போனாள்.

“இனிமேல் நாக்கை அடக்கிப் பேசு. உன் படிப்பையும் அந்தஸ்தையும் நீ காண்பித்துக்கொள்ள வேண்டியதில்லை.”

அவன் எப்படி இத்தனை ஆத்திரத்திலும் குரலை அடக்கி அடுத்த வீட்டுக்குக் காது கேட்கக் கூடாது என்று நினைத்தவன்

மாதிரி பேசுகிறான் என்று அவள் கவனித்தாள். கன்னம் விண் விண் என்று வலித்தது. இது தன் கணவனில்லை, வேறு யாரோ என்கிற விசித்திர எண்ணம் அவளுக்குத் தோன்றிற்று. ஒரு மூர்க்கன் தன்னை எங்கிருந்தோ கடத்திக் கொண்டுவந்த மாதிரி, அடிமைப்படுத்துகிற மாதிரி...

அவள் வாயே திறக்காமல் உட்கார்ந்திருந்தாள். தான் அந்த மாதிரி பேசியிருக்கக்கூடாது என்று நினைத்துக் கொண்டாள். அவனுடைய எகத்தாளப் பேச்சுத் தனக்கு எப்படித் தொத்திக்கொண்டது என்று நினைத்து அவளுக்கு அவமானமாக இருந்தது. அவனுடன் ஒரு மாத சகவாஸத்திலேயே மனசு நாகரீகத்தை இழந்துவிடுமானால் நாள் செல்லச் செல்ல அதனுடைய கதி என்ன என்று நினைக்கையில் அவளுக்குப் பயமாக இருந்தது.

அவன் இன்னமும் ஏதோ யோசித்தபடி குறுக்கும் நெடுக்குமாக நடந்து கொண்டிருந்தான். இந்தச் சின்ன விஷயத்துக்கு இவன் இவ்வளவு கோபமடைவது அவளுக்கு ஆச்சரியமாக இருந்தது. அவளை அடிக்கும் அளவுக்கு அவனுக்குக் கோபம் ஏன் ஏற்படவேண்டும்? முதலில் ஒரு அவமான உணர்வு ஏற்பட்டாலும் அவனது செய்கையின் காரணத்தை ஆராய்வதில் மனசு லயித்தது.

வாஸ்தவத்தில் அவளுக்கே வெளியில் போய் இவர்களுடனெல்லாம் அரட்டையடித்துக்கொண்டு உட்கார்ந்து இருப்பது பிடிக்காது என்று சொன்னால் அவன் புரிந்துக்கொள்ள மாட்டான், அவளை நம்பமாட்டான் என்று தோன்றிற்று.

''நீயாக எங்கும் போக வேண்டாம், தெரிந்ததா?'' என்றான் அவன் கடைசியில்.

அவள் 'சரி' என்று முணுமுணுத்துக்கொண்டாள் தன்மானத்தை விழுங்கியபடி.

அவன் முகத்தைக் கழுவிக்கொண்டு ஆபீசுக்குக் கிளம்பினான்.

ஆபீசுக்குக் கிளம்புவதற்கு முன் நினைவுக்கு வந்தவன்போல் அவளைப் பார்த்துச் சொன்னான், "நீ பாட்டிற்கு அதைச் செய்கிறேன், இதைச் செய்கிறேன் என்று நான் வாங்கி வைத்த சாமானை எல்லாம் தீர்த்துவிடாதே. ஒரு மாசத்துக்கு வாங்கி வைத்திருக்கிறேன்."

அவளுக்குத் தூக்கிவாரிப் போட்டது. ஒரு மாசத்துக்கா? கேள்வி நாக்கு நுனிவரை வந்துவிட்டது. அடக்கிக்கொண்டாள். இப்பொழுதே பாதி தீர்ந்துவிட்டது. இன்னும் மிகுதி நாட்களை எப்படிச் சமாளிப்பது? வளரும் குழந்தைகளுக்குச் சரியான சாப்பாடு வேண்டாமா? இன்றைக்கு ஒன்றும் சொல்லக்கூடாது என்று அவள் பேசாமல் இருந்தாள். வேறு என்றைக்குத்தான் அவன் சுமுகமாக இருக்கப் போகிறான்? அவளுக்குப் புரியவில்லை. அவன் சென்றபிறகு அவள் பிரமை பிடித்தவள் மாதிரி வெகுநேரம் உட்கார்ந்திருந்தாள். அவள் ஒரு மிகஅபத்தமான நம்பமுடியாத இக்கட்டில் மாட்டிக்கொண்டிருக்கிற மாதிரி இருந்தது. நூற்றுக்கணக்காக அவள் சம்பாதித்த நாட்களும், யோசிக்காமல் செலவழித்த நேரங்களும் ஞாபகத்திற்கு வந்தன. பெரிசாக வாய்விட்டுச் சிரிக்க வேண்டும்போல் இருந்தது. ஆனால் கண்களில் நீர் முட்டி நின்றது.

அன்று ரமேஷ் சொன்னது ஞாபகத்துக்கு வந்தது. "கல்யாணம் என்பது ஒரு விளையாட்டுச் சமாச்சாரமில்லை. ஒரு வக்கீல் இந்த மாதிரி பத்தாம் பசலித்தனமாகத் தீர யோசிக்காமல் ஒரு காரியத்தில் இறங்கலாமா, என்னதான் ஒரு பெண்ணாக இருந்தாலும்?"

இப்பொழுது நினைத்துப் பார்த்தால் அவளுக்கே புரியத்தான் இல்லை. ஒரு வக்கீலாயிருந்து கொண்டு இந்த மாதிரியெல்லாம் மனிதர்கள் இருப்பார்கள் என்று அவள் ஏன் நினைத்துப் பார்க்கவில்லை. 'எனக்குத் தோழமை வேண்டும்' என்று அன்று சங்கர் தன் வரிசைப் பற்கள் தெரியச் சிரித்துக்

கொண்டு சொன்னது அவளைப் பேதலிக்கச் செய்ததா? தோழமை என்பதற்கு அவனது வியாக்னமே வேறாக இருக்கக்கூடும் என்று ஏன் தோன்றாமல் போய்விட்டது? நான் ஒரு என்ஜினியர், க்ளாஸ் ஒன் ஆபீஸர் என்கிற வெறும் வார்த்தைகளை எப்படி நம்ப முடிந்தது! அவள் நம்பியது அப்பாவை, அவனையில்லை என்று அவள் நினைத்துக் கொண்டாள். தீர விசாரிக்காமல் அப்பா இந்த மாதிரி காரியங்களில் இறங்கமாட்டார் என்கிற நம்பிக்கை. முப்பது வருஷம் வளர்த்த பெண்ணிற்குத் தான் போய்விட்டால் பிறகு யார் துணை என்று கலங்கியவர், "கண்டவனுக்கு உன்னைக் கொடுத்துவிடுவோமோ?" என்று சவால்விட்டவர் இப்படியெல்லாம் ஏமாந்து போக மாட்டார் என்கிற நம்பிக்கை... 'அவரிடம் எல்லாம் சொல்லியிருக்கிறேன்' என்று அவளிடம் உறுதியாகச் சொன்னபோது நிஜமாகவே எல்லாம் சொல்லியிருப்பார் என்று ஏற்பட்ட நம்பிக்கை. கெட்டிக்காரி என்று பெயர் வாங்கியவள் இத்தனை பேதைமையுடன் நடந்துகொண்டது எப்படி? இதைத் தலைவிதி என்று சொல்லாமல் பின் என்ன சொல்வது? விதி என்று சொல்வது ஒரு ஆக்கபூர்வமான சிந்தனை இல்லையென்றால் அப்படி அவள் நடந்துகொண்டதற்குக் காரணம் அவளுள் புதைந்திருந்த ஊமைக் கனவின் பிரதிபலிப்பாக இருக்கவேண்டும். 'என் கணவன், என் குடும்பம்' என்று பெருமையுடன் வளையவரும் பெண்களைக் கண்டு அவளையறியாமல் அவள் கனவு கண்டிருக்க வேண்டும். அப்படிப்பட்ட ஒரு கௌரவ வாழ்க்கை நமக்குக் கிடையாது என்று சில தருணங்களிலாவது ஏங்கியிருக்கவேண்டும். எப்பொழுது கல்யாணம், ஏன் இன்னும் செய்துகொள்ளவில்லை என்று கேட்பவர்களுக்கெல்லாம் முக மலர்ச்சியுடன் தன்னால் பதில் சொல்ல முடியவில்லையே என்கிற ஒரு ஏக்கம் அவள் உணர்வில்லாமல் மனத்தின் அடித்தளத்தில் புதைந்திருக்க வேண்டும். அதனால்தான் சங்கர் வந்து அவளைப் பார்த்தபோது, எனக்குத் தோழமை

வேண்டும் என்றபோது அதற்கு வேறு வியாக்யானங்கள் இருக்கக்கூடும் என்று தோன்றாமல் போய்விட்டது. அவனது பளிச்சென்ற சிரிப்பு மாதிரி மனசும் பளிச்சென்றிருக்கும் என்று தோன்றிவிட்டது. அவன் சொன்னதையெல்லாம் நம்ப முடிந்தது. ஆக அவளேதான் குற்றவாளி, அப்பாவைச் சொல்லி பிரயோஜனமில்லை. 'ஹார்ட் அட்டாக்' வந்து அதிர்ந்து கலங்கிப் போயிருந்தவர் உணர்ச்சிவசப்பட்டு ஒரு காரியம் செய்தார் என்றால் அவளுக்குப் புத்தி எங்கே போயிற்று? அவளே ஏற்படுத்திக் கொண்ட சிக்கலுக்கு அவளே தீர்வு காணவேண்டும். அது எப்படி என்றுதான் புரியவில்லை. சாண் ஏறினால் முழம் சறுக்குகிற மாதிரி இருந்தது. சமாளிக்க வேண்டும் எப்படியாவது...

அவள் தன் சிந்தனைகளில் ஆழ்ந்திருந்தபோது வாயிற் கதவு தட்டப்படும் ஓசை கேட்டது. அவள் எழுந்து கதவைத் திறக்கையில் யாரோ ஒரு பெண்மணி நின்றிருந்தாள். 'நமஸ்தே' என்றாள்.

"நமஸ்தே, உள்ளே வாருங்கள்" என்றாள் உஷா. "நீங்கள்..."

"நான் மிஸஸ். குப்தா. இங்கு வந்து இரண்டு நாட்கள்தான் ஆகின்றன. சங்கர் இங்கு இருக்கிறார் என்று தெரிந்ததும் நான் உங்களைப் பார்க்க வேண்டும் என்று வந்தேன்."

"உட்காருங்கள்" என்றாள் உஷா.

"நாங்கள் ஜோத்பூரில் இருந்தபோது சங்கரும் அங்குதான் இருந்தார். எனக்கு அவருடைய முதல் மனைவி விமலாவை நன்றாகத் தெரியும். நாங்கள் இருவரும் ரொம்ப சிநேகிதம்..."

உஷா திகைப்புடன் அவளைப் பார்த்தாள். இன்று சங்கர் குறுக்கும் நெடுக்கும் யோசனையுடன் நடந்தபடி அவளைக் கோபித்துக் கொண்டதற்கும் இவளுடைய வருகைக்கும் ஏதோ சம்பந்தம் இருக்கிற மாதிரி அவளுக்குச் சட்டென்று தோன்றிற்று.

✲ ✲ ✲

அத்தியாயம்

17

உஷா பதிலே சொல்லாமல் மிஸஸ். குப்தாவைப் பார்த்தபடி உட்கார்ந்திருந்தாள். அவள் அவனது இரண்டாம் மனைவி என்று யாருக்கும் தெரியக்கூடாது என்று தீவிரமாக இருக்கும் சங்கர் இப்படி ஒரு சந்தர்ப்பம் வரும் என்று எதிர்பார்த்திருக்க மாட்டான் என்று தோன்றிற்று. அவளுடைய குழப்பத்தைப் புரிந்துக்கொண்ட மாதிரி மிஸஸ். குப்தா மென்மையாகச் சிரித்தாள். குரலை இறக்கிக் கொண்டு சொன்னாள்.

"நீங்கள் இரண்டாம் மனைவி என்று நான் யாருக்கும் சொல்ல மாட்டேன். கவலைப்படாதீர்கள். சங்கர் எங்களை வந்து நேற்று பார்த்தார். யாருக்கும் இந்த விஷயத்தைச் சொல்ல வேண்டாம் என்று கேட்டுக்கொண்டார். என்னை நீங்கள் நம்பலாம்."

இவளை எவ்வளவு தூரம் நம்புவது என்கிற யோசனையுடன் உஷா சொன்னாள்.

"ஆமாம் அவருக்கு இஷ்டமில்லை. எல்லோருக்கும் தெரிந்தால் குழந்தைகள் வளர்ச்சிக்கும் நல்லதில்லை!"

"வாஸ்தவந்தான்" என்றாள் மிஸஸ். குப்தா. "குழந்தைகள் எப்படியிருக்கிறார்கள்? ஒட்டிக் கொண்டிருக்கிறீர்களா?"

"ஓ பழகிவிட்டார்கள்" என்று தான் நம்பாத, ஒன்றை அவள் சிரித்துக்கொண்டே சொன்னாள்.

''பழகாமல் எப்படியிருப்பார்கள்? இவ்வளவு இனிமையான சுபாவமாக இருக்கிறீர்கள்! எனக்கே உங்களுடன் அதற்குள் பழகிவிட்ட மாதிரி இருக்கிறது!''

''நன்றாகப் பேசுகிறீர்கள்'' என்று சிரித்தபடியே உஷா டீ போட உள்ளே சென்றாள். இந்த மாதிரி சாரிசாரியாக வருபவர்களுக்கெல்லாம் டீ போட்டுக் கொண்டிருந்தால் சங்கரின் பட்ஜெட்டுக்குள் தன்னால் குடித்தனம் செய்ய முடியுமா என்று யோசித்தபடி. வருபவர்களுக்குப் பின் டீகூடக் கொடுக்காமல் எப்படியிருப்பது? டீயைப் போட்டு வடிகட்டுகையில் இவளிடம் விமலாவைப் பற்றி கேட்டாலென்ன என்று தோன்றிற்று. சங்கரின் கோபதாபங்களுக்கு எப்படி ஈடு கொடுத்தாள் என்று இவளுக்குத் தெரிந்திருக்குமா? சங்கரின் பட்ஜெட்டுக்குள் குடித்தனம் செய்தாளா என்று தெரிந்திருக்குமா? சங்கருடன் சந்தோஷமாக இருந்தாளா என்று தெரிந்திருக்குமா? அந்த அளவுக்கு இவளுக்கு விமலாவோடு பழக்கம் இருந்திருக்குமா? கேட்காமல் தெரிந்துகொள்ளாமல் இருப்பதே நல்லது என்று ஒரு புறம் தோன்றினாலும் அறிந்துகொள்ள வேண்டும் என்று ஆர்வமாகவும் இருந்தது.

அவள் டீயும் பிஸ்கட்டும் கொண்டு வந்ததும் ''விமலாவும் இப்படித்தான். போனதும் டீயைக் கொண்டு வந்துவிடுவாள், எத்தனை சொன்னாலும் கேட்காமல்,'' என்றாள் மிஸஸ். குப்தா.

''விமலாவுடன் எத்தனை வருஷம் பழக்கம் உங்களுக்கு?''

''மூன்று வருஷப் பழக்கம். அவளும் ரொம்ப நன்றாக இருப்பாள். நீங்களாவது ஒல்லியாக இருக்கிறீர்கள். அவள் வாட்ட சாட்டமாக பட்டாணிச்சி மாதிரி இருப்பாள்.''

''அப்படியிருந்தவள்தான் அப்படி அநியாயமாய்ச் சின்ன வயசில் செத்துப் போனாளா?''

மிஸஸ். குப்தா ஒரு விநாடி அவளைப் பார்த்தாள்.

"ஆமாம், மகா அநியாயம்... அதுவும்..."

அவள் பேச்சு தடைப்பட்டது. வெளியில் பேச்சுக் குரல் கேட்டது. மூன்று நான்கு பெண்கள் உள்ளே நுழைத்தார்கள். இவர்களுக்கும் டீ போட வேண்டுமோ என்று நினைத்தபடி உஷா எழுந்திருக்கையில்,

"இப்பொழுது நீங்கள் உள்ளே போகாதீர்கள். நாங்கள் சும்மா ஐந்து நிமிஷத்திற்கு வந்தோம். நாளைக்கு ஹோலியல்லவா? நீங்கள் புதிதாக வந்திருக்கிறீர்களே, இந்தக் காம்பஸில் என்ன வழக்கம் என்று சொல்லிவிட்டுப் போக வந்தோம்."

"ரொம்ப சந்தோஷம். உட்காருங்கள்" என்றாள் உஷா. "என்ன வழக்கம்? எப்படிக் கொண்டாடுவீர்கள்?"

"காலையில் ஒன்பது மணிக்குள் நாஸ்தாவையும் சமையலையும் முடித்துக்கொண்டு கையில் கலர் பௌடருடன் பெண்களும் ஆண்களும் தனித்தனி க்ரூப்பாக கிளப்பிவிடுவோம். வீட்டுக்குள் உட்கார்ந்திருக்கும் பெண்களையெல்லாம் வெளியே இழுத்துக் கொண்டுவந்து விடுவோம். இங்கே மைதானத்தில் நிழல் பக்கமாக பெண்கள் உட்கார்ந்து டோலக் அடித்துக்கொண்டு பாடுவார்கள். ஆண்கள் டான்ஸ் ஆடுவார்கள்!"

"அப்படியா?"

"மிஸ்டர். மல்ஹோத்ராதான் டான்ஸையே ஆரம்பித்து வைப்பார்."

"ஆமாம் அவருக்கு இதிலெல்லாம் ரொம்ப விருப்பம்" என்று மிஸஸ். மல்ஹோத்ரா பெருமையுடன் சொல்லிச் சிரித்தாள்.

"டான்ஸ் ஆடினதற்கு, பாடினதற்குச் சன்மானமும் உண்டு. கடைசியில் ஜிலேபியும் கிடைக்கும்."

"பாடாவிட்டால்?"

"நீங்கள் அலற அலற உங்கள்மேல் கலர் பௌடரை போட்டு உங்கள் அழகான முகத்தில் பூசுவோம்!"

உஷா சிரித்தாள்.

"நாளைக் காலை வேலை முடியவில்லை என்று சாக்கு சொல்லக் கூடாது. ஒரு நாளைக்குச் சுறுசுறுப்பாக எழுந்து வேலையை முடியுங்கள்."

"ஒரு நாளைக்கு அவரையும்தான் ஏதாவது காரியம் செய்யச் சொல்லுங்களேன். ஒரு நாளைக்குக் காய்கறி நறுக்கித் தர மாட்டாரா?"

"மிஸ்டர் கபூர்தான் தினமும் காய்கறி நறுக்குகிறார்!"

"ஏன் அதில் என்ன தப்பு?"

"தப்பு என்று யார் சொன்னது? உங்கள் அன்னியோன்னியத்தைப் பார்த்துப் பொறாமையாகவல்லவா இருக்கிறது!"

'ஓ'வென்று சிரிப்பு.

"மிஸஸ். சங்கர், ஞாபகம் வைத்துக்கொள்ளுங்கள்... நாளைக்குச் சீக்கிரம் தயாராகிவிடுங்கள்!"

"ஆகட்டும்."

"இரவு சீக்கிரம் படுத்துக்கொண்டுவிடுங்கள்!"

"அது மட்டுமில்லை" என்றாள் ஒருத்தி ரகஸியக் குரலில். அவரைப் பக்கத்தில் விடாதீர்கள்!"

'ஓ'வென்று சிரிப்பு.

உஷாவுக்கு முகம் ஜிவ்வென்று சிவந்தது.

"ஏய், போதும் சும்மா இருங்கள். உங்கள் அசட்டுப் பேச்சையெல்லாம் இப்பொழுதே காட்டினீர்களானால் மிஸஸ். சங்கர் பயந்துவிடப் போகிறார். பாருங்கள், ஏதோ புதுசா கல்யாணமான மாதிரி முகம் சிவந்து போய்விட்டது."

அவளுக்குத் தூக்கி வாரிப்போட்டது. இந்தப் பெண்களுடன் பழகினால் ஆபத்துதான் என்று தோன்றிற்று.

எல்லோரும் ஒரு வழியாகக் கிளம்பினார்கள், ஐந்து நிமிஷம் என்றுவிட்டு ஒரு மணிநேரம் கழித்து கூடவே மிஸஸ். குப்தாவும் கிளம்பினாள்.

"நேரமாகிவிட்டது. வருகிறேன். நீங்கள்தான் வாருங்களேன். பதினெட்டாம் நம்பரில் இருக்கிறோம்" என்றாள்.

சங்கரின் கடுகடுப்பான முகத்தை நினைத்துக்கொண்டே "ஆகட்டும்" என்றாள் உஷா.

அவர்களெல்லாம் அகன்றதும் வீடு ஜூம்மென்றிருந்தது நிசப்தத்தில். அதன் சூன்யம் மனத்தையும் வியாபித்துக் கொண்ட மாதிரி இருந்தது. இந்தப் பெண்களுக்கெல்லாம் வாழ்க்கை எவ்வளவு சரளமாக இருக்கிறது என்று அவளுக்குத் தோன்றிற்று. தீவிரமான சிந்தனைகள் இல்லாமல், அதனால் குழம்பாமல், வந்ததை வந்தபடி ஏற்றுக்கொண்டு சிரித்துக்கொண்டு போகும் சரளம்... அன்றாடப் பிரச்னைகளை அன்றன்றே தீர்த்துக்கொண்டுவிடும் சரளம்... அவர்களுடையதெல்லாம் சின்னச் சின்னப் ப்ரச்னைகள். அவளுடையது மாதிரி தீர்வு காண முடியாத ப்ரச்னையில்லை...

இவர்களுள் ஒருத்தியாக இல்லாமல் இவர்கள் பேச்சைக் கேட்டுக்கொண்டு பரிகாஸத்தைக் கேட்டு கொண்டு முகம் சிவக்காமல் எப்படி இருப்பது? முகத்தின் சிவப்பு வெட்கத்தினால் இல்லை, அவமானத்தினால் என்று தெரியாமல் அவர்கள் அசட்டுப் பிசட்டு என்று தொடர்ந்து அவளைப் பரிகஸித்துக்கொண்டு போவதை எப்படி சகித்துக்கொள்வது?

அவள் நாளைக்கு ஹோலியில் எப்படிக் கலந்துகொள்வது என்று யோசனையில் ஆழ்ந்தாள். மனத்தின் சந்தோஷத்தை பிரதிபலிப்பதுதான் எந்தப் பண்டிகையும் என்று அவள் நினைத்துக்கொண்டாள். அதுவும் ஹோலி. உயர்ந்தவன்

தாழ்ந்தவன் என்கிற வேறுபாடில்லாமல், ஆண் பெண் என்கிற வித்தியாஸமில்லாமல், போலி நாகரீகப் போர்வைகளையெல்லாம் கழற்றிவிட்டு வண்ணங்களை வாரியிறைத்து ஆனந்தக் களியாட்டம் புரியவேண்டிய நாள். அந்த மாதிரி ஒரு மனநிலை நிச்சயம் அவளுக்கு இல்லை. சங்கருக்கும் இருக்காது என்று தோன்றிற்று. ஆனால் அவன் ஒரு நல்ல நடிகன் என்பது அவளுக்குத் தெரியும். தான் மிகமிக சந்தோஷமாக இருப்பதாக அவனால் நடிக்க முடியும். அவளுக்கு அவனை நினைத்துக் கொஞ்சம் பாவமாக இருந்தது. அவன் சராசரிக்குக் கீழ்பட்ட மனிதன் என்று தெரிந்தபிறகு அவன் ஒரு லட்சியவாதியாக மாறிவிட வேண்டும் என்று எதிர்பார்ப்பது முட்டாள்தனம் என்று தோன்றிற்று. அவள்தான் மாற வேண்டும். உள்ளதை உள்ளபடி ஏற்றுக்கொள்ளத் தெரிந்துகொள்ள வேண்டும். யதார்த்தமாக, சரளமாக, எதனாலுமே பாதிக்கப்படாமல், அவனது அடியையும், குத்தும் சொல்லம்புகளையும், தகிக்கும் பார்வையையும் தாங்கிக்கொள்ளப் பழகிக்கொள்ள வேண்டும். அவள் ஒரு எம்.ஏ., எல்.எல்.பி. என்கிறதை அடியோடு மறந்துவிட வேண்டும்.

சாத்தியமா?

குழந்தைகள் வந்ததும் அவள் இயந்திரமாகப் பாலையும் டிபனையும் கொடுத்தாள்.

பாலைக் குடித்த பிறகு மகேஷ் அவளிடம் தயங்கிக் கொண்டே வந்தான்.

"ஹோலிக்குக் கலர் பௌடர் வாங்கணும், காசு தரியா?" என்றான்.

"ஓ, தரேனே. எங்கே கிடைக்கிறது?" என்றாள்.

"நம்ப ஸ்டோர்ஸில் கிடைக்கிறது. எல்லாக் குழந்தைகளும் வாங்கப் போகிறா. நானும் அவாளோட போறேன்."

"சரி" என்றபடி அவள் தன் கைப்பையைத் திறக்கப் போனாள். அப்பொழுதுதான் தன்னிடம் நேபாளப் பணமே இல்லாதது ஞாபகத்திற்கு வந்தது.

"ஓஹோ, என்னிடம் ஐ.ஸி. (Indian Currency) தான் இருக்கு. என்.ஸி. (Nepal Currency) இல்லையே. அப்பா வந்ததும் வாங்கிக் கொடுக்கச்சொல்றேன்" என்று சொல்கையில் சங்கர் சாதாரணமாக மிகத்தாமதமாக வருவது ஞாபகத்திற்கு வந்தது. இந்தக் குழந்தையை ஏமாற்றுகிறோமே என்றிருந்தது.

ஆனால் மஹேஷ் ஒன்றும் சொல்லாமல் சரி என்றபடி விளையாடப் போனான்.

குழந்தைகள் எல்லாம் விளையாடப் போனதும் அவளுக்கு மறுபடி மனத்தில் ஒரு சூன்யம் ஏற்பட்ட மாதிரி இருந்தது. டிரான்ஸிஸ்டரைத் திருப்பிப் பார்த்தாள். பத்திரிகையைப் புரட்டிப் பார்த்தாள். எதிலுமே புத்தி போகவில்லை. நாளை என்ன செய்யப் போகிறோம் என்றிருந்தது. இந்தக் காம்பஸில் வசிக்கும்போது இங்கிருக்கும் பெண்களுக்குள் ஒருத்தியாக நடிக்கவாவது வேண்டியது அவசியம் என்று தோன்றிற்று.

அவளுக்கு முராதாபாத்தில் நடக்கும் ஹோலிப் பண்டிகை ஞாபகத்திற்கு வந்தது. அங்கும் அவளுடைய சினேகிதிகள் அவளைச் சும்மா விட்டு வரமாட்டார்கள். அவளை வீட்டுக்கு வெளியில் இழுத்து வண்ணங்களைப் பூசிவிடுவார்கள். டோலக்கைத் தட்டிக்கொண்டு பாடுவார்கள். அம்மா அவர்களுக்கெல்லாம் ஹோலிக்காக செய்த தின்பண்டங்களைக் கொடுப்பாள். அவர்களது பேச்சில் விகல்பம் இராது. அசட்டுத்தனம் இருக்காது. சில மணி நேரங்கள் உண்மையிலேயே சந்தோஷமாகக் கழியும். அதற்குப் பிறகு அந்த வண்ணங்களைத் தேய்த்துக் கழுவி ஸ்நானம் செய்வதே ஒரு வேலையாக இருக்கும்...

அவள் தனது சிந்தனைகளிலிருந்து விழித்தெழுந்துகொண்டு இரவுக்கான சமையலைத் துவங்கினாள். நாளைக்கு ஹோலி என்று வாழ்த்துச் சொல்ல வருபவர்களுக்குக் கொடுக்க வீட்டில் ஒன்றுமேயில்லை என்கிற உணர்வு அவளை உலுக்கிக் கொண்டிருந்தது. சாமான்களை ஒரு மாதத்திற்கு வைத்துக்கொள்ள வேண்டும் என்று சங்கர் சொன்னதை அவள் நினைத்துப் பார்த்துக் கொண்டாள். அது சாத்தியமில்லை என்று சொன்னால் ஒரு பெரிய யுத்தமே வீட்டில் ஏற்படும் என்று தோன்றிற்று. நாளைக்கு என்ன செய்வது? இந்த மாதிரி ஒரு பொருளாதாரப் பிரச்னையில் தான் இருந்ததேயில்லை என்று நினைக்கையில் சிரிப்பாக வந்தது. யோசித்துப் பார்க்கையில் இதைப் பற்றிக் கவலைப்பட்டு ஏதும் லாபமில்லை என்று தோன்றிற்று. குறைந்த வருவாயுள்ளவனுக்கு மனைவியான பின் அதற்குள் சமாளித்துத்தான் ஆக வேண்டும். வேறு வழியில்லை என்று தீர்மானித்துக் கொண்டாள். நேபாளத்திலிருந்து இந்தியாவுக்குத் திரும்பியதும் தானும் ஒரு வேலை பார்த்துக் கொண்டால் போகிறது என்று சொல்லிக் கொண்டாள்.

அன்று வழக்கத்தைவிட சீக்கிரம் சங்கர் வீட்டுக்கு வந்தது ஆச்சரியமாக இருந்தது. அவள் டீ போட்டுக் கொடுத்ததை அவன் தனது வழக்கமான வார்த்தைகள் எதுவுமில்லாமல் வாங்கிக் குடித்தான். அவள் ஹோலியைப் பற்றி வாயே திறக்கவில்லை. அவன் வந்துவிட்டதை அறிந்து உள்ளே வந்து குழந்தைகள் கலர் வாங்கப் போக வேண்டும் என்று சொன்னவுடன் அவன் ஏதும் மறுப்புச் சொல்லாமல் அவர்களோடு சென்றபோது அவள் திகைத்துப் போனாள். நாளைய நாடகத்துக்கு இது ஆரம்பம் என்று நினைத்துக் கொண்டாள். நல்லவேளை குழந்தைகளுக்கு ஏமாற்றமேற்படவில்லை என்று அவளுக்குச் சற்று நிம்மதியாக இருந்தது. அவன் ஸ்டோர்ஸிலிருந்து ஏதோ இனிப்பையும் வாங்கிக் கொண்டு வந்திருந்தான். அதை அவளிடம் கொடுக்கையில்,

"ஊராருக்கெதிரில் நாம் நார்மலாக இருக்க வேண்டாமா? அதற்காக இது" என்றான்.

அவள் வாயே திறக்காமல் டப்பாவை அலமாரியில் வைத்தாள்.

மிஸஸ். குப்தா வந்ததைப் பற்றியோ மற்றவர்கள் வந்து அவளை அழைத்ததைப் பற்றியோ அவள் வாயைத் திறக்கவில்லை. இவனுடன் தோழமையுடன் சகஜமாக என்றைக்காவது தன்னால் பேச முடியுமா என்று அவள் யோசித்தாள். வாழ்நாள் முழுவதும் தனக்கு நெருக்கமே இல்லாத ஒருவனுடன் இருப்பது எப்படி சாத்தியம் என்று தோன்றிற்று. அவள் மனத்தில் இருக்கும் தாபங்களை அறிந்துகொண்டு அவளுள் இருக்கும் அன்புப் பெட்டகத்தை உணர்ந்துகொண்டு உடலுறவு இல்லாமலே ஒரு உன்னதமான பிணைப்பை ஏற்படுத்திக்கொள்ள முடியும் என்று யோசிக்க ஆரம்பித்தாள்!

மறுநாளைக்கு விடியும்போதே இன்று ஹோலி என்று ஞாபகம் வந்தது. அவள் அவசர அவசரமாக வேலையை முடித்தாள். டிபனை சாப்பிட்டதும் குழந்தைகள் கலரைத் தூக்கிக்கொண்டு கிளம்பினார்கள். ஒன்பது மணிக்கெல்லாம் பெண்கள் வந்துவிட்டார்கள்.

"பஹன்ஜீ எங்கே?" என்று சங்கரைக் கேட்டார்கள்.

"இதோ வருவாள். உஷா...!" என்று அவன் உள்புறம் நோக்கிக் கனிவாகக் கூப்பிட்டான்.

அவள் வெளியில் வந்ததும் "முபாரக் ஹோஜி!" என்றபடி கலரை அவள்மேல் பூசினார்கள்.

"நீங்கள் எத்தனைக் கலரைப் போட்டாலும் என் பெண்டாட்டி அழகாய்த்தான் இருப்பாள்" என்ற சங்கரை, உஷா திகைப்புடன் பார்த்தாள். இன்றைக்கு எவ்வளவு தூரம் நாடகமாடப் போகிறான்?

''அதையும் பார்ப்போம்'' என்று அந்தப் பெண்கள் அவள்மேல் கலரைப் போட்டார்கள்; முகத்தில் கழுத்தில் கையில்.

பிறகு அவளை இழுத்துக்கொண்டு போனார்கள். சங்கரும் வீட்டைப் பூட்டிவிட்டு ஆண்களுடன் சேர்ந்துக் கொண்டான். பெண்கள் டோலக்கை வாசித்துக்கொண்டு பாட ஆரம்பித்தார்கள். ஒருத்தி மிஸஸ். மல்ஹோத்ராவை ''பாடு! வெறும் பி.ஏ., பி.டியாக இருந்தால் மட்டும் போதாது, பாடவும் தெரியணும்'' என்றார்கள்.

''ஹோலி ஆயிரே!'' என்ற பாட்டு வானைப் பிளந்தது. மல்ஹோத்ரா டான்ஸ் ஆட ஆரம்பித்தார். நன்றாக குடித்திருப்பது தெரிந்தது. யாரோ அவரைக் கட்டாயப்படுத்தி உட்கார வைத்தார்கள். அவரைப் பற்றி மிஸஸ். மல்ஹோத்ரா பெருமை அடித்துக் கொண்டது உஷாவுக்கு ஞாபகம் வந்தது.

ஒரு வழியாகப் பாட்டும் கூத்தும் முடிந்து ஜிலேபி தின்றதும் அவரவர்கள் வீட்டுக்குக் கிளம்பினார்கள்.

குழந்தைகளுக்கு வெந்நீரைப் போட்டு உஷா குளிக்க வைத்தாள்.

எதிர்த்த வீட்டிலிருந்து பெரிய சத்தம் கேட்டது. மல்ஹோத்ரா கத்துவது கேட்டது.

''போ, எங்கேயிருந்தாவது விஸ்கி கொண்டு வா, நீ கொண்டுவராவிட்டால் இங்கே கொலை நடக்கும்.''

அவளுக்கு நரம்புகளில் ஒரு ஜில்லிப்பு ஏற்பட்டது. சற்றுநேரத்தில் வாசற்கதவு தட்டப்படும் ஓசை கேட்டது.

அவள் போய்க் கதவைத் திறந்தாள். மிஸஸ். மல்ஹோத்ரா உள்ளே நுழைந்து, ''பெஹன்ஜி!'' என்று மேலே பேச முடியாமல் விசித்து விசித்து அழுதாள்.

✯ ✯ ✯

அத்தியாயம்

18

அதிகம் பரிச்சயமில்லாத தன் வீட்டுக்குள் வந்து மிஸஸ். மல்ஹோத்ரா அப்படி அழுவதைப் பார்த்து உஷா திகைத்துப் போய் நின்றாள். யாரோ அவள் பி.ஏ., பி.டி. என்று சொன்னது உஷாவுக்கு ஞாபகத்துக்கு வந்தது. இப்பொழுது இவள் அழுவதைப் பார்த்தால் இவளுக்கும் அந்த எழுத்துக்களுக்கும் சம்பந்தமே இல்லாத மாதிரி இருந்தது. அடிமைப்பட்டவள் மாதிரி, கையாலாகாதவள் மாதிரி, பலவீனத்தோடு அவள் அழுவதைப் பார்க்கும்போது உஷாவுக்கு ஒரு சோகம் மனசை வியாபித்தது. இந்தியப் பெண்கள் எத்தனை பலவீனமானவர்கள் என்று தோன்றிற்று. உண்மையில் விமன்ஸ் லிப்ட் மூவ்மென்ட் இந்தியாவில் ஆரம்பித்திருக்க வேண்டும் என்று தோன்றிற்று.

அவள் மென்மையாக மிஸஸ். மல்ஹோத்ராவின் தோளில் கையை வைத்து,

"என்ன சமாச்சாரம் சொல்லுங்கள். என்னால் உதவ, முடியுமா என்று பார்க்கிறேன்" என்றாள்.

மிஸஸ் மல்ஹோத்ரா கண்ணைத் துடைத்துக்கொண்டு சொன்னாள்.

"என்ன சொல்வேன் பெஹன்ஜீ! இந்த நேபாளத்துக்கு வந்து இவருக்கு இந்தக் குடிப்பழக்கம் வந்துவிட்டது. இன்னிக்குக் காலையிலிருந்து குடித்துக் கொண்டிருக்கிறார். வீட்டில்

இருப்பதெல்லாம் தீர்ந்து போய்விட்டது. எங்கிருந்தாவது கொண்டா என்று என்னை விரட்டுகிறார். நான் எங்கே போவேன்?''

உஷா பதில் பேசாமல் அவளையே பார்த்துக்கொண்டிருந்தாள். அதிகப் பரிச்சயமில்லாத தன்னிடம் ஏன் இவள் வந்திருக்கிறாள் என்று புரியவில்லை. மிஸஸ். மல்ஹோத்ரா தொடர்ந்தாள்.

''இங்கு எத்தனையோ பேருடன் பழகினாலும் நான் அந்தரங்கமாக யாருடனும் பேசுவதில்லை. உங்களைப் பார்த்தால் ஏதோ சகோதரியைப் பார்க்கிற மாதிரி இருக்கிறது எனக்கு.''

உஷாவுக்குத் திகைப்பாக இருந்தது. அவள் எந்தவகையில் இவளுக்கு உதவ முடியும், அவளது ப்ரச்னைகளே மனத்தை அழுத்தும்போது?

மிஸஸ். மல்ஹோத்ரா அவளைக் கெஞ்சுகிற மாதிரி பார்த்தாள்.

''நான் இங்கே கொஞ்சநேரம் உட்கார்ந்து கொள்ளட்டுமா? அவர் கொஞ்சநேரத்தில் அடங்கிப் போய்விடுவார். பிறகு போகிறேன்.''

உஷாவுக்குப் பாவமாக இருந்தது. வழக்கமான மேக்கப்பில்லாமல், ஹோலி கலர்கள் அழிக்கப்படாமல் அவளுடைய முகம் ஏதோ விபத்துக்குள்ளான மாதிரி இருந்தது. தினமும் அந்த மேக்கப்புக்கடியில் எத்தனை சோகம் மறைந்திருந்தது என்று அவள் நினைத்துக் கொண்டாள்.

''தாராளமாக இருங்கள்'' என்றாள். ''குழந்தைகள் எங்கே?''

''அவர்களுக்கு எப்படியோ சாப்பாடு போட்டு வெளியே விளையாட அனுப்பிவிட்டேன்.''

''அப்ப சரி, நீங்கள் உட்கார்ந்திருங்கள். நான் என் குழந்தைகளுக்குச் சாப்பாடு போட்டுவிட்டு வருகிறேன்'' என்று உஷா உள்ளே சென்றாள்.

அவர்களை உட்கார்த்தி வைத்துச் சாப்பாடு போடுகையில், சங்கர் வந்து இவள் உட்கார்ந்திருப்பதைப் பார்த்து என்ன சொல்வானோ என்றிருந்தது. இவர்களுடன் அவ்வளவு நெருக்கம் ஏற்பட்டுவிட்டதா உனக்கு என்று என்றிருந்தது.

குழந்தைகள் சாப்பிடுகையிலேயே சங்கர் வந்துவிட்டான். மிஸஸ். மல்ஹோத்ரா உட்கார்ந்திருப்பதையே கவனிக்காத மாதிரி நேராகக் குளிக்கச் சென்றான். அவன் குளித்துக் கொண்டிருக்கும்போது மிஸஸ். மல்ஹோத்ரா தான் கிளம்புவதாகச் சொன்னாள்.

"அவர் தூங்கிப் போய்விட்டார் என்று பிள்ளை வந்து சொன்னான். நான் போகிறேன்" என்றவள் உஷாவின் கைகளைப் பற்றிக் கொண்டாள்.

"உங்கள் சுபாவம் எனக்கு ரொம்ப பிடித்திருக்கிறது பெஹன்ஜீ! என்ன ஏது என்று விவரம் ஒன்றுமே கேட்காமல் இவ்வளவு நாகரீகமாக யாரும் இருப்பதில்லை. உதவி செய்கிறோம் என்று இன்னும் கலவரப்படுத்தி விடுகிறார்கள்."

உஷா மென்மையாகச் சிரித்தாள்.

"அனுபவிப்பது நீங்கள். அதைச் சமாளிக்கும் வழி உங்களுக்குத்தான் தெரியும். அதில் நான் சொல்ல என்ன இருக்கிறது?"

"ஆனாலும் எல்லாரும் ஒன்றும் சொல்லாமல் இருப்பதில்லை. சரி வருகிறேன் பெஹன்ஜி. அவரைக் கவனியுங்கள்."

ஒருவிதச் சோர்வுடன் அவள் திரும்பிச் செல்வதை உஷா பரிதாபத்துடன் பார்த்துக் கொண்டிருந்தாள்.

எத்தனை வகைத் துன்பங்கள் உலகத்தில்! இவள் படித்தவள். தன்னந்தனியாகத் தன்னைக் காப்பாற்றிக் கொள்ளத் தகுதியுடைய பட்டம் பெற்றவள். இருந்தும் கணவனின் அநாகரீகப் போக்கை எவ்வளவு பொறுமையுடன் சகித்துக்

கொண்டிருக்கிறாள்! தன் குழந்தைகளின் எதிர்காலத்துக்காக, சமூகத்தில் தன் அந்தஸ்தைப் பாதுகாக்க, ஒருவனின் மனைவி என்கிற அந்தஸ்தைப் பாதுகாக்க... அடிபணிந்தே பழகிவிட்ட ஒரு பெண்ணினத்தின் சின்னமாய் - இவையெல்லாம் காரணமில்லாவிட்டால், அதிகப் பரிச்சயமில்லாத அவள், வீட்டில் விலங்காய் மாறிவிட்ட கணவனிடமிருந்து ஓடிவந்து ஒளிந்துகொள்ளும் அளவு பொறுமை இருக்குமா? ஆனால் மிஸஸ். மல்ஹோத்ராவுக்கு விடிவு உண்டு என்று உஷாவுக்குத் தோன்றிற்று. மல்ஹோத்ரா ஆயுசு முழுவதும் குடித்துக் கொண்டிருக்கப் போகிறானா? அந்த நம்பிக்கையில்தான் அவனுடைய மனைவி இருக்கிறாள் என்று தோன்றிற்று.

"உன் சிநேகிதி போயாச்சா?" அவள் திடுக்கிட்டுத் திரும்பினாள்.

சங்கர் குளித்துவிட்டுத் தலையைத் துவட்டிக் கொண்டிருந்தான். சுபாவத்திலேயே சிவந்த உடம்பு. ஹோலி கலரை அழிக்க அழுத்தித் தேய்த்துக் குளித்ததில் இன்னும் சிவப்பாகத் தெரிந்தது. கட்டுமஸ்தான அந்த ஆஜானுபாகுவான உடல் அவளை என்னவோ செய்தது. ஓ, இவனுக்கு ஒரு ஆரோக்கியமான பெண், மனைவியாக வந்திருக்க வேண்டும் - ஸீஷ்மா மாதிரி!

அவள் சட்டென்று தன்னைச் சமாளித்துக் கொண்டாள்.

"யாரும் எனக்கு இங்கு சிநேகிதம் இல்லை..."

"பின்னே எதற்கு இங்கு வந்து உட்காருகிறாள் இன்றைக்கு?"

அவள் காரணத்தைச் சொன்னாள்.

"அதற்கு இந்த வீடுதான் அகப்பட்டதா?"

"என்னவோ சிலபேருக்கு என்னைக் கண்டால் பிடித்துவிடுகிறது!"

"அதைச் சொல்லு."

அவனது எகத்தாளத்தைக் காதில் போட்டுக் கொள்ளாமல் அவள் அவனுக்குச் சாப்பாட்டை எடுத்து வைத்தாள்.

அவன் மௌனமாகச் சாப்பிட்டு எழுந்தான். அவளும் சாப்பிட்டுவிட்டு வேலையை முடித்துக்கொண்டு வருகையில் சங்கர் பாமாவையும் ரவியையும் ஆத்திரத்துடன் அடித்துக் கொண்டிருந்தான். அவள் திகைத்துப் போய் நின்றாள். அவனுடைய முகம் ஜிவுஜிவு என்றிருந்தது. அவளைப் பார்த்ததும் அவன் கோபமாகக் கேட்டான்.

“நீ என்ன கவனிக்கிறாய் இவர்களை? படிப்பில் எப்படிச் செய்கிறார்கள் என்று பார்க்கிறாயா? க்ளாஸில் எல்லாம் தப்பாய்ச் செய்துக்கொண்டு வந்திருக்கிறார்கள்.”

“கவனிக்கிறேனே! தினமும் அவர்களுக்குச் சொல்லித் தருகிறேனே.”

“என்ன சொல்லித் தருகிறாய்? பொய் வேறா? இந்தப் புத்தகங்களைப் பார்!” அவர்களுடைய நோட் புக்குகளை வீசி எறிந்தான்.

“நீ இதற்குக்கூட உபயோகமில்லையா?”

அவனது குரல் சன்னமாக இருந்தாலும் அதில் இருந்த தீட்சண்யம் அவளைத் தாக்கிற்று.

“நாளைக்கு ஸ்கூலுக்குப் போய்த் தினமும் ஹோம்வர்க் கொடுக்கிறார்களா என்று விசாரித்துவிட்டு வா. சீ, யூஸ்லெஸ் உமன்!”

அவளுக்கு அவமானத்தில் முகம் சிவந்தது. அவளை ஒரு குற்ற உணர்வும் பிடித்தது. தன் மனஉளைச்சலினால்தான் சரியாகக் குழந்தைகளைக் கவனிக்கவில்லையோ என்று தோன்றிற்று. ஆனால் இவர்களைப் படிப்பில் கவனம் ஏற்படும்படி செய்வதும் சுலபமில்லை என்று தோன்றிற்று.

தன்னால் முடிந்த அளவு முயல வேண்டும் என்று அவள் தனக்குள் தீர்மானித்துக் கொண்டாள்.

''சரி, நாளைக்கு ஸ்கூலுக்குப் போய் விசாரிக்கிறேன்'' என்றாள் அவள் மெதுவாக.

''வருகிற பரிட்சையில் சரியாக இவர்கள் மார்க்கு வாங்கவில்லையானால் உன்னைத்தான் தப்பு சொல்வேன்; ஞாபகம் வைத்துக்கொள்.''

கனிவேயில்லாத அவனது குரல் அவளுடைய உடம்பில் ஒரு ஜில்லிப்பை ஏற்படுத்தியது.

அதற்குப் பிறகு அன்றைக்கு எந்த வேலை செய்கையிலும் அந்த வார்த்தைகளே காதில் ஒலித்துக் கொண்டிருந்தன.

''நீ இதற்குக்கூட உபயோகமில்லையா?''

இவனிடமிருந்து நல்ல வார்த்தை கேட்கும் காலம் எப்போதேனும் வருமா என்று அவளுக்கு ஆயாசமாக இருந்தது. சாண் ஏறினால் முழம் சறுக்குகிறமாதிரி இருந்தது. அவளுக்கு முரதாபாத்தில் ஒருநாள் கோர்ட்டில் சந்தித்த ரீடா குப்தாவின் ஞாபகம் வந்தது. தனக்கு விவாகரத்து ஒன்றுதான் விடிவைக் கொடுக்க முடியும் என்று அவள் வாதாடியது ஞாபகத்திற்கு வந்தது.

''எல்லா விஷயங்களிலும் உங்கள் எண்ணங்களுக்கு, செய்கைகளுக்கு நேர்விரோதமான ஒரு கணவனுடன் - அன்பே செலுத்தத் தெரியாத ஒரு சுயநலவாதியுடன் நீங்கள் வாழ நேரிட்டால் என் உள்ளத்தைப் புரிந்துகொள்வீர்கள். திருமணமாகாத உங்களுக்கு எப்படி இதெல்லாம் புரியும்.''

இந்த வார்த்தைகள் நினைவுக்கு வந்ததும் மனசு ஒரு குலுக்கலுடன் நின்றது. அந்தப் பெண் அப்படிப் பேசினபோது எந்தத் துர்தேவதையாவது 'ததாஸ்து' என்றுவிட்டதா? தனக்குக் கல்யாண பந்தமே கிடையாது என்று நினைத்திருந்தவள்

இத்தகைய இக்கட்டில் எப்படி மாட்டிக்கொள்ள நேர்ந்தது? அன்றைக்கு அந்தப் பெண் 'உங்களுக்கு எப்படிப் புரியும்' என்று கேட்டபோது அப்போது புரியத்தான் இல்லை. அன்று தனக்கு ஏட்டறிவு மட்டும்தான் உண்டு என்கிற தோல்வி மனப்பான்மை நெஞ்சை அழுத்திற்று. இன்று எல்லாமே நிதர்சனமாகப் புரிந்தன. ஏட்டறிவு ஒன்றுக்குத்தான் அவள் லாயக்கு என்பது... வேறுவிதமான வாழ்வு வேண்டும் என்று அவள் மாறியதே ஒரு மகாபெரிய அபத்தம் என்பது... சாதாரணமாக ஆரோக்கியமாக இருந்த அந்த ரீட்டாவால் தன் கணவனின் அன்பைப் பெற முடியவில்லை என்கிறபோது சரக்கே இல்லாமல் அவள் எந்த விதத்தில் எந்தவித உயர்ந்த குறிக்கோளோ சிந்தனையோ இல்லாத சங்கரைத் திருப்திபடுத்த முடியும்?

எந்த விவாகரத்துக் கேஸ் வந்தாலும் தான் துயரமடைந்து போனதை அவள் நினைத்துப் பார்த்துக் கொண்டாள். அன்று ரமேஷ் சொன்னது நினைவுக்கு வந்தது. "தவிர்க்க முடியாது போனாலொழிய, டெஸ்பரேட்டாகப் போனால் ஒழிய இந்தியப் பெண் விவாகரத்துக் கோர மாட்டாள்" என்றான்.

அவன் சொன்னது வாஸ்தவம்தான் என்று இப்பொழுது புரிந்தது. பலவிதப் பெண்களின் வாழ்வை இங்கு பார்க்கும்போது புரிகிறது. மிஸஸ். மல்ஹோத்ராவின் முகம் பளிச்சென்று மனத்தில் விழுந்தது. இங்கு ஒவ்வொரு வீட்டிலும் என்னென்ன துயரங்கள் மறைந்திருக்கின்றனவோ யாருக்குத் தெரியும்? தங்கள் துயரங்களை, ஏமாற்றங்களை மறக்கத்தான் இப்படி நிட்டிங் என்றும் தையல் என்றும் ஒருவர் மற்றொருவர் துணையை நாடுகிறார்களோ? அந்த அலங்காரமெல்லாம், கணவன் பெருமையெல்லாம் வீட்டுக்குள் இருக்கும் அசிங்கங்களை மறைக்கத்தானோ? தாங்களும் தனிப்பட்ட ஜன்மங்கள் என்பதை மறந்து, தனித்தன்மையையே இழந்து... இப்படி எத்தனை பெண்கள் இருப்பார்கள்! எத்தனை துயரங்கள்!

வெளியில் வராமல் உள்ளுக்குள்ளேயே விழுங்கப்பட்ட கண்ணீர்கள்! இவர்களது துயரத்தையெல்லாம் கேட்கவோ துடைக்கவோ இந்தப் பரந்த உலகத்தில் யாருக்கும் பொறுமை இல்லை என்று தோன்றிற்று. இவர்களுடைய கூட்டத்தில் தானும் வந்து சேர்ந்து கொண்டது எத்தனை பெரிய விந்தை என்று அவள் நினைத்துக் கொண்டாள். எங்கேயோ வக்கீல் கவுனைப் போட்டுக்கொண்டு வளைய வந்தவள், விவாகரத்து என்பது பெண்களின் தோல்வியைக் காண்பிக்கிறது என்று முழங்கியவள்... இப்பொழுது கணவனுடன் வாழ்ந்துக்கொண்டு ஒவ்வொரு கணமும் ஒரு தோல்வியை விழுங்கிக்கொண்டு வளையவரும் பெண்களைக் காண்கையில், லட்சியங்களும், கனவுகளும் வாழ்வின் நிஜங்களிலிருந்து வெகு வெகுதூரம் என்று தோன்றிற்று...

அவளது வாழ்வே ரமேஷ் விவரித்த மாதிரி டெஸ்பரேட்டாகப் போய்விட்டதென்றால் அவளால் என்ன செய்ய முடியும் என்று அவள் யோசித்துப் பார்த்தாள். அதிர்ச்சியாக இருந்தது. சாதாரணமாக ஒரு ரீட்டா குப்தாவோ, மற்ற எவளோ சட்டத்தின் பாதுகாப்பையும் துணையையும் தேடி ஓடுகிற மாதிரி தன்னால் ஓட முடியாது என்று தோன்றிற்று. கோர்ட்டுக்குப் போனால் அவளுடைய ரகஸியங்கள் வெளியே தெரியவரும். அப்பா மறைத்துக் கல்யாணம் செய்த விஷயம் அம்பலத்துக்கு வரும். கௌரவமாக வாழ்ந்த ஊரில் சந்தி சிரிக்கும்... அதையெல்லாம் தாங்கிக்கொள்ள மனத்தில் தெம்பிருக்குமா? தானாக வலுவில் ஒரு பொறிக்குள் மாட்டிக் கொண்டுவிட்ட கலக்கம் அவள் நெஞ்சை வியாபித்தது.

அவள் இயந்திரகதியில் வேலைகள் செய்தாள். குழந்தைகளுக்குப் பாடம் சொல்லிக் கொடுத்தாள். இரவு குழந்தைகள் தூங்கிய பிறகு வெகுநேரம் மோட்டு வளையத்தைப் பார்த்தபடி முழங்காலைக் கட்டியபடி சங்கருக்காகக் காத்திருந்தாள்... தூக்கமே வராத இரவுகளில்

இதெல்லாம் ஒரு கெட்ட கனவாக இருக்கக்கூடாதா, பழையபடி முரதாபாத் கோர்ட்டில் வக்கீலாக உட்கார மாட்டோமா என்று கோட்டை கட்டினாள்...

இது எதுவுமே கனவில்லை, அப்பட்டமான நிஜம் போன்று ஒவ்வொரு விநாடியும் உணர்த்திற்று. அந்த உணர்வில் தோற்றுப் போனவளாய் அவள் ஒரு ஜடத்தனத்துடன் வளைய வந்தாள்.

சங்கர் மறுபடி கத்துவதற்கு முன் பள்ளிக்கூடத்திற்குப் போய்வர வேண்டும் என்கிற உணர்வுடன் அவள் ஒருநாள் தன் வேலையையெல்லாம் சீக்கிரம் முடித்துக்கொண்டு பள்ளிக்கூடத்துக்குப் போனாள்.

வழியில் கபீர் வீட்டைத் தாண்டும்போது வேலியைப் பிடித்தபடி கண்கள் கனவில் மிதக்க ஸீஷ்மா நின்றிருப்பது தெரிந்தது. இவள் மனத்தில் என்னென்ன கனவுகள் இருக்கும். சினிமாக் கதாநாயகிகளின் காதல் மாதிரி ஒரு காதல் வாழ்வு கொண்ட கனவா? ஒரு காஸனோவாக ஒரு ஹீரோவாக ஒரு பணக்கார வாலிபன் இவளை மோகித்து அழைத்துக் கொண்டுப் போவான் என்கிற கனவா? அது என்னவாக இருந்தாலும் ஒரு மனோகரமான கனவு என்று புரிந்தது. இந்த மாதிரி வேலியைப் பிடித்துக் கொண்டு போகிற வருகிற ஆண் பிள்ளைகளைச் சுண்டியிழுத்தால் உன் கனவுகளுக்குத்தான் ஆபத்து என்று சொல்ல வேண்டும்போல் இருந்தது. உன் உடலின் கவர்ச்சியை அத்தனை மலிவானதாக ஆக்கிக்கொண்டு விடாதே என்று சொல்ல வேண்டும்போல் இருந்தது...

ஸீஷ்மா அவளைப் பார்த்துச் சிரித்தாள். "உள்ளே வாருங்கள் ஆன்டி" என்றாள். "இன்னொரு நாளைக்கு வருகிறேன். இன்னிக்கு ஸ்கூலுக்குப் போய் பாமாவின் டீச்சரைப் பார்க்கணும்" என்றுவிட்டு உஷா வேகமாக நடந்தாள்.

ஸ்கூலுக்குச் சென்று விசாரித்ததில் பாமாவும் ரவியும் படிப்பில் அவ்வளவு சூட்டிகையாக இல்லை என்று தெரிந்தது.

அவர்கள் சரிவர ஹோம்வர்க் முழுவதையும் செய்துக்கொண்டு வருவதில்லை என்றார்கள்.

"அவர்கள் ஹோம்வர்க் இருப்பதாகவே சொல்வதில்லையே" என்றாள் உஷா.

"தினமும் கொடுக்கிறோம். அவர்கள் எழுதிக்கொண்டு போவதில்லையோ என்னவோ? அக்கம்பக்கத்தில் இருக்கும் அவர்கள் வகுப்புக் குழந்தைகளிடம் கேட்டுப் பாருங்களேன்!"

தோற்றுப்போன மாதிரி இருந்தது உஷாவுக்கு. "ஆகட்டும், இனிமேல் கேட்கிறேன்" என்று அவர்களுக்கு நன்றி சொல்லிவிட்டுக் கிளம்பினாள்.

இனிமேல் குழந்தைகள் படிப்பு விஷயத்தில் அதிகக் கவனம் செலுத்த வேண்டும் என்று நினைத்துக் கொண்டாள். அப்படியாவது மனத்தை அழுத்தும் விஷயங்களை மறக்கப் பழக வேண்டும் என்று தோன்றிற்று. அவள் தன் சிந்தனைகளில் ஆழ்ந்தபடி நடந்து கொண்டிருக்கையில் "பெஹன்ஜீ!" என்று யாரோ கூப்பிடும் குரல் கேட்டது.

அவள் திடுக்கிட்டுத் திரும்பினாள். மிஸஸ். குப்தா நின்றிருந்தாள்.

"வாருங்கள், எங்கள் வீட்டைத் தாண்டிக்கொண்டு நீங்கள் போவதைப் பார்த்துக் கொண்டிருப்பேனா? உள்ளே வாருங்கள்" என்றாள்.

உஷாவுக்குத் தயக்கமாக இருந்தது. சங்கருக்குத் தெரிந்தால் என்ன சொல்வானோ என்றிருந்தது. இருந்தும் வழியில் மறித்துக்கொண்டு புன்னகையுடன் கூப்பிடுபவர்களைத் தாண்டி எப்படிப் போவது?

அவள் பத்து நிமிஷம் உட்கார்ந்துவிட்டுக் கிளம்பலாம் என்று உள்ளே நுழைந்தாள்.

இருவரும் கொஞ்சநேரம் ஏதோ பொதுவாகப் பேசிக் கொண்டிருந்தார்கள்.

மிஸஸ். குப்தா சிரித்துக்கொண்டே சொன்னாள். "சங்கருக்கு நல்ல டேஸ்டுதான். இரண்டாவது பெண்டாட்டியையும் நல்ல அழகாகத் தேர்ந்தெடுத்திருக்கிறார்."

உஷா ஒன்றும் சொல்லாமல் புன்னகையுடன் உட்கார்ந்திருந்தாள்.

மிஸஸ். குப்தா மெல்லக் கேட்டாள்.

"உங்களைப் பார்த்தால் படித்தவர்கள் மாதிரி இருக்கிறது. எதுவரையில் படித்திருக்கிறீர்கள்?"

"அதெல்லாம் பழம் கதையாகப் போய்விட்டது, நான் படித்தவள் என்கிற ஞாபகம்கூட இல்லை..."

"உத்தியோகம் பார்த்துக் கொண்டிருக்கிறீர்களா?"

"ஆமாம்."

"என்ன உத்தியோகம்?"

"வக்கீலாக இருந்தேன்."

மிஸஸ். குப்தா விழிகள் தெறிக்க அவளைப் பார்த்தாள்.

"வக்கீலா?"

சற்றுநேரம் ஏதோ அதிர்ச்சியடைந்தவள் மாதிரி உட்கார்ந்திருந்தாள்.

"இவ்வளவு படித்து உத்தியோகம் பார்த்தவர் எப்படி சங்கரிடம் வந்து சேர்ந்தீர்கள்?" என்றாள் நம்ப முடியாதவள் மாதிரி.

உஷா சற்றுநேரம் பேசாமலிருந்தாள். பிறகு "தலையில் என்ன எழுதியிருக்கிறதோ அப்படித்தான் நடக்கும் இல்லையா?" என்றாள். குரல் கம்மிவிட்டதோ என்று பயமாக இருந்தது.

"தலையெழுத்து என்றுதான் சொல்ல வேண்டும்" என்றாள் மிஸஸ். குப்தா மெல்ல. "சங்கர் உங்களை அன்பாக வைத்திருக்கிறாரா?"

அந்தக் கேள்வியை உஷா எதிர்பார்க்கவில்லை. இவளிடம் என்னவென்று சொல்வது?

"ஊம். அன்பாகத்தான் இருக்கிறார்."

"ரொம்பக் கோபக்காரர் என்று விமலா சொல்லுவாள்"

"யாருக்குத்தான் கோபம் வருவதில்லை?" என்று மழுப்பிய உஷாவுக்குத் திடீரென்று மனத்தைக் குடைந்த அந்தக் கேள்வியைக் கேட்க வேண்டும் போல் இருந்தது.

"விமலா சந்தோஷமாக இருந்தாளா?"

ஒருவிதத் திகைப்புடன் மிஸஸ். குப்தா அவளைப் பார்த்தாள்.

"முதலில் சந்தோஷமாகத்தான் இருந்த மாதிரி இருந்தது. அப்புறம் மனஸாலே ரொம்பக் கஷ்டப்பட்டுவிட்டாள். இல்லாவிட்டால் அப்படிச் சாக மனசு வருமா?"

மிஸஸ். குப்தா உணர்ச்சிவசப்பட்டுப் போனாற்போல் இருந்தது. முகம் ஜிவுஜிவு என்று போயிற்று. இவள் உண்மையிலேயே விமலாவுக்கு ரொம்ப நெருக்கமாக இருந்திருக்க வேண்டும் என்று தோன்றிற்று. கூடவே திகைப்பாக இருந்தது, அவள் பேச்சைக் கேட்டு.

"எப்படி?"

மிஸஸ். குப்தா அவளை வியப்புடன் பார்த்தாள். "உங்களுக்குத் தெரியாதா?"

"எது?"

"விமலா தற்கொலை செய்துக் கொண்டாள் என்பது?" உஷா அதிர்ச்சியில் உறைந்து போனாள்.

✲ ✲ ✲

அத்தியாயம் 19

உஷாவுக்குச் சற்றுநேரம் பிடித்தது தன்னைச் சுதாரித்துக்கொள்ள. மார்பு படபடவென்று அடித்துக் கொண்டது. முகம் சிவந்துப்போன மாதிரி கன்னங்களில் சூடேறிற்று. அவளுடைய நிலையைக் கண்டு மிஸஸ். குப்தா கலவரமடைந்து போனாள்.

"ஓ, என்னை மன்னித்துக் கொள்ளுங்கள். நான் உங்களுக்குச் சொல்லியிருக்கக் கூடாது... என்னவோ விமலாவுடன் ரொம்ப நெருக்கமாக இருந்ததால் அவளுடைய சாவு என்னை இன்னும் ரொம்ப பாதிக்கிறது..."

உஷா பேசாமல் அவள் சொல்வதைக் கேட்டபடி அமர்ந்திருந்தாள்.

"அவள் சாகும்போது நான் பக்கத்திலேயே இருந்தேன். அவள் துடித்ததையெல்லாம் இந்தக் கண்ணால் பார்த்தேன்... என்னால் இந்த ஜென்மத்துக்கு மறக்க முடியுமா?"

"எப்படிச் செத்துப் போனாள்?" என்று உஷர் மெல்லக் கேட்டாள்.

"மேலே கெரஸினாயிலைக் கொட்டிக் கொண்டு நெருப்பு வைத்துக் கொண்டுவிட்டாள்!"

அதைக் கேட்கும்போதே உடம்பு நடுங்கிற்று. அத்தனை வைராக்யம் எப்படி வந்தது? அதுவும் சின்னச் சின்ன குழந்தைகளை விட்டுவிட்டுப் போகும் அளவுக்கு! 'அம்மா சாகும்போது கருப்பாயிட்டாள்' என்று ரவி அன்று கோரக்பூர் ஸ்டேஷனில் சொன்னது ஞாபகத்திற்கு வந்தது.

"எதற்காக இப்படித் தற்கொலை பண்ணிக் கொண்டாள் என்று தெரியுமா?" கேட்கும்போது தன் குரலே வித்தியாஸமாகிப் போனாற் போல இருந்தது.

மிஸஸ். குப்தா சற்று யோசனையுடன் இருந்தாள்.

"என்ன காரணம் என்று யாருக்கும் சரியாகப் புரியவில்லை. என்னிடம் அவ்வளவு நெருங்கிப் பழகினாலும் என்னிடமும் வெளிப்படையாக ஒன்றும் சொன்னதில்லை. ஆனால் நானாக இது காரணமாக இருந்திருக்கலாம் என்று ஊகித்துக் கொண்டேன்."

"எது?"

எப்படிச் சொல்வது என்று தயங்கின மாதிரி மிஸஸ். குப்தா சற்றுநேரம் பேசாமல் இருந்தாள். பிறகு சொன்னாள்.

"சங்கருக்குக் கொஞ்சம் சபலம் ஜாஸ்தி என்று நினைக்கிறேன். மூன்று குழந்தைகள் ஆனதும் வேறு எந்த வழியையும் ஒப்புக்கொள்ளாமல் அவளை நிறைய தரம் அபார்ஷன் செய்துகொள்ளும்படி செய்திருக்கிறார். அதனால் அவள் ரொம்ப கலக்கமடைந்தாள். இது மஹா பாவமான காரியம் என்று பயப்படுவாள். இந்தப் பயமே கடைசியில் அவளை அந்த முடிவிற்குக் கொண்டு வந்ததோ என்னவோ!"

உஷா திக் பிரமையடைந்துபோய் உட்கார்ந்திருந்தாள். அவளுக்கு இந்த விஷயமெல்லாம் பெரிய அதிர்ச்சியாக இருந்தது. மிஸஸ். குப்தாவால் எப்படி இப்படி யதார்த்தமாக இதைப்பற்றியெல்லாம் பேச முடிகிறது என்று வியப்பாக இருந்தது.

மிஸஸ். குப்தா மன்னிப்புக் கேட்கிற மாதிரி சொன்னாள்.

“உங்களுக்கு இந்த விஷயம் தெரிந்திருக்கட்டும் என்று சொன்னேன். நீங்கள் ஜாக்கிரதையாக இருக்கலாமல்லவா?”

உஷாவுக்குப் பெரிதாகச் சிரிக்கலாமா என்றுகூட ஒரு கணம் தோன்றிற்று. இப்படிப்பட்ட மனிதனுடன் தன் வாழ்வு இணைந்தது எப்படிப்பட்ட கேலிக் கூத்து என்று தோன்றிற்று. அவள் சுயநினைவு வந்த மாதிரி எழுந்தாள்.

மறுபடியும் மிஸஸ். குப்தா ஆரம்பித்தாள். “நான் சொல்லியிருக்கக் கூடாதோ என்னவோ!”

“அதனால் பரவாயில்லை. எனக்குத் தெரிய வேண்டியது நல்லதுதான். நீங்கள் சொல்கிற மாதிரி நான் எச்சரிக்கையாக இருக்கலாம். நான் வருகிறேன் நேரமாகிவிட்டது...” என்று உஷா கிளம்பினாள். வழி நெடுக மார்பு படபடத்துக் கொண்டேயிருந்தது. யார் கண்ணிலும் படாமல் வீட்டுக்குப் போய்ச் சேர்ந்தால் போதும் என்று தோன்றிற்று.

வீட்டுக்கு வந்து சேர்ந்ததும் அவள் வீட்டுக் கதவைத் தாழிட்டாள். ஒரு டம்ளர் நீரைக் குடித்துவிட்டு அமர்கையில் இன்னும் படபடப்பு அடங்காத மாதிரி இருந்தது.

சங்கரின் கோபதாபங்களும் பேச்சுக்களும் இப்பொழுது புரிகிற மாதிரி இருந்தது. அவள் யாருடனும் பேசக்கூடாது. பழகக்கூடாது என்று அவன் போட்ட தடைகள் எதற்கு என்று இப்பொழுது புரிந்தது. அவ்வளவு நெருக்கமாக ஒருத்தியுடன் பத்து வருஷம் வாழ்ந்தவனுக்கு அவள் அப்படித் தற்கொலை செய்துகொண்டது எத்தனை பெரிய அதிர்ச்சியாக இருக்க வேண்டும் என்று நினைத்துக் கொண்டாள். ஆனால் அப்படிப்பட்ட அதிர்ச்சி உள்ளவன் மாதிரி சங்கர் இல்லை என்று தோன்றிற்று. விமலா அந்த மாதிரி இறந்து சில மாதங்களுக்குள்ளேயே எப்படி மறுமணம் செய்துக்கொள்ள மனசு வந்தது? அவளுக்குச் சட்டென்று அவன் கொடுத்திருந்த

விளம்பரத்தின் நினைவு வந்தது. "குழந்தைகள் விரும்பாத பெண் தேவை..." அவளுக்குப் பொறி தட்டினாற் போல் இருந்தது. இதற்குத்தானா? இதற்குத்தானா? அவன் முழுக்க முழுக்கச் சுயநலக்காரனாக இருக்க வேண்டும் என்று தோன்றிற்று. உண்மையில் விமலாவிடம்கூட அவனுக்கு ஆழமான அன்பிருந்திருக்க முடியாது என்று தோன்றிற்று. அவனது வெறிக்குப் பணிந்து, கருச்சிதைவுக்கு உடன்பட்டுக் கடைசியில் மனஉளைச்சலைத் தாங்கமுடியாமல் ஒருத்தி தன்னையே பொசுக்கிக் கொண்டாள் என்றால், அவள் மனத்தில் வேதனையின் ஜுவாலை எவ்வளவு உக்கிரமாக இருந்திருக்க வேண்டும் என்று உஷா நினைத்துக் கொண்டாள். அவள் அவளுடைய உண்மை உடற்குறையை மறைத்து அப்பா சங்கருக்கு வேறு மாதிரி சொன்ன விஷயம் தனக்கு மிகவும் சாதகமானது என்று சங்கர் நினைத்துத்தான் தன்னை உடனே மணக்கச் சம்மதித்திருக்கிறான் என்று புரிந்துக்கொண்டாள். உண்மை தெரிந்ததும் அவனுக்கு அது எத்தனை பெரிய அதிர்ச்சியாக இருந்திருக்கும் என்று தோன்றிற்று. அந்த நிலையிலும் அவளுக்குப் பெரிதாகச் சிரிக்க வேண்டும்போல் இருந்தது. அப்படிப்பட்ட மனிதனுடன் அவளை இணைத்து விதி வேடிக்கை பார்க்கிறதா? அவனுக்கு இது மறைமுகத் தண்டனையா? பக்குவம் ஏற்படுத்தும் வழியா? அவனுக்குப் பக்குவமும் விவேகமும் இந்த ஜன்மத்தில் ஏற்படாது என்று தோன்றிற்று. அவன் அவ்வளவு தூரம் தன்னுள் மூழ்கியிருந்த மாதிரி இருந்தது. பல ஜன்மம் எடுத்து அடிபட்டு அடிபட்டுத்தான் அந்த அஞ்ஞானப் போர்வை விலகும்...

உஷா திடுக்கிட்டாள். எவ்வளவோ யதார்த்தமாகத் தீர்க்க வேண்டிய ப்ரச்னைகள் இருக்க இது என்ன ஆத்ம விசாரணை? இன்றைய பாடும் நாளைய பாடுமே தெரியாமல் இருக்கையில் வரப்போகும் ஜன்மங்களைப்பற்றி என்ன ஆராய்ச்சி?

அவள் எழுந்தாள். சற்றுநேரத்தில் குழந்தைகளும் சங்கரும் சாப்பிட வருவார்கள் என்கிற உணர்வில் எந்த வேலை செய்கையிலும் மிஸஸ். குப்தா சொன்ன விஷயங்களே மனத்தை வட்டமடித்துக் கொண்டிருந்தன. லேசில் திருப்ப முடியவில்லை. அப்படியா செத்துப் போனாள், அப்படியா என்று நெஞ்சு பரிதவித்தது.

குழந்தைகள் வந்துவிட்டார்கள். அவர்களைப் பார்த்ததுமே ஐயோ பாவம் என்றிருந்தது அவளுக்கு. இத்தனை சின்ன வயசில் பூ மாதிரி இருக்கும் மனசில் எந்தனை பயங்கரமாக ஒரு வடு விழுந்திருக்க வேண்டும் என்று தோன்றிற்று. அது ஒரு ஆறாத வடுவாகத்தான் இருக்கும். திடீரென்று ஏதேனும் ஒரு நினைவு பெரியதாகி எதிர்பாராத சமயங்களில் மனத்தைக் குத்தும்... ஆயுசு உள்ளவரை... அழகிய அம்மாவின் முகம், வித்யா சின்ஹா மாதிரி சிரிக்கும் முகம் கறுகிப்போன முகத்தின் நினைவு மனத்தினடியில் புதைந்திருக்கும்... அதனால்தான் இவர்கள் படிப்பில் கவனமில்லாமல் இருக்கிறார்களோ, வெளிப் பார்வைக்குச் சாதாரணமாகச் சிரித்து விளையாடும் குழந்தைகளுக்குப் படிக்க உட்காரும்போது... தனிமையில் விடப்படும்போது... அம்மாவின் ஞாபகம் வந்துவிடுகிறதோ? அவர்களது நெஞ்சின் ரணத்தைத் தன்னால் இயன்றவரை ஆற்ற வேண்டும் என்று தோன்றிற்று அவளுக்கு அவர்களை எந்தவிதத்தில் உற்சாகப்படுத்துவது? நல்ல தின்பண்டங்களைச் செய்து கொடுப்போம் என்றால் சங்கர் சாமானை அளந்து அளந்து செலவு செய்யச் சொல்கிறான். உண்மையில் எல்லாச் சாமானும் இரண்டு நாட்களில் தீர்ந்து போய்விடும் போல் இருந்தது. அவனிடம் அதை எப்படிச் சொல்வது என்றே யோசனையாக இருந்தது.

ஸ்கூலுக்குப் போய்விட்டு வந்ததைப் பற்றிச் சங்கரிடம் சொல்வதா வேண்டாமா என்று அவள் யோசித்தாள். சொன்னால் அவன் குழந்தைகள் அவளிடமிருந்து பிரிந்து

விடாதா? இப்பொழுது சொல்ல வேண்டாம் என்று அவள் தீர்மானித்துக் கொண்டாள். அவளுக்கு ஆயாஸமாக இருந்தது. சின்னச் சின்ன விஷயங்களுக்கெல்லாம் எத்தனை யோசிக்க வேண்டியிருக்கிறது!

சங்கர் வருவதற்குள் குழந்தைகளிடம் நயமாகச் சொல்லலாம் என்று அவள் ஆரம்பித்தாள்.

"இன்னிக்கு உங்க டீச்சர்களைப் பார்த்தேன். ஹோம் வர்க் நிறையக் கொடுக்கிறார்களாமே! நீங்க ரெண்டுபேரும் ஏன் எழுதிண்டு வரதில்லை?"

அவர்கள் தலையைக் குனிந்துகொண்டார்கள். பதிலே சொல்லவில்லை. சாதம்கூட உள்ளே போகாமல் கைகள் சாதத்தைத் துழாவிக்கொண்டிருந்தன. அவளுக்குப் பரிதாபமாக இருந்தது. தன்னுடைய நல்லெண்ணத்தை இந்தக் குழந்தைகள் சந்தேகிக்க ஆரம்பித்துவிடுமோ என்று யோசனையாக இருந்தது.

அவள் அவசரமாகத் தொடர்ந்தாள். "இனிமேல் தவறாமல் கொண்டு வாருங்கள், தெரியாததை நான் சொல்லித் தரேன், என்ன?"

குழந்தைகள் தலையைக்கூட ஆட்டவில்லை.

"நான் அப்பாவிடம் சொல்லமாட்டேன், பயப்படாதீர்கள்..."

ஏதோ நிழல் தட்டினாற்போல் இருந்தது. அவள் தலையை நிமிர்த்தினாள். சங்கர் அறையின் வாயிலில் நின்று கொண்டிருந்தான். அவளுக்கு நாக்கு உலர்ந்தது.

அவன் அவளைத் தீவிரமாகப் பார்த்தபடி கேட்டான்.

"என்ன சொல்லமாட்டாய் என்னிடம்?" அவள் தயங்கினாள். "ஒன்றுமில்லை" என்றாள் மெல்ல.

"என்ன ஒன்றுமில்லை? என்ன மறைக்கிறாய் என்னிடம்? குழந்தைகளை என்னிடமிருந்து பிரிக்கப் போகிறாயா?"

அட கிருஹச்சாரமே என்றிருந்தது அவளுக்கு. அவள் சொல்வதெல்லாம் ஏன் தப்பாகப் போய்விடுகிறது இப்பொழுதெல்லாம்?

"நான் எதற்குப் பிரிக்கணும்? எந்த வகையில் உதவலாம் என்று பார்க்கிறேன். எதற்கு எல்லாவற்றையும் தப்பாகவே எடுத்துக்கொள்கிறீர்கள்?"

"ஓகோ, நீ ரொம்ப நல்லவள்தான், எனக்குத் தெரியும். என்ன சமாச்சாரம் சொல்லு!"

அவன் விடமாட்டான் போலிருந்தது. சொன்னால் என்ன செய்வானோ என்றிருந்தது.

"நீங்கள் முதலில் சாப்பிடுங்களேன்" என்றாள். குழந்தைகள் அதற்குள் ஸ்கூலுக்குக் கிளம்பிவிடுவார்கள் என்கிற எண்ணத்தில்.

அவனுக்குச் சுரீரென்று கோபம் வந்தது.

"என்ன சுத்தி வளைக்கிறாய்? அவ்வளவு திமிரா உனக்கு?" என்றபடி அவளுடைய மயிரை முரட்டுத்தனமாகப் பிடித்தான்.

குழந்தைகள் எதிரில் ஏதாவது ரசாபாசமாகப் போகிறது என்கிற பயத்தில் அவள் மெல்லச் சொன்னாள் விஷயத்தை.

அவனுடைய முகம் ஜிவு ஜிவு என்று ஆயிற்று. "என்னிடமிருந்து இதையேன் மறைக்கவேண்டும்?"

"நீங்கள் அவர்களை அடிப்பீர்களோ என்று பயமாக இருந்தது..."

"ஓகோ, என்னைவிட உனக்கு அவர்கள்மேல் கரிசனம் வந்துவிட்டதா? நான் அவர்களை அடிப்பேன், மொத்துவேன், அது என் இஷ்டம். நீ யார் கேட்க?" என்றபடி அவன் மூர்க்கத்தனமாக, பாதி சாப்பிட்டு பிரமிப்புடன் உட்கார்ந்திருந்த குழந்தைகளைப் போட்டு அடித்தான். அவள் பதறிப்போனாள்.

அவன் அடிகளைத் தடுக்கிற மாதிரி குழந்தைகளை அணைத்துக்கொண்டாள். அவள் கையிலும் தோளிலும் முதுகிலும் அவன் கொடுத்த அடி விழுந்தது. அவன் தன் ஆத்திரம் தீரும்வரை அடித்தான். பிறகு சாப்பிடாமலேயே வெளியேப் போனான்.

அவனுடைய கோபத்துக்கும் அடிகளுக்கும் பழகிப்போன மாதிரி குழந்தைகள் மௌனமாக விசும்பினார்கள். அவளுக்கு மிகத் துக்கமாக இருந்தது.

அவர்களது முதுகை மென்மையாக வருடியபடியே அவள் "அழாதீர்கள் குழந்தைகளா..." என்றாள். அவர்கள் அவளது கையை வெடுக்கென்று உதறினார்கள். அவளுக்குத் அதிர்ச்சியாக இருந்தது. அவர்களுக்குக் கிடைத்த அடிக்கு, அவள்தான் காரணம் என்று அவர்கள் நினைப்பது அவளுக்குப் புரிந்தது. அவள் தோற்றுப் போனவள் மாதிரி எழுந்தாள். இவர்களைச் சமாதானப்படுத்துவதில், தான் குற்றவாளியில்லை என்று அவர்களுக்கு நிரூபிப்பதில் ஏதும் அர்த்தமில்லை என்று தோன்றிற்று. அவள் அடுத்த அறைக்குச் சென்று நாற்காலியில் உட்கார்ந்துக்கொண்டாள். சற்று நேரத்தில் குழந்தைகள் பையைத் தூக்கிக்கொண்டு ஸ்கூலுக்குக் கிளம்பினார்கள். அவளைத் திரும்பிக்கூடப் பார்க்காமல் நடந்தார்கள். வாஸ்தவத்தில்தான் தான் அங்கு அநாதை என்று அவளுக்குத் தோன்றிற்று. ஒருவித மனச்சோர்வுடன் அவள் சமையலறைக்குச் சென்றாள். குழந்தைகள் சாப்பாட்டை அப்படியே தட்டில் விட்டுவிட்டுப் போயிருந்தார்கள். அவள் எல்லாவற்றையும் திரட்டி கொல்லையில் கொண்டு எறிந்துவிட்டு வந்தாள்.

பசி வயிற்றைக் கிண்டிற்று. சங்கருக்காகக் காத்திருக்க வேண்டாமா என்று தோன்றிற்று. அடுத்த கணமே அத்தகைய மனுஷனுக்கு அந்த அளவுக்கு மரியாதை கொடுப்பதுகூட அபத்தம் என்று தோன்றிற்று. மனிதாபிமானமே இல்லாமல்

மூர்க்கத்தனத்தோடு நடந்துகொள்ளும் அவனைத் தன் புருஷன் என்று எண்ணக்கூடக் கூச்சமாக இருந்தது. அவள் சாப்பிட உட்கார்ந்தாள். வயிறு பசித்தாலும் அன்றைக்கு ஏற்பட்ட அனுபவங்களினால் சாப்பாடு உள்ளே இறங்கவில்லை. அவள் பேருக்கு ஏதோ விழுங்கிவிட்டு எழுந்திருந்தாள்.

தலை விண் விண் என்று வலித்தது. தலைவலி மாத்திரை ஒன்றை விழுங்கிவிட்டு அவள் படுத்துக்கொண்டாள். எதைப் பற்றியும் யோசனை செய்யவே பிடிக்கவில்லை. யோசனையே செய்யாமல் பாதிப்புகளே இல்லாமல் ஆற்றோடு போகிற துரும்பு மாதிரி தானும் வாழ்வின் சாகரத்தில் மிதக்க வேண்டும்போல் இருந்தது. இல்லாவிட்டால் விமலா மாதிரி தானும் ஏதேனும் முடிவு எடுத்துவிடுவோமோ என்று பயமாக இருந்தது. விமலாவின் மரணத்துக்குக் காரணம் சங்கர்தான் என்கிற எண்ணமும், வாஸ்தவத்தில் அவன்தான் கொலையாளி என்கிற எண்ணமும் மனசை வியாபித்தது. இவ்வளவெல்லாம் நடந்த பிறகும், அவனே எல்லா நிகழ்ச்சிகளுக்கும் காரணகர்த்தாவாக இருந்தும், அதை எதையும் உணராதவன் மாதிரி அவன் வளையவருவதும் கோபப்படுவதும் அவளுக்கு ஆச்சரியமாக இருந்தது. எந்த விதப் பச்சாதாபமும் இல்லாதவனாக இருப்பவன் மிகப்பெரிய சுயநலவாதியாக இருக்க வேண்டும் என்று தோன்றிற்று. இவனோடு போராடுகிற ஒவ்வொரு நாளும் அவளுக்கு மனித இனத்தின்மேல் இருந்த நம்பிக்கையையே குறைக்கிற மாதிரி இருந்தது.

அவள் வெகுநேரம் தனது சிந்தனைகளில் ஆழ்ந்தபடி கடைசியில் உறங்கிப் போனாள்.

யாரோ பலமாகக் கதவைத் தட்டும் சப்தம் கேட்டு அவள் வாரிச் சுருட்டிக்கொண்டு எழுந்தாள். கதவைத் திறக்கையில் சங்கர் நின்று கொண்டிருந்தான்.

"என்ன பட்டப்பகலில் தூக்கம்?" என்று கடுகடுத்தபடி உள்ளே நுழைந்தான். பெட்டியைத் திறந்து பாங்க் பாஸ் புத்தகம் ஒன்றை எடுத்துக்கொண்டான். போட்டுக்கொண்டிருந்த சட்டையைக் கழற்றிவிட்டு வேறு ஒன்றை மாட்டிக் கொண்டான்.

"கழற்றின சட்டையைத் தோய்த்துவிடு" என்று சொல்லிவிட்டு அவன் கிளம்புகையில் அவள் நினைவுக்கு வந்தவள் மாதிரி "சாப்பிடவில்லையா?" என்று கேட்டாள்.

"இல்லை" என்றபடி அவன் திரும்பிப் பார்க்காமல் நடந்தான்.

அவள் ஒன்றும் சொல்லாமல் முகம் கழுவச் சென்றாள். தலை இன்னும் வலித்துக்கொண்டிருந்தது. அவள் ஒரு கோப்பை தேநீர் செய்து சாப்பிட்டுவிட்டுத் துணி துவைப்பதற்கு எடுத்துச் சென்றாள். அந்தச் சட்டையுடன் வேறு சில துணிகளையும் எடுத்துக் கொண்டு கொல்லைப்புறம் சென்றாள். துணிகளையெல்லாம் சோப்புத் தூளில் நனைக்கும்போது ஒரு காகிதம் அந்த ஷர்ட் பாக்கெட்டுக்குள் இருப்பது தெரிந்தது. அந்தக் காகிதத்தை அவள் வெளியில் எடுக்கையில் அவள் இதயம் ஒரு கணம் நின்றுவிட்ட மாதிரி இருந்தது. நெற்றியில் குப்பென்று வியர்த்தது.

அதை அவசர அவசரமாகப் பிரிக்கையில் கைகள் நடுங்கின. அவள் படிக்க ஆரம்பிக்கையில், "என்ன பெஹன்ஜீ, உடம்பு சரியாக இல்லையா?" என்ற குரல் கேட்டு அவள் திடுக்கிட்டு நிமிர்ந்து பார்த்தாள்.

மிஸஸ். மல்ஹோத்ரா நின்றிருந்தாள். இவள் ஏன் இப்படி சமய சந்தர்ப்பம் இல்லாமல் வந்து நிற்கிறாள் என்று உஷாவுக்குச் சலிப்பாக வந்தது. கடிதம் கையிலும் நெஞ்சிலும் படபடத்து. இவள் எப்பொழுது போவாள்?

அவள் தன் கலவரத்தை மறைத்துக்கொண்டு "ஒன்றுமில்லையே!" என்றாள்.

"இல்லை இல்லை. உங்களுக்கு என்னவோ உடம்பு சரியாக இல்லை. முகத்தைப் பார்த்தாலே தெரிகிறது."

இதேதடா வம்பாய்ப் போயிற்று என்றிருந்தது உஷாவுக்கு.

"ஒன்றுமில்லை, லேசாகத் தலை வலிக்கிறது."

"நான் ஒரு கப் சூடாக டீ போட்டுத் தரேன். சாப்பிடுங்கள்."

"வேண்டாம், இப்பொழுதுதான் டீ போட்டுக் குடித்தேன். அதுவே வயிற்றைப் புரட்டுகிறது!"

மிஸஸ் மல்ஹோத்ரா ஒரு நமுட்டுச் சிரிப்பு சிரித்தாள். "அப்படியானால் வேறு ஏதாவது காரணமாக இருக்கப் போகிறது!"

உஷா விழித்தாள்.

"ஏற்கனவே மூன்று குழந்தைகள், ஜாக்கிரதையாக இருங்கள்!" என்றுவிட்டுத் தான் சொன்னதைத் தானே ரசித்துப் பெரிதாகச் சிரித்தாள்.

உஷாவுக்குக் குப்பென்று முகம் சிவந்தது. இந்த அசட்டுப் பெண்மணி எப்பொழுது போவாள் என்றிருந்தது. அந்தக் கடிதத்தைப் படிப்பதற்குள் சங்கர் வந்துவிட்டால் என்ன செய்வது என்றிருந்தது.

இவளுக்குப் பதில் சொல்ல வேண்டும் என்கிற நினைப்பில் "அதெல்லாம் ஒன்றுமில்லை" என்றாள்.

"இப்படித்தான் ஒன்றுமில்லை ஒன்றுமில்லை என்று அந்த மிஸஸ். ராஜன் என்ன செய்தாள் தெரியுமோ?" என்று ஆரம்பித்தாள் மிஸஸ். மல்ஹோத்ரா.

ஆண்டவனே, இவள் எப்பொழுது போவாள்? மிஸஸ். மல்ஹோத்ரா அந்த மிஸஸ். ராஜனின் கதையை முடித்துவிட்டுத்தான் அந்தண்டை நகர்ந்தாள்.

உஷா அவசரமாக வீட்டுக்குள் நுழைந்து தாழ்ப்பாள் போட்டுக்கொண்டாள். கடிதத்தை நடுங்கும் கைகளுடன் பிரிக்கையிலேயே கண்களில் நீர் முட்டி நின்றது.

✲ ✲ ✲

அத்தியாயம்

20

கடிதத்தைப் பிரிப்பதற்குள் உஷாவின் கைகள் நடுங்கின. கண்களை நிறைத்த நீர் வாசகங்களை மறைத்தன. அவள் கண்களை அழுத்தித் துடைத்துக்கொண்டு, கடிதத்தைப் படித்தாள். அவளுக்குப் பழக்கமான அப்பாவின் முத்து முத்தான கையெழுத்து கடிதத்தில் ஓடிற்று.

அன்புள்ள சங்கர்,

உன் கடிதம் கிடைத்தது. உஷாவிடமிருந்து இதுவரை ஒரு கடிதமும் வராமல் இருப்பது மிகவும் ஆச்சரியமாகவும் கவலையாகவும் இருக்கிறது. சௌக்கியமாக இருக்கிறாளா?

நான் உன்னை ஏமாற்றி அவளை உன் தலையில் கட்டிவிட்டேன் என்று கோபமாக எழுதியிருக்கிறாய். ஏமாற்ற வேண்டும் என்பது என் எண்ணமில்லை. எனக்குப் பிறகு அவளுக்கு துணைக்கு ஒரு ஆண் மகன் தேவை என்கிற ஒரு பலவீன எண்ணத்தில் நான் செயல்பட்டேன் என்பது உண்மைதான். நீ ஒரு கண்யமான ஆண் மகன் என்கிற எண்ணத்தில் நான் அசட்டுத்தனமாக நடந்து கொண்டுவிட்டேன். உஷாவுக்கு வாஸ்தவத்தில் இந்தத் திருமணத்தில்

விருப்பமேயில்லை. நான் விஷயத்தை மறைத்ததும் அவளுக்குத் தெரியாது. தயவுசெய்து அவளை நன்றாகப் பார்த்துக்கொள்.

உஷா உன்னிடம் வந்திருக்கும் பொன்முட்டையிடும் வாத்து என்று சொல்லி மேலும் பணம் கேட்டிருக்கிறாய். என்னால் அடுத்த மாதம்தான் பணம் அனுப்ப இயலும்.

உஷா உண்மையிலேயே ஒரு பொன் வாத்து என்று உனக்குத் தெரியாது. அவளைப் போல ஒரு குணவதியை நீ பார்க்கமுடியாது. மாதம் உனக்கு ஆயிரக் கணக்கில் சம்பாதித்துத் தரக்கூடிய அளவு படிப்பும் அறிவும் அவளுக்கிருக்கிறது. இயற்கை அவளுக்கு இழைத்துவிட்ட அநீதியை நீ பெரிய மனது பண்ணிப் பொருட்படுத்தாமல் இருக்க வேண்டும் என்று கேட்டுக்கொள்கிறேன்.

கடிதத்தைப் படித்து முடித்ததும் உஷாவுக்கு வாய்விட்டு அழ வேண்டும் போலிருந்தது. அப்பாவின் மேல் கோபம் வராமல் எப்படித் தனக்குத் துயரம் மட்டும் வருகிறது என்று அவள் நினைத்துக் கொண்டாள். அப்பா செய்தது மிகப்பெரிய அநியாயமாக இருந்தாலும் அது இப்பொழுது அநியாயமாகத் தோன்றாமல் அப்பாவித்தனமாக, அசட்டுத்தனமாக அவளுக்குத் தோன்றுகிற மாதிரி இருந்தது. அப்பாவுக்கு அவள்மேல் இருந்த பாசத்தில், தனக்கு வந்த ஹார்ட் அட்டாக்கினால் ஏற்பட்ட அசட்டுப் பயத்தின் கற்பனைகளில், சிந்தனைத் திறனே செயலிழந்து போனமாதிரி இருந்தது. அவளுடைய சிந்தனைத் திறமையல்லவா மழுங்கிவிட்ட மாதிரி இருக்கிறது! மாதம் ஆயிரக்கணக்கில் சம்பாதித்துத் தரக்கூடிய அறிவும் படிப்பும் அவளுக்கிருக்கிறது என்று அப்பா எழுதியிருப்பதை நினைத்துப் பார்த்துக் கொண்டாள். அவளுக்கு அதில் இப்பொழுது நம்பிக்கை போய்விட்ட

மாதிரி இருந்தது. பத்தடி அகல அறையில் வசித்துக் கொண்டு அடுத்த வேளைக்கு என்ன சமையல், அதிகச் செலவில்லாத ருசியான சமையல் என்று யோசித்துக்கொண்டு, அக்கம்பக்கத்துப் பெண்கள் பேசும் சுவாரஸ்யமற்ற எரிச்சல் மூட்டும் வம்புப் பேச்சைக் கேட்டுக்கொண்டு, கேவலம், பெற்ற தந்தையிடமிருந்து வந்திருக்கும் கடிதத்தைக்கூட நிச்சிந்தையாகப் படிக்க முடியாதவளாய் ஒரு கோழையாய்க் கண்ணீர் சிந்திக்கொண்டு... அவளுடைய அறிவும் படிப்பும் எங்கே போயிற்று? முரதாபாதிலேயே தங்கிவிட்ட மாதிரி இருந்தது. விலாஸினியும் ரமேஷும் தன்னை இப்பொழுது இந்த நிலையில் பார்க்க நேர்ந்தால் அவர்களுக்கு எப்படிப்பட்ட அதிர்ச்சியாக இருக்கும் என்று அவள் நினைத்துக் கொண்டாள். இன்டிமேட்டாக ஒருத்தரைப் பிடித்துக்கொள் என்று விலாஸினி சொன்னது ஞாபகத்திற்கு வந்தது. உலகத்தில் எத்தனை பேருக்கு அந்த மாதிரி இன்டிமேட்டாகக் கிடைப்பார்கள்? அதுவும் அவளை மாதிரி ஒரு ஃபரீக்குக்கு?

அவள் சட்டென்று சுய நினைவுக்கு வந்தாள். இந்த மாதிரிச் சிந்தனைகளால் என்ன லாபம்? எந்த மாதிரி யோசித்தால் ஆக்கப்பூர்வமாக இருக்கும்?

ஒரு விஷயம் நிச்சயமாகப் புரிந்தது. அப்பாவைச் சங்கர் ப்ளாக்மெயில் பண்ணுகிறான் என்பது. ஆனால் அதை எப்படித் தடுப்பது என்று அவளுக்குப் பிரமிப்பாக இருந்தது. அவன் செய்வது குற்றமானாலும், அவளுடைய அப்பா செய்தது அதைவிடப் பெரிய குற்றம் என்று அவன் சாட மாட்டானா? அவளுடைய கல்யாணத்தினால் இப்பொழுது எத்தனை வகையான குழப்பங்கள் கிளம்பியிருக்கின்றன என்று நினைத்து அவள் அதிர்ந்துப் போனாள். எந்த வகையில் ஒன்றைச் சரிபடுத்த முயன்றாலும் புதியவை முளைக்கும் என்று ஆயாசமாக இருந்தது. இந்த மாதிரி ஒரு மனிதனிடம்

அன்பைச் செலுத்திப் பார்ப்பதும் பிரதியாக அவனிடமிருந்து அன்பை எதிர்பார்ப்பதும் எத்தனை பெரிய முட்டாள்தனம் என்று தோன்றிற்று.

கையில் கடிதம் இன்னும் படபடத்துக் கொண்டிருந்தது. அதை இப்பொழுது என்ன செய்வது என்று அவள் யோசித்தாள். அந்தச் சட்டையில் கடிதம் வைத்திருந்தது அவனுக்கு ஞாபகம் இருக்காதா? இல்லை, அவள் பார்க்க வேண்டும், வேதனைப் படவேண்டும் என்கிற எண்ணத்தில் அவன் அதை வைத்திருப்பானோ? அது அவன் எண்ணமாயிருந்தால் அது நிறைவேறிவிட்டது என்று அவள் நினைத்துக்கொண்டாள். திடீரென்று அவளுள் ஒரு சீற்றம் எழுந்தது. இந்த மாதிரி ஒரு அற்ப மனிதனுக்கு அடிபணிந்து போவது மகாகேவலம் என்று தோன்றிற்று. இந்த நிலையை எப்படியாவது சமாளித்தே ஆகவேண்டும் என்று தோன்றிற்று.

அவள் அந்தக் கடிதத்தை மடித்துச் சட்டைப் பையிலேயே வைத்துத் தண்ணீரில் நனைத்தாள் மறுபடி அதை வெளியில் சற்று எடுத்துப் பார்த்தபோது எழுத்துக்கள் எல்லாம் கலங்கிப் போயிருந்தன. மறுபடி அப்பாவின் கையெழுத்தை எப்பொழுது பார்ப்போமோ என்று நினைக்கையில் மனத்தில் துக்கமாக இருந்தது. வாசற்கதவு தட்டப்படும் ஓசை கேட்டு அவள் கையைத் துடைத்துக்கொண்டு போய்க் கதவைத் திறந்தாள்.

சங்கர் பரபரப்புடன் உள்ளே நுழைந்தான்.

"என்ன செய்கிறாய்?" என்று கேட்டான்.

"துணி துவைக்கிறேன்."

அவன் விருவிருவென்று கொல்லைப் பக்கம் சென்றான்.

"என் சட்டையில் ஒரு கடிதம் இருந்ததே, பார்த்தியா?" என்று கேட்டுக் கொண்டே விரைந்தான்.

"கடிதமா? இல்லையே!"

அவன் பக்கெட்டுக்குள் கையைவிட்டு அவனுடைய ஷர்ட்டை எடுத்தான். அதன் பாக்கெட்டிலிருந்து அந்த ஈரமான, இப்பொழுது உருவமேயில்லாத அந்தக் கடிதத்தை எடுக்கையில், அவன் முகத்தின் இறுக்கம் தளர்ந்த மாதிரி இருந்தது.

"சட்டையை நனைக்கும்போது பாக்கெட்டில் ஏதாவது இருக்கா என்று பார்க்க மாட்டாயா?" என்று அவன் கோபமாகக் கேட்டாலும் அவன் உண்மையில் நிம்மதியடைந்திருந்த மாதிரி அவளுக்குப்பட்டது.

"ஏதாவது முக்கியமான கடிதாசா?" என்று அவள் எங்கேயோ பார்த்த வண்ணம் கேட்டாள். அவன் கொஞ்ச சந்தேகம் தட்டின மாதிரி அவளைப் பார்த்தான்.

"உனக்கு நான் எல்லாம் சொல்லணுமா? படிக்காத மூடம் கூட இன்னும் கொஞ்சம் கெட்டிக்காரத்தனமாக நடந்துகொள்வாள். இனிமேல் நான் ஷர்டெல்லாம் செக் பண்ணிப் பார்த்துத் துவைக்கப் போட்ட பிறகு நீ துவைத்தால் போதும்."

அவள் பதிலே பேசாமல் துணி துவைக்க ஆரம்பித்தாள். அவன் அந்தக் கடிதத்தைத் துணியாகப் போய் விட்டிருந்த காகிதத்தைச் சுருட்டித் தூர எறிந்தான். பிறகு அவளிடம் ஏதும் சொல்லாமலேயே வெளியே போனான்.

அவன் அந்தக் கடிதத்திற்காகவே அவசரமாக வந்திருக்கிறான் என்று அவள் புரிந்துக்கொண்டாள். அவள் பார்க்க வேண்டும் என்கிற எண்ணத்தில் அதை அவன் வைக்கவில்லை என்று தெரிந்தது. அவள் அதைப் பார்த்தால் அவள் என்ன செய்வாள் என்று அவன் பயப்படுகிறான்? அவளுக்குச் சட்டென்று புரிந்தது. அவன் ப்ளாக்மெயில் செய்கிறான் என்கிற சமாச்சாரத்துக்கு ருசுவாக இருந்திருக்கும். அவளுடைய வக்கீல் மூளைக்கு அது ஏன் முதலிலேயே தோன்றாமல் போயிற்று? இப்பொழுதெல்லாம் எதை

நினைத்தாலும் துக்கமாகவல்லவா வருகிறது? எத்தனை பலவீனப்பட்டுப் போய்விட்டது இந்த மனசு?

அவள் துணிகளை அலசியபடியே நினைத்துக்கொண்டாள். அந்தக் கடிதம் அவள் கையில் கிடைத்துவிட்டால் அவள் கேஸ் போட்டுப் பிரிந்து போவாள் என்று நினைத்தானா? அவளுக்கு அந்த நிலையிலும் சிரிப்பு வந்தது. அவள் ஒரு கண்ணாடி வீட்டிற்குள் அல்லவா உட்கார்ந்திருக்கிறாள்? அவள் கல்லை எறிந்தால் அது திரும்பி வந்து அவளையே அல்லவா தாக்கும்? இந்தக் கல்யாணம் அவளது பலத்தையே உறிஞ்சிவிட்டதென்று சங்கருக்குத் தெரியாதா? அவளுடைய சில பண்புகள் என்பது அவனுக்கு எப்பொழுது புரியும்? தன்னால் இயன்ற அளவு ஒரு நல்ல மனைவியாக, தாயாகத்தான் அவள் இருக்க முயல்வது அவனுக்கு எப்பொழுது புரியும்? அவள் வாழ்ந்த நிலைக்கும் இப்பொழுது இருக்கும் நிலைக்கும் பொருளாதார ரீதியில்கூட எந்தவித சம்பந்தமும் இல்லாவிட்டாலும் அதைப் பொருட்படுத்தாமல் இருக்க முயல்வது எத்தனை சிரமமான காரியம் என்பது அவனுக்குப் புரியுமா?

இந்த ஜன்மத்தில் புரியாது என்று அவள் நினைத்துக் கொண்டாள். ஏனென்றால் வாழ்க்கையில் அவன் பார்க்கும் பரிமாணங்களே வேறு... எண்ணங்கள் வேறு... லட்சியங்கள் வேறு... அவளுக்கு நர்ஸரி ரைம் ஒன்று ஞாபகம் வந்தது. 'தெர் வாஸ் எ க்ருக்கட் ஓல்ட் மேன்... ஹி லிவ்ட் இன் எ க்ருக்கட் ஹவுஸ்' அந்த மனிதனுக்கு எல்லாமே கோணல். அது மாதிரிதான் அவளுடைய வாழ்வும். முதல் கோணல் முற்றும் கோணல். பாதையை நேர்படுத்த முடியுமா? என்றாவது அவளுடையது சங்கருடைய பாதையுடன் சங்கமிக்குமா? அவனுடைய வழியில் தன்னால் நிச்சயம் செல்ல முடியாது என்று அவள் அவசரமாக நினைத்துக் கொண்டாள்; அவனைத் தன் வழிக்கு வளைத்துக் கொண்டால், தன் எண்ணங்களை அவன் புரிந்துக்கொள்ளும் அளவுக்கு வளைக்க முடிந்தால்

அதுவே பெரிய சாதனை. ஆனால் அது சாத்தியமா? அவள் துணிகளைக் காயப் போட்டுவிட்டு வாசல் ரேழியில் வந்து உட்கார்ந்து கொண்டாள்.

மல்ஹோத்ரா வீட்டுக் கொல்லைப்புறம் தெரிந்தது. மல்ஹோத்ராவும் அவன் மனைவியும் கயிற்றுக்கட்டில்மேல் உட்கார்ந்திருப்பது தெரிந்தது. பேசிக்கொண்டும் சிரித்துக்கொண்டும் இருப்பது கேட்டது. அவர்கள் எதிரில் தரையில் ஒரு கிளிக்கூண்டு இருந்தது. அதில் ஒரு கிளி மல்ஹோத்ராவின் கையிலிருந்து எதையோ கொத்த முயன்றுக்கொண்டு கூண்டுக்குள்ளே வட்டமடித்துக்கொண்டு சிறகடித்துக்கொண்டு இருந்தது.

"எடுத்துக்கோ எடுத்துக்கோ ராமு!" என்று மல்ஹோத்ரா சொல்லிக் கொண்டிருந்தார்.

"இந்தத் துரைக்கு ஆப்பிள் எவ்வளவு பிடிக்கிறது பார்த்தீர்களோ?" என்று மிஸஸ். மல்ஹோத்ரா சிரித்துக்கொண்டு சொன்னாள்.

அவர்கள் இருவரையும் அந்த மாதிரி சகஜமாக சந்தோஷமாகப் பார்க்க உஷாவுக்கு ஆச்சரியமாக இருந்தது. ஹோலியன்று இந்த மல்ஹோத்ரா ஆடிய ஆட்டம் ஞாபகத்திற்கு வந்தது. மிஸஸ். மல்ஹோத்ரா அவளிடம் வந்து அழுதது நினைவில் எழுந்தது.

அடிப்படையில் அவர்களிடையே அன்பில்லாமல் இல்லை என்று உஷா நினைத்துக் கொண்டாள். அது இருப்பதனால்தான் மிஸஸ். மல்ஹோத்ரா கணவன் குடிவெறியில் போடும் ஆட்டத்துக்கெல்லாம் பணிந்து போகிறாள் என்று தோன்றிற்று. ஒருவனுக்குக் கெட்டபழக்கம் இருப்பதனால் அவன் கெட்டவன் என்று அர்த்தமில்லை என்று அவள் நினைத்துக்கொண்டாள். நல்லபழக்கங்கள் கொண்டும் மனசே கெட்டவனாக இருப்பவன்தான் அபாயகரமானவன்.

அவனிடம் மாட்டிக்கொண்டால் விமோசனமேயில்லை... இல்லாவிட்டால் ஒருத்தி மூன்று குழந்தைகள் பெற்றபின் அந்தக் குழந்தைகளை நிர்கதியாகவிட்டுப் போகிறோமே என்கிற எண்ணம்கூட இல்லாமல் தற்கொலை பண்ணிக் கொண்டிருக்க மாட்டாள். என் சாவுக்கு நீதான் காரணம் என்கிற மாதிரி, வஞ்சம் தீர்த்துக்கொள்கிற மாதிரி தன் கோபத்தைக் காட்டியிருக்க மாட்டாள். அந்தக் கோபம், அந்தத் துக்கம் உள்ளே வெகுதூரம் புரையோடி விட்டிருக்க வேண்டும் அப்படிச் சாகத் துணிவதற்கு...

உஷா திடுக்கிட்டாள். எதைப் பற்றி நினைத்தாலும் கடைசியில் சங்கரிடம்தான் நினைவு தேங்கி நிற்கிறது என்று தோன்றிற்று. விமலா தற்கொலை செய்து கொண்டாள் என்று கேட்டதிலிருந்து தன் மனத்தில் ஒரு ஆட்டம் ஏற்பட்ட மாதிரி இருந்தது. மிகப்பெரிதாக ஒரு அடி ஏற்பட்ட மாதிரி இருந்தது. சங்கரைப் புரிந்துக்கொள்ள ஒரு புதியக் கோணம் கிடைத்த மாதிரி இருந்தது. அந்தக் கோணத்திலிருந்து அவனை ஆராய்கையில் பயங்கரமாக இருந்தது. எந்த விதத்தில் அவனுக்கும் தனக்கும் இடையே ஒரு 'ராப்போர்ட்' ஏற்படும் என்று புரியவில்லை. அவளை அவன் ஒரு பகடையாக உபயோகித்துக்கொள்ளப் பார்க்கும் வரையில் எந்தவித சங்கமமும் சாத்தியமில்லை என்று தோன்றிற்று. அதைத்தவிர அவன் அவளை வேறு எந்த விதத்திலும் நினைத்துக்கூடப் பார்க்க மாட்டான் என்று தோன்றிற்று. அவன் தன்னை எவ்வளவு பெரிய முட்டாளாக்கப் பார்க்கிறான் என்று அவளுக்குள் ஒரு சீற்றம் எழுந்தது. யாருடனும் கடிதத் தொடர்பு வைத்துக்கொள்ள முடியாமல், வருகிற கடிதங்களை அவளுக்குக் காட்டாமல்... சிறையில் வைத்திருக்கிற மாதிரி... அவன் நேபாளத்தில் ஒரு சிற்றூரில் இருப்பது எத்தனை சௌகர்யமாகப் போய்விட்டது அவனுக்கு? இது மாத்திரம் இந்தியாவாக இருந்தால் அவளுக்கு யோசனையே இருந்திருக்காது. இந்தச் சிக்கலை விடுவிப்பது எப்படி என்று

அவளுக்கு யோசனையாக இருந்தது. அவன் மேலும் மேலும் அப்பாவிடமிருந்து பணம் கறக்காமல் இருப்பதற்கு என்ன வழி என்று அவள் தீவிரமாகச் சிந்திக்க ஆரம்பித்தாள். அவனிடம் நல்ல வார்த்தை பேசி நியாய தர்மங்களை எடுத்துச்சொல்லி தர்க்கரீதியா ஏதும் தீர்வு காண முடியாது என்று தோன்றிற்று. பெண் என்றால் மனைவி என்றால் அவன் வைத்திருப்பது ஒரே அர்த்தம்தான் என்று புரிந்த அவள் எந்தப் பலத்தில் அவனைத் தன்வசப்படுத்துவாள் அல்லது ஜெயிப்பாள்?

அவளுக்குச் சட்டென்று ரமேஷின் ஞாபகம் வந்தது. "நான் ஒரு நண்பன் இருக்கிறேன் என்பதை மறக்காதீர்கள்" என்று இப்பொழுது எதிரில் நின்றுக்கொண்டு சொல்கிற மாதிரி இருந்தது. திடீரென்று அவனுடைய தோழமைக்குத் தான் மிகவும் ஏங்குகிற மாதிரி இருந்தது அவளுக்கு. அவள் மாதிரி நினைப்பவன், அவள் பாஷையைப் புரிந்துகொள்பவன்; இருவருக்குமிடையே எத்தகைய நெருக்கம் இருந்தது என்று அவள் நினைத்துக் கொண்டாள். கடைசியில் அவனும் அவளிடமிருந்து விலகிப் போக வேண்டி வந்தது, அவளுக்கு வருத்தமாக இருந்தது.

"என்றைக்காவது என் மனத்திலிருப்பதை யாரிடமாவது சொல்ல வேண்டும் என்றிருந்தால் உங்களிடம்தான் நான் சொல்வேன் ரமேஷ்" என்று அன்றைக்கு அவனிடம் சொன்னது அவள் நினைவுக்கு வந்தது.

இப்பொழுது அவனுக்கு எழுதினால் என்ன என்று தோன்றிற்று. தன்னுடைய உண்மைக் கதையைச் சொல்லி அவள் மாட்டிக் கொண்டிருக்கும் இக்கட்டைப் பற்றியும் சொன்னால் என்ன? அவன் மனத்தில் அந்தப் பழைய விசுவாசத்தில் துளியேனும் இன்றும் இருக்காதா? உதவ முன்வரமாட்டானா? ஏதேனும் உபாயம் சொல்ல மாட்டானா?

இந்த எண்ணம் ஏற்பட்ட உடனேயே ரமேஷ்தான் தனக்கு உதவக்கூடிய ஆள் என்று அவளுள் ஒரு தீர்மானமான

எண்ணம் எழுந்தது. அவன் அவளுக்குப் பதில் எழுதினால் அந்தக் கடிதம் தன் கைக்கு வந்து சேராதே என்று நினைவுக்கு வந்தது. இங்கே ஆபீஸ் விலாசத்தைத் தவிர வேறு விலாசம் கொடுக்க வழியேயில்லை. அவன் கடிதம் நிச்சயம் சங்கர் கைக்குச் சென்று அதை அவன் படித்து இன்னும் விபரீதம்தான் ஆகும் என்று தோன்றிற்று. அதனால் ரமேஷை பதிலே போடாமல், ஆகவேண்டிய வேலையைப் பார்க்கும்படி கேட்டுக்கொள்ள வேண்டும் என்று நினைத்துக் கொண்டாள். தன் புருஷனைப் பற்றி வேறு ஒருவனுக்கு எழுதுவது மகாகேவலம் மாதிரி இருந்தது. ஆனால் தன்னை மாதிரி ஒரு இக்கட்டில் மாட்டிக் கொண்டிருப்பவளுக்கு 'ஸெண்டிமென்ட்ஸ்' என்பதற்கு அர்த்தமேயில்லை என்றும் தோன்றிற்று.

அவள் மனத்தில் எழுந்த தீர்மானத்துடன் அவள் கதவைத் தாழ் போட்டுவிட்டுக் கடிதத்தை எழுத உட்கார்ந்தாள்.

"அன்புள்ள ரமேஷ்" என்று எழுத ஆரம்பிக்கையில் தொண்டையை அடைத்த மாதிரி இருந்தது. கண்களில் நீர் திரையிட்டது. அவனுடைய ஆர்வம் மிக்க பார்வை ஞாபகத்திற்கு வந்தது. அவனுடை ஏக்கப் பெருமூச்சுகளும் காதல் பேசும் விழிகளும் நெஞ்சில் புரண்டு எழுந்தன. அவனுக்குத் தன் ரகஸியத்தை எழுதுவதா என்று நெஞ்சம் உள்ளுக்குள் சுருங்கிக் கொண்டது. ஐயோ பாவம் என்று அவன் பச்சாதாபப்பட்டால் அதைத் தன்னால் தாங்கிக்கொள்ள முடியுமா என்று பயமாக இருந்தது. அவள் பல வகையாகக் குழம்பிவிட்டுக் கடிதத்தை எழுத ஆரம்பித்தாள்.

கடிதம் விரிகையில் அவளுடைய மனஸே விரிகிற மாதிரி இருந்தது. அவளுடைய இழப்பும் குறையும் தாபங்களும் மனப்போராட்டங்களும் கல்யாணத்தில் நிர்ப்பந்தமும் அதன் விளைவுகளும்... அடக்கி வைத்த பிரவாகம் உடைபட்டுப் போனாற்போல் பீறிட்டுக் கொண்டு வந்தது, கடிதத்தை எழுதி

முடித்தவுடன் ஒரு பெரிய பாரத்தை இறக்கி வைத்த மாதிரி இருந்தது. விலாஸத்தை எழுதிவிட்டு அவள் அதைத் தபால் பெட்டியில் போட யாரிடம் கொடுக்கலாம் என்று யோசனை செய்தபடி. வாசலுக்கு வந்தாள்.

சங்கர் வீட்டை நோக்கி வந்து கொண்டிருந்தான்.

✲ ✲ ✲

அத்தியாயம் 21

உஷா கலவரத்துடன் கடிதத்தைச் சட்டென்று மறைத்துக்கொண்டாள், இவன் முகத்தைப் பார்த்தாலே தான் இப்படிப் பயந்து போவதை நினைத்து அவளுக்கு அவமானமாக இருந்தது. எங்கிருந்து வந்தது இந்த பலவீனம்? இதை எப்படிப் போக்குவது?

சங்கர் அவளைக் கவனிக்காதமாதிரி உள்ளே நுழைந்தான். அவள் டீ போட ஸ்டவ் மூட்டினாள். அவள் தயாரித்துக் கொடுத்த டீயை அவன் பேசாமல் வாங்கிக் குடித்தான்.

வாசலில் குரல் கேட்டது. பெண்ணின் குரல் மாதிரி இருந்தது.

உஷா வெளியில் வந்து பார்த்தாள். ஸீஷ்மா நின்றிருந்தாள். பெயருக்குத் துப்பட்டா கழுத்தை வளைத்துக் கொண்டிருந்தது. உடலின் வளைவுகள் அந்த மெல்லிய கமீஸில் துல்லியமாகத் தெரிந்தது. சங்கர் இருக்கிறான் என்கிற நினைப்பில் உஷாவுக்குக் கூச்சமாக இருந்தது.

"வா ஸீஷ்மா, என்ன சமாச்சாரம்?" என்றாள்.

"ஒன்றுமில்லை ஆன்ட்டி; சும்மா வந்தேன். ரொம்ப போர் அடித்தது. அங்கிள் இன்னும் வரல்லியே!" என்றாள் உள்பக்கம் பார்த்துக்கொண்டே.

இவள் சங்கர் நுழைவதைப் பார்த்துவிட்டுத்தான் வந்திருக்கிறாள் என்று உஷாவின் உள்ளுணர்விற்குத் தோன்றிற்று.

“வந்துவிட்டார். ஆனால் அதனால் என்ன?”

“அப்ப நான் இன்னொரு நாள் வரேன் ஆன்ட்டி.”

அதற்குள் சங்கரே வந்துவிட்டான்.

“நான் இருந்தால் என்ன, உள்ளே வா. நீ சின்னப் பெண்தானே?” என்று சிரித்தான்.

அவன் அந்தச் ‘சின்னப் பெண்’ணை மேலிருந்து கீழ்வரை ஆராய்வதை உஷா கவனித்தாள்.

தயங்குவதுபோல் கிளம்பிய ஸீஷ்மா உள்ளே நுழைந்தாள்.

“உட்கார், உட்கார்” என்றபடியே சங்கர் வந்து உட்கார்ந்தான்.

ரொம்பவும் கூச்சப்படுபவள்போல் ஸீஷ்மா உட்கார்ந்துக் கொண்டாள்.

சங்கர் அவளை ஆர்வத்துடன் பார்த்துக்கொண்டே அவளைப் பற்றி விசாரிக்க ஆரம்பித்தான். வீட்டைப்பற்றி, படிப்பைப்பற்றி, ஊரைப்பற்றி...

ஸீஷ்மா, உஷா இருக்கிற உணர்வே இல்லாதவள் மாதிரி சங்கருடன் பேசிக்கொண்டிருந்தாள். வாஸ்தவத்தில் அவள் அவனைப் பார்க்கத்தான் வந்திருக்கிறாள் என்று உஷா புரிந்துக்கொண்டாள்.

“உஷா, ஸீஷ்மாவுக்கு டீ போட்டுக் கொடேன்” என்றான் சங்கர்.

“வேண்டாம் வேண்டாம்; நான் குடித்துவிட்டுத்தான் வந்தேன்.”

“பரவாயில்லை. இங்கேயும் குடிக்கலாம். உஷா டீ ஒன்றுதான் நன்றாகச் செய்வாள்” என்று கண்ணைச் சிமிட்டிக்கொண்டு

சிரித்தான் சங்கர். உஷா எழுந்து உள்ளே போனாள். அவளுக்கு ஆத்திரம் பற்றிக்கொண்டு வந்தது. அவன் அப்படி பல்லிளித்துக்கொண்டு பேசுவது அவமானமாக இருந்தது. இந்தப் பெண்ணும்தான் ஏன் இப்படி இருக்கிறாள், மான வெட்கம் ஏதுமில்லாமல்? இந்த ஆரம்பமே நல்லதற்கில்லை என்று தோன்றிற்று. அவள் ஏதேனும் சொல்லப்போனால் சங்கர் ஏதேனும் குத்திக் காட்டாமல் இருக்க மாட்டான் என்று தோன்றிற்று. அவள் தன் உணர்ச்சிகளை அடக்கிக்கொண்டு டீயைக் கலந்துக்கொண்டு வந்தாள்.

ஸீஷ்மா டீயைக் குடித்த பிறகு சிறிதுநேரம் பேசி கொண்டிருந்துவிட்டுக் கிளம்பினாள்.

அவள் போனபிறகு சங்கர் கேட்டான்.

"எப்படியிருக்கிறாள் பார்த்தியா, தளதளன்னு?"

அதற்குப் பதில் சொல்வதே அசிங்கம் என்று தோன்றிற்று உஷாவுக்கு. அவள் பதில் பேசவில்லை. "உனக்கு இந்த மாதிரிப் பெண்களைப் பார்த்தாலே ரொம்பப் பொறாமை, இல்லையா?"

அவள் திடுக்கிட்டாள். அது நிஜமாக இருக்குமோ? அதனால்தான் அவளுக்கு அப்படி ஆத்திரம் வருகிறதோ?

"எனக்குப் பொறாமையில்லை. வருத்தம், இப்படி அசடாயிருக்கிறார்களே என்று."

அவன் பெரிதாகச் சிரித்தான். "இவர்களெல்லாம் அசடாயிருப்பதால் பரவாயில்லை. உன்னை மாதிரி இருப்பவர்கள்தான் ஞானிகளாக இருக்கவேண்டும். வேறு வழியில்லை."

அவளுக்குச் சுரீரென்றது. முகம் சிவந்து போயிற்று. அவன் அவளை விடாமல் குத்திக் குத்திக் காட்டுவது கோபமேற்படுத்திற்று.

அவள் நிதானமாக அவனைப் பார்த்தாள். "உங்கள் விமலா அசடாகவும் இல்லாமல் ஞானியாகவும் இல்லாமல் இருந்ததால்தான் அப்படிச் செத்துப்போனாள், இல்லையா?"

அவன் முகம் கறுத்துப் போயிற்று. விகாரமாய் ஆயிற்று.

"என்ன சொல்கிறாய் நீ?"

அவள் அவனைத் தீர்க்கமாய்ப் பார்த்தாள்.

"அவள் எப்படிச் செத்துப் போனாள் என்பதை மறைத்தீர்கள் அல்லவா? தற்கொலை செய்துக்கொண்டாள் என்பதை மறைத்தீர்கள் அல்லவா?"

அவன் கோபத்துடன் அவளைப் பார்த்தான்.

"ஆமாம், தற்கொலை செய்துக்கொண்டாள். உனக்கென்ன அதைப்பத்தி? பேச வீடுவீடாகப் போக ஆரம்பித்துவிட்டாய் இல்லையா? யார் சொன்னது இதை உனக்கு?"

அவள் சட்டென்று தன்னைச் சமாளித்துக்கொண்டாள்.

"எனக்கு டெல்லியிலேயே உங்கள் தங்கை சொல்லிவிட்டாள்" என்றாள்.

அவன் அதிர்ந்து போனவன் மாதிரி உட்கார்ந்திருந்தான்.

உஷாவின் ஆத்திரம் தீரவில்லை. "மிகவும் சந்தோஷமாக இருந்தோம் என்றீர்களே; எதற்காகத் தற்கொலை செய்துக்கொண்டாள்?"

அவன் வாயிற்கதவைத் தாழ் போட்டுவிட்டு நிதானமாக அவளிடம் வந்து அவளுடைய கன்னத்தில் பளாரென்று ஒன்று வைத்தான்.

"இனிமேல் இதைப்பற்றி ஏதேனும் பேசினாயோ இரண்டில் ஒன்று; தீர்த்துவிடுவேன். நீ இப்பொழுது வக்கீல் இல்லை. ஞாபகம் வைத்துக்கொள். ஏதாவது அதிகப்பிரசங்கித்தனம்

செய்தியோ உங்கப்பாமேல் கேஸ் போட எனக்கு அதிக நேரம் ஆகாது.''

அவள் வாயை மூடிக்கொண்டாள். இவனிடம் எவ்வளவு சீக்கிரம் தோற்றுப் போகிறோம் என்றிருந்தது. இவனுடைய ஆத்திரத்தை மேலும் கிளப்புவதில் பிரயோஜனமில்லை என்று தோன்றிற்று. கன்னம் விண் விண் என்று வலித்தது. வலியிலும் அவமானத்திலும் கண்களில் நீர் முட்டி நின்றது. அவள் தன்னைச் சமாளித்துக்கொண்டு மெல்லச் சொன்னாள்.

''இதோ பாருங்கள்! விமலா எப்படிச் செத்திருந்தாலும் அதனால் எனக்குப் பரவாயில்லை. நம் இருவருக்கும் எப்படியோ விதிவசத்தில் கல்யாணம் ஆகிவிட்டது. குழந்தைகளை உத்தேசித்தாவது நாம் ஒத்துப்போவதுதான் நல்லது. மனைவியாய் என் கடமையை முழுவதும் செய்ய முடியாவிட்டாலும் அவர்களுக்கு நல்ல தாயாய் நிச்சயம் இருப்பேன். என்னுடைய பலவீனத்தை நீங்கள் குத்திக்காட்டுவதும், கேஸ் போடுவேன் என்று சொல்வதும் நல்லதற்கில்லை.''

அவன் ஆத்திரத்துடன் அவளைப் பார்த்தான்.

''எனக்கு நீ உபதேசம் செய்ய வேண்டியதில்லை, தெரிந்ததா? விதிவசத்தால் இப்படி ஒரு கல்யாணம் ஆகிவிட்டதென்றால், ஐ நோ ஹௌ டு காஷ் இட் டு மை அட்வான்டேஜ்!''

இவனுக்குப் பண வெறி உச்சந்தலைவரை ஏறியிருக்கிறது என்று அவளுக்குப் புரிந்தது. அவளுக்கு ஆயாசமாக இருந்தது.

''நீங்கள் இப்படிப் பணத்தைப் பற்றியே பேசிக்கொண்டிருந்தீர்களானால் நமக்கு இந்த ஜன்மத்தில் ஒரு தோழமை ஏற்படாது.''

''நான் பணத்தைப்பற்றிப் பேசாமல் இருக்கவும் மாட்டேன். உன்னுடைய தோழமையும் எனக்கு அவசியமில்லை.''

அவனுடைய நிர்தாட்சண்யமான பதிலைக் கேட்டு அவள் அதிர்ந்து போனாள்.

அவன் தொடர்ந்தான்.

"நான் கேட்டிருக்கும் பணம் இந்த மாசத்துக்குள் உன்னுடைய அப்பா அனுப்பவில்லையானால் அவர்மேல் நிச்சயம் கேஸ் போடப் போகிறேன்; ஏமாற்றிக் கல்யாணம் செய்துவிட்டார்" என்று.

"இது ப்ளாக் மெயில். அரசாங்க ஊழியராக இருந்து கொண்டு இப்படியெல்லாம் செய்வது உங்களுக்கே நன்றாக இருக்கிறதா?"

அவன் அவளைப் பார்த்து எகத்தாளமாகச் சிரித்தான்.

"எனக்கு உபதேசம் செய்ய உனக்கு எந்த விதமான ரைட்டும் இல்லை. வக்கீலாயிருந்துக்கொண்டு உங்கப்பாவின் ஏமாற்றலுக்கு உடந்தையாக இருந்தாயே அது உனக்கு நன்றாக இருந்ததா?"

இவனோடு வாதாடிப் பிரயோஜனமில்லை என்றிருந்தது அவளுக்கு. தான் நிரபராதி என்று எத்தனை முறை சொன்னாலும் இவன் நம்பப் போவதில்லை.

இவன் ப்ளாக்மெயில் பண்ணுகிறான் என்பதற்குத் தடயம் கிடைத்தால் இவன் அகப்பட்டுக் கொள்வான் என்று தோன்றிற்று. அப்பாவிடம் அவன் பணம் கேட்டு எழுதிய கடிதங்கள் இல்லாமற் போகாது. ஆனால் கல்யாணம் ஆன பிறகு இப்படியெல்லாம் சிந்திப்பதே தப்பு என்று தோன்றிற்று. அவன்மேல் கேஸ் போட்டால் அது அத்துடன் நிற்காது. வேறு பல பூதங்கள் வெளியில் வரும். அவள் விவாகரத்துக் கோர வேண்டி வரும். அப்படியெல்லாம் சிந்திப்பதே ஒரு 'நெகடிவ் அப்ரோச்' என்று அவள் தனக்குள் சொல்லிக்கொண்டாள். ஆக்கபூர்வமாக என்ன செய்வது? இவன் மனஸை மாற்றுவது

சாத்தியமா? உன்னுடைய தோழமை எனக்கு அவசியமில்லை என்கிறானே அவ்வளவு நிர்தாட்சண்யமான இவனைத் தன் வசப்படுத்துவது சாத்தியமா?

அவன் திடீரென்று நினைவுக்கு வந்தவன்போல் கேட்டான்.

"ஆமாம், இவ்வளவு நாள் நான் கேட்காமலே இருந்தேன். நீ வேலையை விட்ட பிறகு, க்ராச்சுவடி ப்ராவிடன்ட் ஃபண்ட் எல்லாம் கிடைத்திருக்குமே, என்ன செய்தாய் அந்தப் பணத்தையெல்லாம்? உங்கப்பன் ஏன் இப்படி மூக்கால் அழுகிறான்?"

அவளுக்குத் தூக்கி வாரிப்போட்டது, தான் வேலையை ராஜீனாமா செய்யவில்லை என்பதை இவனிடம் சொல்லவேயில்லை என்று ஞாபகம் வந்தது.

"நான் வேலையை இன்னும் ரிஸைன் பண்ணவில்லை" என்றாள் அவள் மெல்ல.

"என்னது?" என்றான் அவன் நம்பமுடியாமல். ஒரு சீற்றமும் அவன் முகத்தில் பரவுவதை அவள் உணர்ந்தாள்.

"ரிஸைன் செய்யவில்லையா? ஏன்?"

"என்னவோ என்னுடைய ஸீனியர் வக்கீல் அப்படி அட்வைஸ் பண்ணினார். லீவும் நிறைய இருந்தது. கொஞ்சநாள் லீவு எடுத்துக்கொண்டு அப்புறம் ரிஸைன் செய்யலாம் என்றார்."

"பொய். பொய் சொல்கிறாய். அந்தப் பணத்தை உங்கப்பனிடம் கொடுத்துவிட்டு இப்பொழுது நாடகமாடுகிறாய்!"

அவளுக்கு அவனைப் பார்க்க அசிங்கமாக இருந்தது. இவனா நம் புருஷன் என்று வேதனையாக இருந்தது.

"நீங்கள் என்னை நம்பவில்லையானால் நீங்களே போய் விசாரியுங்கள்."

அவன் ஆத்திரத்துடன் எழுந்தான். அவளுடைய தோள்களைப் பிடித்து உலுக்கினான்.

"பின் எதுக்காக ரிஸைன் பண்ணவில்லை? மறுபடியும் போய்விட வேண்டும் என்கிற எண்ணத்தினால்தானே? குழந்தைகளுக்குத் தாயாராக இருப்பேன் என்று நீ சொன்னதெல்லாம் வேஷம்தானே?"

அவள் சிரமத்துடன் தலையை அசைத்தாள்.

"இல்லை. என்னை நம்புங்கள். அவசரப்பட்டுக்கொண்டு ஏன் கிளைன் பண்ணணும், இரண்டு மூன்று மாசம் கழித்துக்கூட செய்துகொள்ளலாம்; ஒன்றும் தப்பில்லை என்று ஸீனியர் சொன்னதால் நானும் பேசாமல் இருந்துவிட்டேன். வேறு ஒன்றும் காரணமில்லை."

"என்னை நம்பச் சொல்கிறாயா?" என்று அவன் மறுபடி கன்னத்தில் அறைந்தான்.

அவள் துடித்துப் போனாள். அவன் உலுக்கின உலுக்களில் இடையில் செருகியிருந்த கடிதம் - ரமேஷுக்காக அவள் எழுதி வைத்திருந்த கடிதம் கீழே விழுந்தது.

அவளுடைய முகம் வெளிறிப் போயிற்று. அதை எடுக்க அவள் அவசரமாகக் குனிந்தாள். அதற்குள் அவன் முந்திக் கொண்டான். தன்னுடைய போதாத வேளையை நினைத்தபடி அவள் உட்கார்ந்தாள். ஸீஷ்மாவுடன் அவன் பேசிக்கொண்டிருந்தபோது அதைப் பெட்டிக்குள் வைக்காமல் போனோமே என்று தன்னையே சபித்துக் கொண்டாள்.

அவன் நிதானத்துடன் அந்தக் கடிதத்தைப் படித்தான். படித்து முடித்த பிறகு பலமாகச் சிரித்தான்.

"நீ இருக்கும் அழகிற்கு உனக்கு ஒரு காதலன் வேறேயா?"

பிறகு கடுமையாக அடங்கின குரலில் சொன்னான்,

"இதைத் தெரிந்துகொள். உன்னவிடக் கெட்டிக்காரன் நான். ஏதாவது திரிசமன் நீ பண்ணினாயானால் எனக்குத் தெரியாமல் போகாது. உன்னால் எனக்குத் தெரியாமல் ஒன்றும் செய்ய முடியாது. ஆனாலும் உன்னை நம்புவதற்கில்லை. என் காரியத்தைச் சாதித்துக்கொள்வது எப்படி என்று எனக்குத் தெரியும். உன் கெட்டிக்காரத்தனத்தை என்னிடம் காண்பிக்கப் பார்த்தாயானால் நீதான் தோற்றுப் போவாய்!"

அவன் கன்னத்தில் அறைந்த அறையைவிட இந்த வார்த்தைகள் சாட்டையடி மாதிரி இருந்தன.

வாசற் கதவு தட்டப்படும் ஓசை கேட்டது. அவன் தனது முகபாவத்தைச் சட்டென்று மாற்றிக் கொண்டான். அந்தக் கடிதத்தைச் சட்டைப் பைக்குள் போட்டுக் கொண்டான். வாசற்கதவைத் திறக்கப் போனான். அவள் அவசரமாகக் குளியலறைக்குச் சென்று கதவைச் சாத்திக்கொண்டாள். பச்சைத் தண்ணீரை மொண்டு மொண்டு முகத்தில் ஊற்றிக்கொள்ளும்போது கன்னம் எரிகிற மாதிரி இருந்தது. அவனுடைய கை விரல்கள் பதிந்திருக்குமோ என்று பயமாக இருந்தது. இந்த நிலையில் ஒருவர் எதிரில் எப்படிப் போவது என்றிருந்தது. அவள் கதவைத் திறந்து கொண்டு வெளியில் வந்தாள். ரேழியில் குப்தா தம்பதிகளின் குரல் கேட்டது. அவளுக்கு இவர்கள் ஏன் வந்தார்கள் என்றிருந்தது. அவள் அவசரமாக முகத்தில் பவுடரைப் பூசிக்கொண்டாள். முகத்தின் செம்மை சற்று குறைந்த மாதிரி இருந்தது. நெற்றிக்கு இட்டுக்கொண்டு டீக்கு ஜலம் வைத்துவிட்டு ரேழிக்கு வந்தாள்.

'நமஸ்தே' என்று இயல்பாகச் சிரிக்க முயன்றாள்.

குப்தா தம்பதிகள் அவளைக் கூர்ந்து பார்க்கிற மாதிரி பார்த்தார்கள். அவளுக்குச் கூச்சமாக இருந்தது. மிஸஸ். குப்தாவின் முகத்தில் ஒரு பச்சாதாபம் தெரிகிற மாதிரி இருந்தது. அவள் டீ போடுகிற சாக்கில் உள்ளே வந்தாள்... மிஸஸ். குப்தாவும் அவளைப் பின் தொடர்ந்து வந்தாள்.

"உஷா, ஏன் என்னவோ மாதிரி இருக்கிறீர்கள்?" என்றாள்.

உஷா சிரிக்க முயன்றாள். "இல்லையே ஒன்றுமில்லையே!"

"இல்லை. என்னவோ மாதிரிதான் இருக்கிறீர்கள். முகம் சோர்ந்து தெரிகிறது."

"இல்லை, கொஞ்சம் தலை வலிக்கிறது; அவ்வளவுதான்."

மிஸஸ் குப்தா மெல்லிய குரலில் மன்னிப்புக் கேட்கிற மாதிரி சொன்னாள்.

"நான் அன்றைக்குச் சொல்லியிருக்கக் கூடாது அந்த விஷயத்தை. இவர் ரொம்பவும் கோபித்துக்கொண்டார்."

'உஷ்' என்றாள் உஷா. "அதைப் பற்றிப் பேச வேண்டாம். எப்படியும் எனக்கு ஒருநாள் தெரிந்து போகாமலிருந்திருக்காது."

"இருந்தாலும் நான் சொல்லியிருக்க வேண்டாம். இப்பொழுதுதான் கல்யாணமாகி வந்திருக்கிறீர்கள். உங்களுக்கு அதிர்ச்சியாக இருந்திருக்கும்."

"உஷ்" என்றாள் உஷா. "நாம் அதைப்பற்றிப் பேசாமல் இருப்பது நல்லது. நீங்கள் எனக்கு விஷயத்தைச் சொன்னதாகவே காட்டாதீர்கள்."

அவள் டீயைக் கோப்பைகளில் ஊற்றி ட்ரேயில் வைத்தாள். 'வாருங்கள்' என்று மிஸஸ். குப்தாவை அழைத்துக் கொண்டு நடந்தாள்.

அவர்கள் சிறிதுநேரம் பேசிக் கொண்டிருந்துவிட்டுக் கிளம்பினார்கள். சங்கரும் அவர்களுடனேயே கிளம்பிப் போனான்.

இரவு குழந்தைகளுக்குப் பாடம் சொல்லிக் கொடுத்துவிட்டுச் சாப்பாடு போட்டு அவர்கள் தூங்கிய பிறகும் சங்கர் வரவில்லை.

அன்றைக்கு அவன் எப்படித் தன்னை அவமானப்படுத்திக் கேவலமாய் நடத்தினான் என்று அவள் நினைத்துப் பார்த்துக்

கொண்டாள். தன்னால் எப்படி இந்த நிலைக்கு வர முடிந்தது என்று புரியாமல் அவள் திகைத்தாள். ரமேஷுக்கு எழுதிய கடிதம் அவன் கையில் கிடைக்கும்படி தான் நடந்து கொண்டது முட்டாள்தனம் என்று தோன்றிற்று. அவனுக்குக் கோபமேற்பட்டது நியாயந்தான் என்று நினைத்துக்கொண்டாள். அந்த மாதிரி ஒரு கோபத்தில் அவன் நாகரீகமாக நடந்துகொள்வான் என்று அவள் எதிர்பார்த்தால் அவளுடைய புத்திதான் பேதலித்துவிட்டது என்று அர்த்தம். விமலா தற்கொலை செய்துக்கொண்டாள் என்பதை ஏன் மறைத்தான் என்று கேட்டதும் தப்பு என்று இப்பொழுது புரிந்தது. வெளிப்பார்வைக்கு அவன் பாதிக்கப்படாதவன் மாதிரி தெரிந்தாலும் பத்து வருஷம் நெருக்கமாக வாழ்ந்தவள் அப்படிச் செத்துப் போனால் அவனுக்கு மறக்க முடியாத ஒரு பாதிப்பு ஏற்பட்டிருக்காதா? அவனையறியாமலேயே ஒரு குற்ற உணர்வு அவனுள் வேர்விட்டிருக்காதா? யார்தான் இப்படிப்பட்ட விஷயத்தை மறைக்கப் பார்க்க மாட்டார்கள்? மறக்கப் பார்க்க மாட்டார்கள்? இன்றைய அவனது ஆத்திரத்தில் அவளுக்குப் பல விஷயங்கள் புரிந்தன.

அவனுக்காகக் காத்திருந்து காத்திருந்து கடைசியில் அவள் சாப்பிட்டுவிட்டுப் படுத்துக்கொண்டாள். என்னென்னவோ யோசனைகளில் புரண்டு புரண்டு படுத்துக் கடைசியில் கண்ணயர்ந்தாள்.

'உஷா! உஷா!'

'யாரது விமலாவா?'

'இவரிடம் வந்து மாட்டிக்கொண்டு நீ தப்பிக்க முடியுமா? பேசாமல் என்னிடம் வந்துவிடு...'

விமலா கையை நீட்டி அழைத்தாள்.

உஷா சரேலென்று விழித்துக்கொண்டு எழுந்து உட்கார்ந்தாள். உடம்பெல்லாம் குப்பென்று வியர்த்தது. நெஞ்சு படபடவென்று அடித்துக்கொண்டது.

✲ ✲ ✲

அத்தியாயம்

22

உஷா பீதியுடன் சுற்றும் முற்றும் பார்த்தாள். இருட்டாக இருந்தது. எதுவும் ஒரு வினாடி பிடிபடவில்லை. விமலா வந்து அழைத்தது எத்தனை நிஜம்போல் இருந்தது! நிஜமாகவே வந்திருப்பாளா? அல்லது மனத்தின் பிரமையா?

விமலா ரொம்பவும் சோகமாகத் தென்பட்டாள். அநியாயமாக நீயும் வந்து மாட்டிக் கொண்டாயே என்கிற மாதிரி அவளைப் பார்த்தாள்.

இதெல்லாம் கனவுதானா? கனவாக இருந்தாலும் இந்தக் கனவுக்கு ஏதேனும் அர்த்தமிருக்குமோ?

அவளுடைய நெஞ்சின் படபடப்பு அடங்க வெகுநேரமாயிற்று. அடங்கியதும் தன் பயத்துக்கும் அனுமானத்துக்கும் ஏதும் அர்த்தமில்லை என்று தோன்றிற்று. படித்த நாகரீகமானவளின் சிந்தனை ஏன் இப்படியெல்லாம் போகிறது? கனவுக்கு அர்த்தங்களைக் கற்பித்துக்கொண்டு போய் வந்ததோ என்று அனுமானித்துக்கொண்டு... தன் மனத்தின் பிரமையின் ப்ரதிபலிப்பல்லவா அது? இருந்தும் எத்தனை நிஜம்போல் இருந்தது? அவள் படபடப்பு அடங்கியதும் ஒரு தம்ளர் நீர் குடித்துவிட்டுப் படுத்தாள். சங்கர் இரவு வரவேயில்லை என்று ஞாபகம் வந்தது.

அவள் எழுந்திருந்து மணியைப் பார்த்தாள். மணி ஒன்றே கால் காட்டிற்று. அவளுக்குத் திகைப்பா இருந்தது. இந்தச் சின்ன ஊரில் எங்கே போக முடியும். அவள் எழுந்திருந்து ரேழிக்குக் சென்றாள். ஜன்னல் திரையை விலக்கிப் பார்த்தாள். தெரு வெறிச்சென்றிருந்தது. திடீரென்று கோடியில் இரண்டு உருவங்கள் தெரிகிற மாதிரி இருந்தது. உற்றுப் பார்க்கையில் அவளுக்குத் தூக்கி வாரிப்போட்டது. சங்கரும் ஸீஷ்மாவும்.

அவளுக்கு நெஞ்சு மறுபடியும் படபடத்தது. என்ன அநியாயம் இது என்று மனசு கொதித்தது. அவன் பெண்ணுக்கு அலைகிறவன், அவள் ஆணுக்கு அலைகிறவள்.

அதற்காக இப்படி ஒரு அநியாயத்தை இவன் பண்ணுவதா? கல்யாணமாகாத ஒரு பெண்ணிடம் மூன்று குழந்தைகளுக்குத் தகப்பன் நடந்துகொள்ளும் விதமா இது? அவளுக்குச் சட்டென்று தோன்றிற்று. சங்கருக்கும் ஸீஷ்மாவுக்கும் கொஞ்சநாளாகவே பழக்கம் இருந்திருக்க வேண்டும். இன்றைக்கு ஸீஷ்மா வீட்டிற்கு வந்து பேசியதெல்லாம் வெறும் நாடகம்!

அவளுக்கு ஆத்திரம் கட்டுக்கடங்காமல் போயிற்று அந்த மிஸஸ். கபூருக்கு நன்றாக ஒரு டோஸ் கொடுக்க வேண்டும்போல் இருந்தது. பெண்ணை வளர்க்கும் அழகு இதுதானா என்று கேட்க வேண்டும்போல் இருந்தது. உன் பொறுப்பு குறைந்துவிட்டது என்று அர்த்தமா என்று கத்த வேண்டும்போல் இருந்தது. ஆனால் அவள் எந்த முகத்தை வைத்துக்கொண்டு கேட்பாள், சங்கர் குற்றவாளியாக இருக்கும்போது?

அவனுடைய பலவீனம் அவ்வளவு தூரம் அவன் கண்ணை மறைத்துவிட்டதா? நூறு குடும்பங்கள் வாழும் ஒரு காம்ப்புக்குள் இருப்பவன் அரசாங்க உத்தியோகஸ்தன் எந்தத் தைரியத்தில் இந்த மாதிரி நடந்துக்கொள்கிறான்?

பொறுப்புணர்ச்சி இல்லையா? இல்லை, அவ்வளவு தூரம் அவனுடைய பலவீனம் கண்ணை மறைக்கிறதா?

அது எதுவாக இருந்தாலும் இது வளராமல் எப்படிப் பார்ப்பது? அவனுக்கு ஏதும் புத்தி சொல்ல அவன் அவளுக்கு என்ன உரிமை கொடுத்திருக்கிறான்? வாஸ்தவத்தில் அவனுக்கும் அவளுக்குமிடையே எந்தவித உறவும் இல்லை என்று தோன்றிற்று. ஒரு மூன்றாம் மனுஷி எடுத்துக்கொள்ளும் உரிமைக்கூடத் தன்னால் அவனிடம் எடுத்துக்கொள்ள முடியாது என்று தோன்றிற்று. அந்த அளவுக்கு அவனுக்கும் அவளுக்குமிடையே ஒரு அகழியிருந்தது. இருந்தும் மனசு பரபரத்தது. அவனுடைய மனைவி என்கிற ஸ்தானத்தில் இருந்துக்கொண்டு இந்த மாதிரி ஒரு அவமானத்தைத் தாங்க முடியாது போலிருந்து.

அவன் லேசாகக் கதவைத் தட்டினான். அவள் சற்றுநேரம் கழித்துக் கதவைத் திறந்தாள். அவன் திருடன் மாதிரி உள்ளே நுழைகையில் அவளுக்கு ஆத்திரம் பற்றிக்கொண்டு வந்தது. இரவு வேளையில் ஏதும் கேட்க வேண்டாம் என்று அவள் அடக்கிக் கொண்டாள். சற்று நேரத்திலேயே அவன் குறட்டை ஒலி கேட்கையில் அவளுக்கு அதிசயமாக இருந்தது. செய்வதையும் செய்துவிட்டு இந்த மனிதனால் எப்படி நிச்சிந்தையாக இருக்க முடிகிறது என்று. இந்த மாதிரி ஒருவனுடன் போராடிக்கொண்டு ஆத்திரப்பட்டுக்கொண்டு வாழ்நாள் முழுவதும் தன்னால் இருப்பது முடியுமா என்று முதல் முறையாக அவளுள் ஒரு பயமும் ஐயமும் எழுந்தன.

மறுநாள் காலையில் சங்கருடன் பேசுவதற்கு நேரமில்லாமல் வேலைகள் இருந்தன. குழந்தைகள் பள்ளிக்கூடத்துக்குப் போன கையோடு சங்கரும் ஆபீஸிற்குக் கிளம்பினான். கபூர் வீட்டுக் கொல்லையில் ஸீஷ்மா துப்பட்டா இல்லாமல் நின்று கொண்டிருப்பது தெரிந்தது. சங்கர் அவளைத் தாண்டிப் போகையில் அர்த்தமுள்ள சிரிப்பும், பார்வையும்

பரிமாறிக்கொள்வது தெரிந்தது. இது நல்லதற்கில்லை நல்லதற்கில்லை என்று மனசு அடித்துக் கொண்டது. முதன் முதலில் ஸீஷ்மாவைப் பார்த்ததும் அவளைத்தான் ஒரு டைனமைட் என்று நினைத்தது எவ்வளவு சரியாகப் போயிற்று என்று அவள் நினைத்துக் கொண்டாள். மிஸஸ். கபூருக்கு இந்த உணர்வு இருக்குமா? நிலைமை புரியுமா? புரிந்தாலும் சமாளிக்கத் தெரியுமா? உஷாவுக்கு என்ன செய்வது என்று புரியவில்லை. நேற்றைக்கு இருந்த ப்ரச்னைபோய் இப்பொழுது புதிய ப்ரச்னை உருவானது மாதிரி இருந்தது. தன்னைப் பற்றிய யோசனை போய் இப்பொழுது ஸீஷ்மாவைப் பற்றிய கவலை ஏற்பட்டது.

வேலையெல்லாம் முடிந்து அவள் கொல்லைக் குறட்டில் வந்து உட்கார்ந்தாள். கொல்லையில் இருந்த குல்மொஹர் மரம் திடீரென்று பூத்துக் குலுங்கி நிற்கிறமாதிரி இருந்தது; இரத்தச் சிவப்பாக இலையே தெரியாமல் கொத்துக் கொத்தாய்ப் பூக்கள். இவ்வளவு நாள் இது எப்படித் தன் கண்ணில் படாமல் போயிற்று என்று அவளுக்கு ஆச்சரியமாக இருந்தது. சென்ற மாதம் இது ஒரு மொட்டை மரமாக இருந்தது. இப்பொழுது எப்படிச் சிரிக்கிறது. கல்யாணப் பெண் மாதிரி? தன்னுடைய உவமையை நினைத்து அவளுக்கே சிரிப்பு வந்தது. எல்லாக் கல்யாணப் பெண்களும் சிரிப்பார்களா? அவள் சிரித்தாளா? பருவம் மாறும்போது தன்னாலேயே பூக்கும் இந்தக் குல்மொஹர் மரங்கள் மாதிரி இருக்கும் பெண்கள்தான் சிரிப்பார்கள். பருவத்தின் கை வேலையை யாரால் தடுக்க முடியும்? பூத்து நிற்கிறதே, மணம் வீசுகிறதே, மற்றவரின் பார்வையை ஈர்க்கிறதே என்று வருந்தி என்ன லாபம்?

"நமஸ்தே பஹன்ஜீ!"

குரலைக் கேட்டு உஷா திடுக்கிட்டுத் திரும்பினாள்.

மிஸஸ். கபூர் நின்றிருந்தாள். அவளுக்கு அடிவயிற்றில் ஒரு ஜில்லிப்பு ஏற்பட்டது. ஏதாவது புகார் செய்ய வந்திருக்கிறாளோ?

"வாருங்கள் நமஸ்தே" என்று கயிற்றுக் கட்டிலை இழுத்துப் போட்டாள்.

இருவரும் உட்கார்ந்தார்கள். மிஸஸ். கபூர் கைகள் ஸ்வெட்டர் பின்னியபடி இருந்தன.

"வெயில் ஆரம்பித்துவிட்டது. இன்னமும் ஸ்வெட்டர் பின்னிக் கொண்டிருக்கிறீர்களா?" என்று சிரித்தாள் உஷா.

"இதுதான் கடைசி. இதற்கப்புறம் கிடையாது. கையெல்லாம் வேர்க்கிறது, நூலைப் பிடித்தாலே" என்றாள் மிஸஸ். கபூர்.

"ஆமாம், வெயிற்காலம் ஆரம்பித்துவிட்டது என்று இந்த குல்மொஹரே சொல்கிறதே! எப்படி பதினைந்தே நாளில் பூத்துவிட்டது பார்த்தீர்களா?"

"ஆமாம்" என்று சிரித்தாள் மிஸஸ். கபூர். இருவரும் பொதுவாகச் சற்றுநேரம் பேசிக்கொண்டிருந்தார்கள்.

தான் பயந்த காரணத்துக்காக அவள் வரவில்லை என்று தெரிந்ததும் உஷா மெல்லக் கேட்டாள்.

"ஸீஷ்மாவை மேலே படிக்க வைக்கிறதுதானே? கல்யாண வயது வந்த பெண்களுக்கு ஒரு வேலையும் இல்லையென்றால் ரொம்ப போரடித்துவிடுமே!"

மிஸஸ். கபூர் ஒரு பெருமூச்சு விட்டாள். "என்ன செய்வது சொல்லுங்கள். இங்கே மேல்படிப்புக்கு வசதியில்லை. டில்லியில் அவளை ஹாஸ்டலில் விடுவதற்கும் பயமாக இருக்கிறது. ஹாஸ்டலில்விட்டால் செலவும் நிறைய ஆகும் இல்லையா?"

அவள் சொல்வது வாஸ்தவந்தான் என்று தோன்றிற்று.

"டில்லியில் யாரும் இல்லையா பார்த்துக்கொள்ள?"

"அவளுடைய பாட்டியிருக்கிறார்"

உஷா விழிப்பதைப் பார்த்து,

''ஸீஸ்மா என்னுடைய பெண் இல்லை. நான் இளையாள். அவளுடைய அம்மாவைப் பெற்ற பாட்டி அங்கேயிருக்கிறார். அங்கு விட எங்களுக்கு இஷ்டமில்லை. ஏற்கனவே கெடுத்து குட்டிச்சுவராக்கிவிட்டாள். இங்கே நம் பார்வையில் வைத்துக்கொள்வது நல்லது என்று இங்கே வைத்துக் கொண்டிருக்கிறோம்'' என்றாள்.

ஐயோ பாவம் என்றிருந்தது உஷாவுக்கு. உன் பார்வைக்குப் பின்னால் என்ன நடக்கிறது என்று உனக்குத் தெரியாது என்று சொல்ல வேண்டும் போல் இருந்தது.

''கல்யாணத்துக்குப் பார்த்துக்கொண்டிருக்கிறீர்களா?''

''ஏதோ பார்த்துக் கொண்டிருக்கிறோம். அதுவும் இங்கே உட்கார்ந்து கொண்டு என்ன செய்ய முடியும்? எல்லாம் டில்லியில் இருந்தால்தான் காரியம் நடக்கும். ஏதோ வரன் வந்திருப்பதாக என் மச்சினர் எழுதியிருக்கிறார். ஸீஷ்மாவை இங்கிருந்து அனுப்பணும்.''

''எப்பொழுது அனுப்புவீர்கள்?'' என்று உஷா கேட்டாள் ஆர்வத்துடன்.

''அடுத்த மாத ஆரம்பத்தில் அனுப்பலாம் என்றிருக்கிறோம்.''

அடுத்த மாதத்திற்கு இன்னும் இருபது நாட்கள் இருந்தன. அதற்குள் குடி முழுகிவிடும் என்று இந்த அப்பாவிக்கு எப்படிச் சொல்வது?

''இந்த மாதிரிப் பெண்களுக்குச் சீக்கிரம் கல்யாணம் செய்துவிடுவதுதான் நல்லது'' என்றாள் அவள் தன்னையறியாமல்.

மிஸஸ். கபூர் சட்டென்று அவளை நிமிர்ந்து பார்த்தாள்.

''நீங்களும் கவனித்துவிட்டீர்களா அவள் சுபாவத்தை? என்ன செய்வது சொல்லுங்கள்? எனக்கு அடங்கவே மாட்டேன் என்கிறாள். நான் எது சொன்னாலும் முரண்டு பிடிக்கிறாள்.''

"வயசு வந்தப் பெண் என்று அவளுடைய அப்பாவும் பேசாமல் இருக்கிறார். நான் எத்தனை என்று உரிமை எடுத்துக்கொள்ள முடியும்?"

"கஷ்டம்தான்" என்றாள் உஷா தன் சொந்த அனுபவத்தினால்.

"அவளுக்கொரு கல்யாணத்தைப் பண்ணி அனுப்பிவிட்டால் போதும் என்றாகிவிட்டது."

மிஸஸ். கபூர் இவ்வளவு தூரம் தன்னிடம் அந்தரங்கமாகப் பேசுவது உஷாவுக்கு ஆச்சரியமாக இருந்தது.

சங்கரிடம் ஸீஷ்மா பழகும் விதத்தை மேலெழுந்த வாரியாகப் பார்த்தே இப்படி எச்சரிக்கிறாளோ? விஷயம் அவள் அறிந்ததைவிட மோசம் என்று தெரிந்தால் அவள் யாரைத் தப்பு சொல்வாள்? மைனரான பெண்ணையா, மூன்று குழந்தைகளும் பெண்டாட்டியும் உள்ள ஒரு ஆண் பிள்ளையையா?

ஒரு மணிக்குக் குழந்தைகள் சாப்பிட்டுவிட்டு பள்ளிக்கூடத்துக்குச் சென்ற பிறகு சங்கர் சாப்பிட உட்கார்ந்தான். அவன் சாப்பிட்டு முடியும்வரை அவள் காத்திருந்தாள். பிறகு அவன் கை கழுவிக்கொண்டு வந்ததும் அவள் சொன்னாள்.

"உங்களிடம் கொஞ்சம் பேச வேண்டும்."

அவன் எரிச்சலுடன் என்ன என்கிற மாதிரி நின்றான்.

அவளுக்கு எப்படிக் கேட்பது என்றே புரியவில்லை. மகா அசிங்கமான விஷயம் மாதிரி இருந்தது. இவனுக்கு மன்னிப்பே இல்லை என்று ஒரு சீற்றம் எழுந்தது.

"உங்களைப் பற்றி நான் முதலில் வைத்திருந்த அபிப்பிராயமெல்லாம் இப்பொழுது தலைகீழாய்ப் போனாலும் நீங்கள் இவ்வளவு கேவலமாக நடந்துகொள்வீர்கள் என்று தெரியாது."

அவன் கோபத்துடன் கையை ஓங்கிக் கொண்டு வந்தான். அவள் சட்டென்று ஒதுங்கிக் கொண்டாள்.

"என்ன டயலாக் பேசறே? என்ன விஷயம்?"

இந்த மூர்க்கனிடம் என்ன சொன்னாலும் லாபமிருக்குமா என்று அவள் யோசித்தாள். ஆனால் இதைச் சொல்லாமல் இருக்கக் கூடாது என்று அவள் தீர்மானித்து கொண்டாள்.

"நீங்கள் ஸீஸ்மாவுடன் அப்படிப் பழகுவது உங்களுக்கே சரியென்று தோன்றுகிறதா?"

ஒரே ஒரு விநாடி அவன் முகத்தில் கலக்கம் தெரிந்தது, பிறகு மறைந்தது.

"எப்படிப் பழகுகிறேன்?"

"நடுராத்திரியில் அவளோடு..." அவள் முடிக்க முடியாமல் நின்றாள்.

"ஆமாம் நீதான் வந்து பார்த்தாயா?" என்றுவிட்டு ஏதோ அசிங்கமாகச் சொன்னான்.

அவள் காதை மூடிக் கொண்டாள்.

"இந்த மாதிரி? உணர்வைப் பத்தியெல்லாம் பேசக்கூடத் தெரியுமா உனக்கு? புரிந்துகொள்ளவாவது தெரியுமா? ஏன் அந்தப் பொண்ணைப் பார்த்துப் பொறாமைப் பிடிச்சு அலையறே?"

அவன் பேச்சைத் திருப்பும் விதம் அவளை ஆத்திரப்படுத்திற்று.

"இதைப் பாருங்கள். அந்த உணர்வெல்லாம் எனக்குத் தெரியுமோ தெரியாதோ, நியாயம் எது தர்மம் எது என்று தெரியும். அந்தப் பெண்ணுக்குக் கல்யாணத்துக்குப் பார்த்து கொண்டிருக்கிறார்கள். தயவுசெய்து அந்தப் பெண்ணோட வாழ்வைக் கெடுக்காதீர்கள்."

"எனக்கு நீ உபதேசம் செய்ய வேண்டியதில்லை. அதற்கு உனக்கு எந்த விதமான உரிமையும் கிடையாது."

அவன் அவள் பதிலை எதிர்பார்க்காமல் அலுவலகத்துக்குக் கிளம்பினான்.

அவள் விக்கித்துப் போய் நின்றாள். இவனுள் இருக்கும் பாசத்தைத் தன்னால் அடக்குவது அசாத்தியமான காரியம் என்று தோன்றிற்று. இந்த அநியாயத்தைத் தன்னால் பார்த்துக்கொண்டு எப்படி உட்கார்ந்திருக்க முடியும் என்று அவளுக்குத் திகைப்பாக இருந்தது. விஷயம் அம்பலத்துக்கு வந்தால் இந்த காம்ப்காரரர்கள் அவனைச் சும்மாவிடுவார்களா என்று ஒரு பயம் எழுந்தது. அப்படியும் ஒரு மிருகவெறியா அவனுள்? உனக்கு இந்த உணர்வெல்லாம் புரியுமா என்று அவன் கேட்டானே, அந்த உணர்வு இருப்பவர்கள் எல்லாம் அவனை மாதிரிதான் நடந்துகொள்கிறார்களா? எந்தச் சராசரி மனிதனும் இப்படி அலைய மாட்டான் என்று அவளுக்குப்பட்டது. இவனுடன் அந்த விமலா பத்து வருடங்கள் வாழ்ந்ததே அதிகம் என்று அவள் நினைத்துக் கொண்டாள்.

அப்படிப் பொறுமையாக வாழ்ந்ததால்தான் கடைசியில் அப்படி வெறுப்பு... அவளை ஆட்கொண்டிருக்க வேண்டும். தன் சாவினால் அவனைப் பழிவாங்கும் வெறுப்பு. என் சாவுக்கு நீதான் காரணம் என்று அவன் ஆயுசு உள்ளவரை சுட்டிக் காட்டும் வெறுப்பு, ஆனால் அவளுடைய அந்தச் சாவினால் சங்கரிடம் ஏதும் மாற்றம் ஏற்பட்டிருப்பதாகத் தெரியவில்லை. எந்த வேளைகளில் அவன் விமலாவை நினைத்துக்கொள்கிறான் என்று புரியவில்லை.

குழந்தைகள் ஸ்கூலிலிருந்து வந்ததும் டிபன் சாப்பிட்டுவிட்டு விளையாடப் போய்விட்டார்கள். அவள் பொழுது போகாமல் வராண்டாவில் உட்கார்ந்திருந்தாள். இன்று மிஸஸ். மல்ஹோத்ரா

தனியாகக் கிளியுடன் விளையாடிக் கொண்டிருந்தாள். மிஸ்டர். மல்ஹோத்ரா தனது வழக்கமான பொழுதுபோக்குக்குப் போயிருப்பார் என்று உஷா நினைத்துக்கொண்டாள். எத்தனை விதமான கஷ்டங்கள்! இங்கே இருக்கும் நூறு வீடுகளிலும் நூறு விதமான சோகக் கதைகள் இருக்கும் என்று தோன்றிற்று.

சற்று நேரத்தில் சங்கர் வந்தான். சூறாவளி மாதிரி உள்ளே நுழைந்தான். மிகவும் கோபமாக இருக்கிறான் என்று புரிந்தது. வந்ததும் கதவைச் சாத்தினான். பாக்கெட்டிலிருந்த ஒரு கடிதத்தைத் தூக்கி அவள் முன்னால் எறிந்தான்.

''இதற்கு என்ன அர்த்தம்?'' என்றான்; ஒன்றும் புரியாமல் அவளுக்குத் திக்திக்கென்றது இதயத்துக்குள். அடி வயிற்றில் ஜில்லிட்டது.

''எனக்குத் தெரியாமல் நீ யாருக்காவது லெட்டர் போட்டியா?''

அவள் அவனை நிமிர்ந்து பார்த்தாள்.

''ஆமாம், போட்டேன். ஆனால் உங்களுக்குத் தெரியாமல் போட வேண்டும் என்று போடவில்லை. நீங்கள் ஆபீஸ் போன பிறகு எழுதினேன். ஸீஷ்மாவைத் தபால் பெட்டியில் போடச் சொன்னேன்.''

''நீ பெரிய சத்யவதி என்று எனக்குத் தெரியும். நேற்று நீ ஒருத்தனுக்கு ரகஸியமாக எழுதினதிலிருந்து தெரியவில்லை? நீ என்னுடன் இருக்கிறவரை என்னை மீறிக்கொண்டு எதையும் செய்ய முடியாது. சாமர்த்தியமாக நடந்துகொள்ளப் பார்த்தால் என்ன நடக்கும் தெரியுமா?''

அவள் மிரண்டு போனாள். அவன் வெறி பிடித்துப்போய் அவள் முதுகில் அடிக்கையில் அவள் வாயை மூடிக்கொண்டு பல்லைக் கடித்துக் கொண்டாள். இவன் தன்னை எதற்காக இப்படிப் பயமுறுத்துகிறான் என்று அவளுக்குப் புரியவில்லை.

பணவெறியா ஏமாற்றமா, இல்லை விமலாவின் மரணத்தினால் ஏற்பட்ட குற்ற உணர்வா? எது இதில் அதிகம்?

''கடிதத்தை எடுத்துப் படி!'' என்றான்.

கண்ணீர் மிதக்கும் கண்களுடன் படிப்பதற்குக் கஷ்டமாக இருந்தது. அப்பாவின் கையெழுத்து. ரெஜிஸ்டர் போஸ்டில் வந்தது.

அன்புள்ள உஷா,

நீ விநோதினிக்கு எழுதிய கடிதம் கிடைத்ததென்று வந்து சொன்னாள். விவரம் தெரிந்து ரொம்பக் கவலையாகப் போய்விட்டது. நீ எழுதிய கடிதங்கள் எங்களுக்கு வரவேயில்லை, நான் எழுதிய கடிதங்களையும் சங்கர் உன்னிடம் காட்டவேயில்லை என்று தெரிகிறது. இது தெரிந்த பிறகு எனக்கு ரொம்ப வேதனையாக இருக்கிறது. தீர விசாரியாமல் அநியாயமாக உன்னை எங்கேயோ தள்ளிவிட்டேன் என்று மனசை ரொம்ப உறுத்துகிறது. அவன் அடிக்கடி பணம் வேண்டுமென்று வேறு பயமுறுத்துகிறான். உன்னைப் பார்க்காமல் பேசாமல் இனியும் இருக்க முடியாது போலிருக்கிறது. நான் ராஜுவை அழைத்துக் கொண்டு இன்னும் பத்து நாட்களில் கிளம்புவதாக இருக்கிறேன். உன்னை நேரில் பார்க்க வேண்டும், பேச வேண்டும்.

நான் செய்துவிட்ட தப்பிற்குத் தயவுசெய்து என்னை மன்னித்து விடு.

அப்பா.

அவள் வெகு கஷ்டப்பட்டுக்கொண்டு தன் கண்ணீரை அடக்கிக்கொண்டாள். இந்தக் கடிதம் ரெஜிஸ்தர் தபாலாக இருந்தாலும் சங்கர் மூலமாகத்தான் கிடைக்கும் என்று

அப்பாவுக்குத் தெரியாது. தெரிந்திருந்தால் தகவலே தெரிவித்திருக்க மாட்டார் என்று தோன்றிற்று.

அவன் அவளையே பார்த்துக்கொண்டு நின்றிருந்தான் அவள் கடிதத்தைக் கீழே வைத்துவிட்டு அவனை நிதானமாகப் பார்த்தாள்.

இவ்வளவு ஆத்திரப்படும்படியாக இதில் என்ன இருக்கிறது என்று அவளுக்குப் புரியவில்லை. அப்பா இங்கு வந்தால் நேரில் உண்மைகளைத் தெரிந்துக்கொண்டால் அவரால் அந்த அதிர்ச்சியைத் தாங்க முடியாது என்று அவளுக்குத் தோன்றிற்று. அவர் வராமல் இருப்பது நல்லது என்று தோன்றிற்று.

''அப்பா இங்கு வரக்கூடாது அவ்வளவுதானே? நானே உங்கள் எதிரிலேயே வர வேண்டாம் என்று ஒரு கடிதம் எழுதுகிறேன். நான் சந்தோஷமாக இருக்கிறேன் என்று எழுதுகிறேன். நீங்களே போஸ்ட் செய்யுங்கள்.''

''யூ பெட்டர்!'' என்றான் அவன் ஆத்திரத்துடன். ''ஆனால் ஒன்று எனக்குப் புரிகிறது. உன்னை நான் நம்ப முடியாது. வக்கீல் என்கிற கர்வம் வேறு உனக்கு. முரதாபாதில் உன் பெயர் சந்தி சிரிக்க வைக்கப் போகிறேன். உன் கர்வத்தை அடக்கப் போகிறேன். நான் உங்கப்பாமேல் கேஸ் போடுவது என்று தீர்மானித்துவிட்டேன். இதோ பார் ட்ராஃப்ட்கூட செய்துவிட்டேன். நாளை அனுப்பப் போகிறேன்'' என்று பாக்கெட்டுக்குள்ளிருந்த இன்னொரு காகிதத்தை அவள் முன் படித்து காட்டினான்.

அவள் அதிர்ந்து போனாள்.

அந்த மாதிரி அவன் கேஸ் போட்டால் அதன் விளைவுகள் எப்படியிருக்கும் என்று அவள் யோசித்துப் பார்த்தாள். அந்தப் பயங்கரத்தை நினைக்கையிலேயே மனசு கூசிற்று.

“நீங்கள் அந்த மாதிரி ஏதேனும் செய்தால் நானும் செத்துப் போவேன் விமலா மாதிரி” என்றாள் அவள்.

“செத்துப்போ, ஒழிந்து போ” என்றான் அவன் கோபத்துடன்.

அவளுக்குத் திடீரென்று தலையைச் சுற்றிற்று. அவள் மூர்ச்சையானாள்.

நினைவு மெல்ல மெல்லத் திரும்புகிற மாதிரி இருந்தது. மங்கிய நினைவலைகளில் விமலாவின் உருவம் தெரிந்தது. கூப்பிடுகிற மாதிரி இருந்தது.

“இது நரகம் உஷா. எப்படியும் இது உன்னைக் கொன்றுவிடும். வந்து விடு. என்னிடம் வந்துவிடு...”

உடல் குப்பென்று வியர்த்தது. நெஞ்சு படபடத்தது. அவள் மறுபடி மூர்ச்சையானாள்.

✲ ✲ ✲

அத்தியாயம்

23

உஷாவுக்கு எழுந்திருக்கவே முடியாமல் ஆயாசமாக இருந்தது. தன் படுக்கையில் தான் படுத்திருப்பது தெரிந்தது. சங்கர் அவளைக் கொண்டுவந்து கிடத்தியிருக்க வேண்டும் என்று அவள் நினைத்துக்கொண்டாள் எவ்வளவு நேரமாகத்தான் இப்படி படுத்திருக்கிறோம் என்று அவளுக்குப் புரியவில்லை. குழந்தைகளின் சத்தம் கேட்கவில்லை. பள்ளிக்கூடத்துக்குப் போயிருக்கவேண்டும் என்று அவள் தீர்மானித்துக்கொண்டாள். சங்கரே சமைத்திருப்பார் என்று தோன்றிற்று. எப்படி அப்படி அவள் பிரக்ஞை இல்லாமல் இருந்தாள் என்று அவளுக்கும் புரியவில்லை. சங்கரும் வீட்டில் இல்லை என்று தெரிந்தது. தான் நினைவில்லாமல் விழுந்து கிடக்கையில் துளிக்கூட ஒரு மனிதாபிமான உணர்வில்லாமல் அவன் அவளைத் தனியா விட்டுவிட்டுப் போயிருப்பதை நினைத்து 'சீ, இவனும் ஒரு மனுஷனா?' என்றிருந்தது.

அவள் மெல்ல எழுந்து பல்லைத் தேய்த்து டீ போட்டு குடித்தாள். மணி ஒன்பதரை ஆகியிருந்தது. அவனும் குழந்தைகளும் இப்பொழுதுதான் கிளம்பிப் போயிருப்பார்கள் என்று தோன்றிற்று.

டீயைக் குடித்தது சற்று தெம்பு வருகிற மாதிரி இருந்தது. சற்று தெளிவாகச் சிந்திக்க முடிந்தது.

அவள் உடனடியாக அவசரமாக ஏதாவது ஒரு முடிவுக்கு வர வேண்டும் என்கிற அவசியம் ஏற்பட்டிருக்கிற மாதிரி நினைத்துக்கொண்டாள். மண்டை வெடித்துவிடும்போல் இருந்தது குழப்பத்தில்.

வேறு காரணமிருந்தாலும் இந்த மாதிரி ஒரு மனநிலையில்தான் விமலா இறந்திருக்க வேண்டும் என்று அவளுக்குத் தோன்றிற்று. மனத்தின் உளைச்சலைப் பொறுக்க முடியாமல்தான் அந்த முடிவுக்கு வந்திருக்க வேண்டும் என்று தோன்றிற்று. பாவ புண்ணியம் என்கிற போராட்டத்தில் தர்மம் நியாயம் என்கிற ப்ரச்னையில் அகப்பட்டுக்கொண்டு தன்னால் அதையெல்லாம் மீறிக்கொண்டு கடைத்தேறுவது சாத்தியமில்லை என்கிற ஒரு தோல்வி உணர்வில் தன்னை முடித்துக்கொள்ளத் தீர்மானித்திருக்க வேண்டும். வேறு வழியே புலப்படாத நிலையில் அப்படி ஒரு வைராக்யம் வந்திருக்க வேண்டும். வைராக்யத்தைவிடக் கோபம் அதிகமாக இருந்திருக்கவேண்டும். தன் வஞ்சத்தைத் தீர்த்துக்கொள்ளத் தற்கொலை ஒன்றுதான் வழி என்று அவள் தீர்மானித்திருக்க வேண்டும்.

உஷா யோசித்தாள். எல்லாப் ப்ரச்னைகளையும் தீர்த்துக்கொள்ளும் வழி தானும் விமலா மாதிரி சாவதுதான் என்று தோன்றிற்று. சங்கர் செய்யும் ப்ளாக்மெயில், கேஸ் போடுகிறேன் என்கிற அவனுடைய பயமுறுத்தல் புதிதாக இப்பொழுது அவன் ஆரம்பித்திருக்கும் ஸீஷ்மாவின் சினேகிதம், எல்லாவற்றிற்குமே விடை கிடைக்கும் அவள் மறைந்து போனால். அவள் உயிரோடிருந்தால் பலவிதமான அவமானங்களை ஏற்க வேண்டியிருக்கும். ஒன்று அவன் அப்பாவை ஓட்டாண்டியாக்கிவிடுவான். அல்லது அவள்மேல் கேஸ் போட்டு விவாகரத்து கோருவான். இரண்டாவது அவமானத்தை அவளால் தாங்க முடியாது போலிருந்தது. தனது இயலாமையைத் தோல்வியைப் பகிரங்கமாக ஒப்புக்கொள்வது

தன்னால் இயலாத காரியம் என்று தோன்றிற்று. அதைவிடச் சாவதே மேல் என்று தோன்றிற்று... அந்த ஸீஷ்மாவுடன் சிநேகிதத்தை வளர்த்துக்கொண்டு அவன் மேலும் மேலும் அக்கிரமம் செய்வதைத் தன்மானம் உள்ள எந்த மனைவியாலும், வெறும் பெயரளவில் மனைவியாக இருந்தாலும், தாங்க முடியாது என்று தோன்றிற்று.

நினைக்க நினைக்க மிகப்பெரிய மனச்சூன்யம் நெஞ்சைக் கவ்வுகிற மாதிரி இருந்தது. சாவு ஒன்றுதான் வழி என்கிற எண்ணம் விசுவரூபமாய் மனத்தில் எழுந்தது. நான் தோற்றுவிட்டேன். வாழ்வின் நிஜங்களுக்கு முன்னால் அதன் வலுவிற்கு முன்னால் நான் தோற்றுப் போனேன். ஜூலியஸ் ஸீஸர் அத்தனை துர்ச்சகுணங்கள் எச்சரித்தும் தெரிந்து கொண்டே தன் முடிவுக்குப் போன மாதிரி கண்ணைத் திறந்துகொண்டே, என்னிடம் இருக்கும் பலவீனங்களை அறிந்துகொண்டே நான் என் முடிவைத் தேடிப்போனேன்...

What can be avoided whose end is purposed by the mighty Gods?

அவள் சட்டென்று ஏதோ உலுக்கப்பட்ட மாதிரி நிமிர்ந்து உட்கார்ந்தாள்.

அப்பாவின் ஞாபகம் வந்தது. என்னை மன்னித்துவிடம்மா என்று கெஞ்சுகிற மாதிரி இருந்தது. புத்தியில்லாமல் பண்ணிவிட்டேன் மன்னித்துவிடு...

அவள் இறந்து போனால் அப்பாவை அவள் மன்னிக்கவில்லை என்றல்லவா ஆகிவிடும்? அந்த நினைப்பே அது தரும் அதிர்ச்சியே அவரைக் கொன்றுவிடாதா? எந்தப் பலவீனத்தில் அப்படி ஒரு எண்ணம் மனத்தில் உதித்தது? அந்த எண்ணமே அவளுக்கு நியாயமில்லாததாகப்பட்டது. தான் தற்கொலை செய்துக்கொண்டால் பாதிக்கப்படுவது

அவளுடைய பெற்றோர்தான், சங்கர் இல்லை என்று தோன்றிற்று.

வேறு என்னதான் வழி என்று அவள் தீவிரமாக யோசித்தாள். கேஸ் போடுவதாகச் சொல்லி சங்கர் பயமுறுத்தினானே, அதை அவன் அப்பாவுக்கு அனுப்புவதற்குள் ஏதாவது செய்ய வேண்டும் என்று தோன்றிற்று.

அவள் கடைசியில் ஒரு தீர்மானத்துக்கு வந்தவள் மாதிரி எழுந்தாள். வக்கீலுக்குப் படித்துவிட்டுத் தன்னால் எப்படித் தற்கொலையைப் பற்றி நினைக்க முடிந்தது என்று அவள் ஆயாசப்பட்டாள். தன்னுடைய மனநிலை அவ்வளவு தூரம் இந்தச் சில மாதங்களில் பேதலித்துப் போயிருக்க வேண்டும் என்று தோன்றிற்று. தொடர்ந்து இந்த மனிதனுடன் இருந்தால் ஒருநாள் நிச்சயம் அந்த முடிவுக்குத்தான் அவள் தன்னையறியாமல் வந்துவிடுவாள் என்று பயமாக இருந்தது.

அவள் ஒரு தீர்மானத்தோடு பெட்டியில் வைத்திருந்த தன்னுடைய ஸர்டிபிகேட்டுக்களையெல்லாம் பத்திரமாக கைப்பையில் வைத்துக்கொண்டாள். அவள் முராதாபாத்திலிருந்து கொண்டு வந்திருந்த ஆயிரம் ரூபாய்ப் பணம் இருந்தது, நல்ல வேளையாய். நாலைந்து புடைவை துணிமணிகளை ஒரு பையில் வைத்துக் கொண்டாள். குழந்தைகளைப் பற்றி நினைவு வருகையில் கஷ்டமாக இருந்தது. பெற்றவளே நிர்கதியாக விட்டுவிட்டுப் போயிருக்கும்போது தன்னால் செய்யக் கூடியது ஒன்றுமில்லை என்று தோன்றிற்று.

அவள் அந்தச் சின்னப் பையையும் ஹாண்ட் பாகையும் எடுத்துக்கொண்டு வேறு புடைவையுடன் பளிச்சென்ற மேனியுடன் புறப்பட்டாள். அதிக ஜன நடமாட்டம் இல்லை. ஒவ்வொரு வீட்டைத் தாண்டும் போது மனசு திக்திக்கென்று அடித்துக்கொண்டது, யார் கண்ணிலாவது பட்டுவிடுமோ என்று. மணி இன்னும் பத்தேகால்தான் ஆகியிருந்தது. பெண்கள் வேலை முடிந்து பத்தே முக்கால் பதினோரு மணிக்குத்தான்

வெளியில் வருவார்கள். அதற்குள் போய்விடமுடியாதா? தான் நினைத்த சுருக்கில் எப்படிக் கிளம்பிவிட்டோம் என்று நினைத்து அவளுக்கு ஆச்சரியமாக இருந்தது.

''நமஸ்தே பெஹன்ஜி!'' குரல் கேட்டு அவள் திடுக்கிட்டு நின்றாள். மிஸஸ். வித்யாதரன் நின்று கொண்டிருந்தாள். ஈரத்தலையில் எண்ணெய் பளபளத்தது.

''நமஸ்தே'' என்றாள் உஷா ஜீவனில்லாமல்.

''எங்கே தனியாகப் போகிறீர்கள்?''

என்ன சொல்வது? ஒரு வினாடி திகைத்தாள்.

''தையற்காரரிடம் போகிறேன்'' என்றாள் சட்டென்று.

''யாரையாவது அழைத்துக்கொண்டு போகக் கூடாதோ துணைக்கு?''

''பரவாயில்லை. அப்புறம் வெயில் ஏறிவிடும். வருகிறேன்,'' என்று விறுவிறுவென்று நடந்தாள். அந்தப் பெரிய கேட்டை அடைவதற்குள் வேறு யாரும் பார்த்துவிடக்கூடாதே என்றிருந்தது. நல்ல வேளையாக யாரும் தென்படவில்லை. அவளுக்கு அதிகமாக யாரும் பழக்கம்கூட இல்லை. மிஸஸ். மல்ஹோத்ரா மிஸஸ். கபூரிடமிருந்து தப்பியதே பெரிய காரியம் என்று தோன்றிற்று. கேட்டில் கூர்க்காவைக்கூடக் காணோம். அவள் எங்கே போகவேண்டும் என்று கூடப் புரியாமல் அவள் வெளியே நடந்தாள். எப்படியாவது இந்திய எல்லைக்குப் போய்விட வேண்டும். அவள் சற்றுதூரம் சென்றதும் ஒரு பஸ் வந்தது! 'ஸொனாலி ஸொனாலி' என்று கண்டக்டர் சொல்வது கேட்டது. அவள் சட்டென்று அதில் ஏறிக்கொண்டாள். 'ஸொனாலி' என்பது இந்திய நேபாள எல்லைப் பகுதி என்று அவளுக்கு ஞாபகம் வந்தது.

வழி நெடுக சங்கர் எங்கேயாவது பின் தொடருகிறானோ என்கிற பயம் வாட்டிக் கொண்டிருந்தது. ஸொனாலியை

அடைந்ததுமே அங்கே வாரணாஸிக்கு செல்லும் பஸ் ஒன்று காத்துக் கொண்டிருந்தது. அவள் எதுவுமே யோசிக்காமல் அதில் ஏறிக்கொண்டாள். இந்திய எல்லையில் கஸ்டம்ஸ்காரர்கள் வந்து பையைச் சோதனை போட வந்தபோது மனசு திக்திக்கென்று அடித்துக் கொண்டது, ஏதோ தப்பு பண்ணிவிட்ட மாதிரி. ஆண்டவனே, எப்படியாவது தப்பித்துக்கொண்டு போய்விட வேண்டும் என்று ஜபித்துக் கொண்டிருந்தது. இவர்களில் யாருக்காவது சங்கரைத் தெரிந்திருக்குமோ? அவளை அடையாளம் கண்டுகொள்வார்களோ? அவன் வந்து விசாரித்தால் சொல்லிவிடுவார்களோ?

மிகமிகத் தொலைவான சிரமமான பிரயாணமாக இருந்தது. மனத்திலிருந்த பயத்தில் பயணம் நீண்டுக்கொண்டே போகிற மாதிரி இருந்தது. காலையிலிருந்து ஒன்றும் சாப்பிடாததால் தலையைச் சுற்றிற்று.

கடைசியில் வாரணாசி வந்துவிட்டது என்று தெரிந்ததும் ஆச்சரியமாக இருந்தது. சங்கரின் ஆதிக்கத்தின் எல்லையிலிருந்து வந்துவிட்டோமா என்று பிரமிப்பாக இருந்தது. அவன் உடனடியாக இப்பொழுது தன்னைக் கண்டுபிடிப்பது சிரமம் என்று அவளுள் ஒரு தைரியம் வந்தது. பஸ்ஸைவிட்டு இறங்கியதுமே ஒரு போர்ட்டர், "எங்கே போக வேண்டும், ஸ்டேஷனுக்கா?" என்று கேட்டான்.

யாரோ கங்கா காவேரி எக்ஸ்பிரஸைப் பிடிக்க வேண்டும் என்று சொல்வது கேட்டது. அவளுக்குப் பொறிதட்டின மாதிரி இருந்தது. தெற்கே போய்விட்டால் என்ன? அவளுக்குத் தெற்கு பழக்கமேயில்லை. ஆனால் தென்னிந்தியர்களுடன் பழக்கம் உண்டு. சுதர்சனத்தின் ஞாபகம் வந்தது. கூடவே பொதுவாகத் தென்னிந்தியர்கள் நாணயமானவர்கள் என்று சங்கர் சொன்னது ஞாபகத்திற்கு வந்தது. தெற்கே போய்ச் சங்கர் நிச்சயமாகத் தேடமாட்டான் என்று தோன்றிற்று. அங்கே

போய்விட்டால் என்ன? எங்கேயாவது வேலை கிடைக்கும் என்று தோன்றிற்று. எப்படியோ பிழைத்துக்கொள்ளலாம் என்று தோன்றிற்று...

ஸ்டேஷனில் கங்கா காவேரி எக்ஸ்பிரஸ் காலையில்தான் கிளம்பும் என்றார்கள். அவள் டிக்கெட்டை வாங்கிக் கொண்டு கங்கையையாவது தரிசிக்கலாம் என்று கிளம்பினாள்.

கங்கைக் கரை அந்த இரவு வேளையிலும் ஜே ஜே என்றிருந்தது. ஏற்றப்பட்ட அகல்விளக்குகள் நீரில் மிதந்த வண்ணம் இருந்தன. காற்று சிலுசிலுவென்று அடித்தது. கங்கை நீர் காலில் பட்டவுடன் ஜில்லென்றிருந்தது. உஷாவுக்குத் திடீரென்று கண்களில் நீர் நிறைந்தது. காலங்காலமாய் அடக்கி வைத்திருந்த துக்கமெல்லாம் பிரவாகமாகப் போனாற்போல் இருந்தது. எதற்கோ காத்துக் காத்து நின்று விரயமாகிப் போனாற்போல் இருந்தது.

கங்கை கல கலவென்று ஓடிக் கொண்டிருந்தது. எத்தனை பேர்களின் கண்ணீர் இதில் இருக்கும்? எத்தனை பேர்கள் தங்கள் பாவ மூட்டைகளை இங்கே இறக்கி வைத்திருப்பார்கள்? பாவமூட்டைகளின் பாரமில்லாமல், கண்ணீரின் கறையில்லாமல் சலசலக்கும் கங்கையை வெகுநேரம் பிரமிப்புடன் பார்த்துக் கொண்டிருந்தாள். இங்கே காலமே சிறைப்பட்டுப் போனாற்போல் தோன்றிற்று. யுகயுகங்களாய்க் கங்கை இப்படியே இருந்து வருகிற மாதிரி தன்னைப்போல் எவ்வளவோ பேர் தங்களது அஞ்ஞானங்களை இங்கே பொசுக்கின மாதிரி...

அவள் ஸ்டேஷனுக்குப் பொழுதோடு வந்தாள். அங்கேயே கான்டீனில் சாப்பிட்டுவிட்டு அப்பாவுக்குக் கடிதம் எழுத உட்கார்ந்தாள். எந்த விதத்தில் எழுதினால் அவருக்கு அதிக அதிர்ச்சி ஏற்படாமல் இருக்கும் என்று அவள் யோசித்தாள். உண்மையையெல்லாம் சொல்வதைத் தவிர வேறு வழியே இல்லை என்று தோன்றிற்று.

அன்புள்ள அப்பா,

நீங்கள் நேபாளத்துக்குக் கிளம்புவதற்கு முன் இந்த கடிதம் உங்களுக்குக் கிடைக்க வேண்டும் என்று இதை எழுதுகிறேன். நீங்கள் கிளம்ப வேண்டிய அவசியம் இல்லை.

நானே கிளம்பி விட்டேன். நீங்கள் எனக்காகச் சிரமப்பட்டு வகுத்துக் கொடுத்த வாழ்க்கையிலிருந்து மிரண்டு போய் கிளம்புகிறேன். நான் தனியே வாழப் பிறந்தவள். அது புரியாமல் என்ன உறவையோ ஒட்டப் பார்த்தால் அது ஒட்டுமா அப்பா?

நான் போகிறேன். எங்கே என்று எனக்கே தெரியாது. எதோ ஒரு விடிவை நோக்கிப் போகிறேன் என்று நிச்சயமாகத் தெரிகிறது. உங்கள் மேல் எனக்குக் கோபமே இல்லை வருத்தம் கூட இல்லை. வாஸ்தவத்தில் இன்றைக்கு என் மனசு ரொம்ப நிர்மலமாக இருக்கிறது.

நான் முராதாபாத்துக்குத் திரும்ப முடியாது. அதன் காரணங்கள் உங்களுக்குத் தெரியும், நான் ஒரு இரு முனைக்கத்தியில் இருக்கிறேன். அதனால் அந்தக் கத்தியையே எறிந்துவிட்டுப் போகிறேன்.

எனக்கு இந்த இரண்டு மூன்று மாத அனுபவங்களில் எவ்வளவோ விஷயங்கள் புரிந்துப்போன மாதிரி இருக்கிறது. எல்லாத் துன்பத்துக்கும் நமது அறிவீனம்தான் காரணம் என்று மனசு தெளிந்துவிட்டது. வீட்டைவிட்டுக் கிளம்பிவிட்டது ஏதோ கரையை அடைந்த மாதிரி இருக்கிறது.

சங்கர் மறுபடி பணம் கேட்டு எழுதினால் நீங்கள் அனுப்பத் தேவையில்லை. நானே அங்கிருந்து மறைந்துப்போன பிறகு சங்கர் உங்கள்மேல் கேஸ்

போட ஏதும் நியாயமில்லை. என் பெண் எங்கே, என்ன செய்தாய் என்று நீங்களே சங்கரை மிரட்டலாம்.

நான் தற்கொலை செய்துகொள்வேன் என்று பயப்படாதீர்கள். நான் செய்துகொள்ள மாட்டேன். மூன்று மாதங்களாகத் தினமும் செத்துக் கொண்டிருந்தேன். அந்த பயத்தையெல்லாம் மீறிக் கொண்டு வந்துவிட்டேன்.

என்றைக்காவது நான் இருக்குமிடத்தை உங்களுக்குத் தெரிவிக்கலாம் என்று எனக்குத் தோன்றினால் தெரிவிப்பேன். அதுவரை நான் மறைவாக இருப்பதுதான் நல்லது. என்னை மன்னியுங்கள்.

வாழ்வை முடித்துக்கொள்ள வேண்டும் என்றுதான் நினைத்தேன். ஆனால் உங்கள் நினைவும் அன்பும்தான் என்னை அந்த முடிவுக்குப் போகாமல் காப்பாற்றிற்று.

இப்பொழுது என் மனசில் எந்தவிதத் துன்பமுமில்லை, பயமுமில்லை. நீங்கள் என்னை நம்பவேண்டும்...

மேலே என்ன எழுதுவதென்று அவளுக்குப் புரியவில்லை. என்ன எழுதினாலும் அது அதிகமாக அனாவசியமாக இருக்கும் என்று தோன்றிற்று. உறவையெல்லாம் அறுத்துக் கொண்டு போகிற தபஸ்விமாதிரி மனசு நிர்மலமாக இருந்தது. யாரைப் பற்றியும் விசாரிப்பதோ புலம்புவதோ அவசியம் என்று தோன்றவில்லை. ஒரு மோனநிலையை அடைந்துவிட்ட மாதிரி இருந்தது.

தன் உடற்குறைகூட குறையாகத் தெரியவில்லை இப்போது. ஆன்மாவைக் காப்பாற்றவேண்டிய கூடு எப்படிப்பட்டதாக இருந்தாலும் அது தன்னைப் பாதிக்காது என்று தோன்றிற்று. ஆன்மாவுக்குக் குறையில்லை, மாசில்லை, மறுவில்லை... இந்தக் கங்கை நதி காலங்காலமாய் ஓடுகிற மாதிரி... தன்

மேல் விழும் சடலங்களையும், பூக்களையும் மிதக்கும் அகல் விளக்குகளையும் கண்ணீரையும் சுமக்கிறோம் என்கிற உணர்வே இல்லாமல் சுமக்கிற மாதிரி... அது புரியாத வரை எத்தனை சஞ்சலங்கள் இந்த மனத்தில்?

அவள் கடிதத்தை உறையிலிட்டு ரயில் நிலையத் தபால் பெட்டியில் போட்டாள். அந்தக் கடிதம் அப்பாவுக்கு எத்தகைய அதிர்ச்சியைக் கொடுக்கும் என்று நினைக்கையில் வருத்தமாக இருந்தது.

என்னுடையது தனிப்பாதை என்று இப்பொழுதாவது அப்பாவுக்குப் புரியட்டும் என்று அவள் தனக்குள் சொல்லிக் கொண்டாள்.

அவள் வெயிட்டிங் ரூமில் வந்து உட்கார்ந்து கொண்டாள். காலையில் கங்கா காவேரியைப் பிடிக்க வேண்டியவர்கள் தூங்கிக் கொண்டிருந்தார்கள். அவளுக்குத்தான் தூக்கமே வரவில்லை. எதிர்காலம் ஒரு பெரிய கேள்விக்குறியாக இருந்தாலும் அவளுக்கு உண்மையில் இப்பொழுது எந்தவிதமான மனக்கிலேசமும் இருக்கவில்லை. எப்படியும் சமாளிப்போம் என்கிற ஒரு தைர்யம் ஏற்பட்டது. சங்கரின் ஆதிக்கத்துக்கு அடங்காமல் தான் இப்படிக் கிளம்பி வந்தது ஏதோ ஒரு பெரிய சாதனை மாதிரி இருந்தது.

போர்ட்டர்கள் வந்துவிட்டார்கள். "வாருங்கள், கங்கா காவேரி வருகிறது, வாருங்கள்" என்றார்கள்.

அவள் எழுந்தாள். அந்த ஜன சமுத்திரத்தில் ஒருத்தியாக அவள் வண்டியில் ஏறி அமர்ந்தாள்.

கங்கா காவேரியில் தன் பயணம் தொடர்வது எத்தனை பொருத்தமான ஒரு நிகழ்ச்சி என்று அவள் நினைத்துச் சிரித்துக் கொண்டாள். காவேரிக்கரை நிச்சயம் தனக்குப் புகலிடம் கொடுக்கும் என்று தோன்றிற்று. மேற்கொண்டு என்ன செய்வது? எங்கே வேலை பார்ப்பது? யார் வேலை

கொடுப்பார்கள்? புதிய சவால்கள். ஆனால் அவையெல்லாம் இப்பொழுது அவள் மீண்டு வந்ததைவிட பயங்கரமாக இருக்காது என்று அவளுக்குத் தோன்றிற்று.

கேள்விகள் பல இருந்தன. அவளது வாழ்க்கையே இடைவிடாத கேள்வியும் பதிலுமாக இருந்த மாதிரி இருந்தது. மற்றவைக்குப் பதில்கள் கிடைத்த மாதிரி இவற்றுக்கும் பதில்கள் கிடைக்காமல் போகாது...

முற்றும்

www.ingramcontent.com/pod-product-compliance
Lightning Source LLC
LaVergne TN
LVHW101414051026
849519LV00005BC/1752
9789356950894